18வது அட்சக்கோடு

18வது அட்சக்கோடு

அசோகமித்திரன் (1931 – 2017)

இயற்பெயர் ஜ. தியாகராஜன். செகந்தராபாத்தில் பிறந்தார். மெஹ்பூப் கல்லூரியிலும் நிஜாம் கல்லூரியிலும் ஆங்கிலம், இயற்பியல், வேதியியல் படித்தார். தந்தையின் மறைவுக்குப்பின் இருபத்தொன்றாம் வயதில் குடும்பத்துடன் சென்னைக்குக் குடியேறினார். கணையாழி மாத இதழின் ஆசிரியராக பல ஆண்டுகள் பணியாற்றினார்.

1951 முதல் தமிழிலும் ஆங்கிலத்திலும் எழுதினார். சிறுகதை, குறுநாவல், நாவல், கட்டுரை, விமர்சனம், சுய அனுபவப் பதிவு போன்ற பிரிவுகளில் 60 நூல்களுக்கு மேல் எழுதியிருக்கிறார். பல இந்திய மொழிகளிலும் சில ஐரோப்பிய மொழிகளிலும் இவரது நூல்கள் மொழிபெயர்க்கப் பட்டுள்ளன. 1973இல் அமெரிக்காவின் அயோவா பல்கலைக்கழகத்தின் எழுத்தாளர்களுக்கான சிறப்புப் பயிலரங்கில் கலந்துகொண்டவர்.

1996ஆம் ஆண்டு சாகித்திய அக்காதெமி விருது பெற்றார்.

அசோகமித்திரன் தனது 85வது வயதில், 23.03.2017 அன்று சென்னை வேளச்சேரியில் காலமானார்.

மனைவி: ராஜேஸ்வரி. மகன்கள்: தி. ரவிசங்கர்,
தி. முத்துக்குமார், தி. ராமகிருஷ்ணன்.

அசோகமித்திரனின் நூல்கள்
(காலச்சுவடு வெளியீடு)

நாவல்
- 18வது அட்சக்கோடு (கிளாசிக் வரிசை)
- ஒற்றன்!
- யுத்தங்களுக்கிடையில் . . .
- ஆகாயத் தாமரை
- தண்ணீர் (கிளாசிக் வரிசை)
- கரைந்த நிழல்கள் (கிளாசிக் வரிசை)
- மானசரோவர் (கிளாசிக் வரிசை)
- இந்தியா 1944–48
- இன்று

சிறுகதை
- ஐந்நூறு கோப்பைத் தட்டுகள் (கிளாசிக் வரிசை)
- வாழ்விலே ஒரு முறை (முதல் சிறுகதைத் தொகுப்பு வரிசை)
- அழிவற்றது
- 1945இல் இப்படியெல்லாம் இருந்தது . . .
- இரண்டு விரல் தட்டச்சு
- அசோகமித்திரன் சிறுகதைகள் (முழுத் தொகுப்பு)
- அமானுஷ்ய நினைவுகள்

குறுநாவல்
- இன்ஸ்பெக்டர் செண்பகராமன்
- அசோகமித்திரன் குறுநாவல்கள் (முழுத் தொகுப்பு)
- மணல் (கிளாசிக் வரிசை)

கட்டுரை
- எரியாத நினைவுகள் (கிளாசிக் வரிசை)
- சில ஆசிரியர்கள் சில நூல்கள்
- படைப்புக்கலை

அசோகமித்திரன்

18வது அட்சக்கோடு

காலச்சுவடு பதிப்பகம்

18வது அட்சக்கோடு ❖ நாவல் ❖ ஆசிரியர்: அசோகமித்திரன் ❖ © ராஜேஸ்வரி, தி. ரவிசங்கர், தி. முத்துக்குமார், தி. ராமகிருஷ்ணன் ❖ முதல் பதிப்பு: ஏப்ரல் 1977 ❖ காலச்சுவடு முதல் பதிப்பு: நவம்பர் 2011, பன்னிரண்டாம் பதிப்பு: ஜூன் 2022 ❖ வெளியீடு காலச்சுவடு பப்ளிகேஷன்ஸ் (பி) லிட்., 669 கே. பி. சாலை, நாகர்கோவில் 629001

18vatu aTcakkooTu ❖ Novel ❖ Author: Ashokamithran ❖ © Rajeswari, T. Ravishankar, T. Muthukumar and T. Ramakrishnan ❖ Language: Tamil ❖ First Edition: April 1977 ❖ Kalachuvadu First Edition: November 2011, Twelth Edition: June 2022 ❖ Size: Demy 1 x 8 ❖ Paper: 18.6 kg Maplitho ❖ Pages: 224

Published by Kalachuvadu Publications Pvt. Ltd., 669 K.P. Road, Nagercoil 629001, India ❖ Phone:91-4652-278525❖ e-mail:publications @kalachuvadu.com ❖ Printed at Mani Offset, Chennai 600077

ISBN: 978-93-80240-72-5

06/2022/S.No. 417, kcp 3606, 18.6 (12) urss

"இன்றைக்கு முடிசூட்டிக்கொண்ட நிஜாம் சாஹேபா இதை எனக்குப் போடச் சொன்னார்?"

"ஆமாம், அவரே பொறுக்கி எடுத்துத் தந்தார்."

அந்த ஸூஃபி யோகியின் கண்கள் ஒரு கணம் சுருங்கின. "அடடா, என்ன உதார குணம்! என்ன தரும சிந்தை! இப்படிச் சருகாய்க் காய்ந்த ரொட்டியைத் தந்திருக் கிறானே? எவ்வளவு? ஒன்று, இரண்டு, மூன்று . . . ஏழு. ஏழு காய்ந்த ரொட்டி! ஐயோ, இவன் வம்சமும் ஏழோடு காய்ந்துவிடுமே!"

ஒரு 18ஆம் நூற்றாண்டு தக்காணத்துக் கதை

"பாரத் சர்க்கார் என்ன குத்தகை எடுத்திருக்கிறதா நிஜாம் பிரதேசத்தை? நேற்று வரை ஜெயில் பறவை களாக இருந்தவர்கள் இன்று சரித்திரத்தின் கோளா றினால் பரம்பரை பரம்பரையாக வரும் வம்சங்களை வாட்டி வதக்குகிறார்கள்! அல்லாவுக்குப் பிரியமான நம் நிஜாம் பரம்பரை முன்னூறாண்டுப் பரம்பரை! ஏழு தலைமுறை ராஜ குடும்பம்! ஆனால் பாரத் சர்க்கார் அயோக்கியர்களின் அக்கிரமம் அதிக நாட்கள் இல்லை! நமது ருஸ்தமி திவான் அரஸ்துயிஜாமன் முஸஃபரல் முல்க் வால் முமய்யிக் ஃபதே ஜங்க் சிப்பஹ் சலார் மீர் உஸ்மான் அலிகான் பகதூர் நிஜாமுல்முல்க் அஸஃப்ஜாவின் பாதங்களை வெகு சீக்கிரமே வங்காள விரிகுடாவின் நுரையலைகள் கழுவப் போகின்றன! அராபிக்கடலின் பொங்கு தண்ணீர் அவருடைய அழகு செருப்பை நனைக்கப் போகிறது! தில்லி லால்கிலா மீது அஸஃப்ஜா புனிதக் கொடி பறக்கப்போகிறது!"

ஒரு ரஜாக்கர் பிரசங்கம், 1948இல்

காலச்சுவடு கிளாசிக் வரிசையில் இந்நூலை வெளியிட அனுமதியளித்த அசோகமித்திரன் அவர்களுக்கும் கிழக்குப் பதிப்பகத்திற்கும் எங்கள் மனமார்ந்த நன்றி.

பதிப்பாளர்

முன்னுரை

ஏரிக்கரையில் அலைந்துகொண்டிருக்கிறது குளிர்காற்று

ஹைதராபாத் / செகந்திராபாத் இரட்டை நகரங்களுக்கும் எனக்குமான உறவு ஆத்மார்த்தமானது அல்ல என்றாலும் மறந்துவிட முடியாதது. படிப்பிற்குப் பிறகாக முதலில் வேலை கிடைத்த இடம் என்ற மகிழ்ச்சியிருந்தாலும் அந்நகரம் அளித்த தனிமையும், வாழ்க்கையின் வெறுமையான கணங்கள் உருவாக்கிய விரக்தியும், அடுத்து என்ன செய்யப்போகிறோம் என்கிற புரட்டல்களும் முதல் ஒன்றரை ஆண்டுகளுக்கு வதக்கிக்கொண்டிருந்தன. அந்தச் சமயத்தில் வாசிப்பு மட்டுமே எனக்கான ஆசுவாசமாக இருந்தது. அத்தருணத்தில் செகந்திராபாத் நகரத்தைக் கதைக்களமாகக்கொண்டு அசோகமித்திரன் எழுதியது என்று '*18*வது அட்சக்கோடு' நாவலை நண்பர் வெங்கடாசலம் அளித்தது நினைவில் இருக்கிறது.

'*18*வது அட்சக்கோடு' வரலாற்று நாவல் - சுதந்திரத்துக்குப் பிறகான நிஜாம் அரசாங்கத்தில் நிகழ்ந்த வரலாற்றுப் பதிவுகளை எளிய இளைஞனைச் சுற்றியதான நிகழ்வுகளின் கோர்வைகளாகப் பதிவு செய்கிறது. பெரும்பாலான வரலாறுகள், அமைப்பின் உச்சியிலிருந்தே பதிவு செய்யப்பட்டிருக்கின்றன. ஒரு தேசத்தை மையமாக வைத்து அதன் மன்னர்கள், மாகாணங்கள், குடிகள் என்று கீழ் நோக்கி வருதல் அல்லது தேசத்தின் பொருளியத்தை உச்சியில் வைத்து அதன் குடிமக்களின் வாழ்வாதார நிலைகளை நோக்கி இறங்குவரிசையில் பதிவு செய்தல் அல்லது தேசத்தின் அரசியலை மையமாகக்கொண்டு அதன் மக்களின் அரசியல் செயல்பாடு

கள் பற்றிப் பேசுதல் என 'மேக்ரோ' வரலாறுகள்தான் இங்குப் பதிவு செய்யப்படுகின்றன. '18வது அட்சக்கோடு' தனிமனிதனில் இருந்து தேசம் நோக்கிப் பார்க்கும் ஒரு படைப்பாளியின் பார்வையில் பதிவு செய்யப்பட்ட 'மைக்ரோ' வரலாறு. இதில் தனிமனிதர்களின் அரசியல் கோட்பாடுகள் பதிவு செய்யப்படுகின்றன. அவர்களின் பொருளாதார நிலை பேசப்படுகிறது. தனிமனிதப் பார்வையில் நிஜாமினுடைய காரியதரிசிகளின் செயல்பாடுகள் அலசப்படுகின்றன. 'மைக்ரோ' வரலாறுகள் காலத்தின் ஓட்டத்தில் மறுவாசிப்புகளிலும் மறுஆய்வுகளிலும் மாற்றம் பெறுவதில்லை. அவை தனிமனிதனின் பார்வையில் இருந்து எழுதப்படும் எளிய சாட்சிகளாக படிமங்களாகின்றன.

வாசிப்பு என்பது பல படிநிலைகளைக் கடந்துவருவதான இயக்கம். தனது ஒவ்வொரு வாசக நிலையிலும் வாசகன் 'நல்ல படைப்பிற்கான விதிகளை'த் தானாகவே தன் வாசிப்பனுபவத்தின் மூலமாக வகுத்துக்கொள்கிறான். பிறகு தன் விதிகளுக்கு முரணான படைப்பை எதிர்கொள்ள நேரும்போது ஒன்று படைப்பை நிராகரிக்கிறான் அல்லது படைப்பு வீரியமிக்கதாக இருப்பின் தன் விதிகளை மாற்றியமைத்துக்கொள்கிறான்.

நாவல் வாசிப்பது என்பது ஒரு கதையை அறிந்துகொள்ளுதல் என்பதான எனது சித்தாந்தம் காலாவதியாகிவிட்ட ஒன்று என்பதனை உணர்த்திய படைப்பு '18வது அட்சக்கோடு'. நாவல் நேர்கோட்டில் பயணிக்கக் கூடாது; தர்க்கரீதியான வினாக்களைத் தன் ஓட்டம் முழுவதுமாகத் தொடர்ந்து எழுப்பிக்கொண்டே இருக்க வேண்டும் போன்ற விதிகளை உருவாக்கி வைத்திருந்தேன். ஆனால் நாவலுக்கு இத்தகைய விதிகள் அவசியமில்லை எனத் தெளிவாக்கியது இந்த நாவல். சந்திரசேகரனின் அத்தனை பதட்டங்களும் என் விரல்களுக்குள் பரவிக்கொண்டன. அவனது ஓட்டங்கள் என்னைத் திகிலடையச் செய்தன. அந்த நாவலுக்குள் என்னைப் புதைத்துக்கொண்டிருந்தேன். எந்த விதமான உணர்ச்சித் துருத்தல்களும், அலங்காரங்களுமின்றி சந்திரசேகரனின் பாத்திரமும் அவனைச் சுற்றிலுமான நிகழ்வுகளும் வாசகனை இந்திய யூனியன் சுதந்திரம் அடைவதற்கு முன்பாகவும் சுதந்திரத்திற்குப் பிறகு ஹைதராபாத் சமஸ்தானம் இந்திய யூனியனுடன் இணைக்கப்படும்வரைக்குமான குறுகிய காலகட்டத்துக்குள் கொண்டு சேர்க்கின்றன. அசோகமித்திரனின் கதைசொல்லும் பாங்கும், நாவல் முழுவதும் இழையோடும் நகைச்சுவையுணர்வும் காட்சிகளின் துல்லியத்தன்மையும் இந்நாவலின் மிகப்பெரிய பலங்களாகத் தோன்றுகிறது.

நாவல் பதிவு செய்யப்படும் காலகட்டத்தில் இந்நாவலின் களமான ஹைதராபாத்தும் செகந்திராபாத்தும் நாவலின் கதா பாத்திரங்களுக்கு வேறொரு நாட்டின் இரட்டை நகரங்கள். அங்கு புலம்பெயர்ந்து வாழ்ந்துகொண்டிருக்கும் சந்திரசேகர னும் அவனது மத்தியதர தமிழ்க் குடும்பமும் தங்களைச் சுற்றி உருவாகி வளரும் மதம், தேசம், மொழி, பயங்கரவாதம் என்ற வலைப்பின்னல்களின் காரணமாக இனம்புரியாத பயத்தில் நாட்களை நகர்த்திக்கொண்டிருக்கிறார்கள். இந்த மென்பதட்டத் திலேயே நாவல் முழுவதுமாக நகர்கிறது. தன் வீட்டு மாடு அடுத்தவர்களின் தோட்டத்தில் மேய்வதால் அந்நியரிடம் தான் எதிர்கொள்ள வேண்டிய சண்டைகளிலிருந்து தப்பியோடுவது முதல், வேற்று ஆடவனிடமிருந்து தன் உயிரைக் காத்துக்கொள் வதற்காகத் தன் ஆடைகளைத் துறக்கத் துணியும் பெண்ணிட மிருந்து தப்பியோடுவதுவரையிலும் தொடர்ச்சியாக இளம்பிராய அதிர்ச்சிகளால் சந்திரசேகரன் பின்னப்படுகிறான்.

அரசியல் கோட்பாடுகளின் புரிதலற்றவனாக, மதம் பற்றிய ஆழ்சிந்தனைகள் அற்றவனாகத் தனது பருவத்திற்குரிய குறு குறுப்புகளுடன் கிரிக்கெட் விளையாடிக்கொண்டு, தன் வீட்டுப் பொறுப்புகளுடன் வாழ்ந்துகொண்டிருக்கும் கல்லூரி மாண வனை அரசியல் சமூக நிகழ்வுகள் தன் முரட்டுப்பிடிகளுக்குள் இழுத்துக்கொள்கின்றன. வரலாற்றின் பிடிகளுக்குள் சிக்கிக் கொள்ளும் சந்துரு சூழ்நிலைகளுக்கு ஏற்ப முடிவெடுக்க இய லாதவனாகத் தத்தளிக்கிறான். திடீரென அழைத்து மேடையில் பாடச் சொல்லும் ஆசிரியரிடம் மறுப்புத் தெரிவிக்க முடியாத வனாகவும் போராட்டக்களத்தில் இருந்து தப்பிக்கொள்ள முடியாதவனாகவும் தொடர்ந்து சூழல்களின் கைதியாகிறான்.

வரலாறு யாரையும் விட்டுவைப்பதில்லை – வரலாற்றுக்குள் வாழ்ந்துகொண்டிருக்கும் காலகட்டத்தில் வரலாற்றின் மௌன சாட்சிகள் என்று யாரும் இருப்பதில்லை. வரலாற்றின் ஏதாவது ஒரு பகுதியாக ஒவ்வொருவரும் உறைந்துவிடுகிறார்கள். இப்படி உறையும் கதாபாத்திரமாகத்தான் சந்திரசேகரனையும் பிற நாவல் பாத்திரங்களையும் அணுக முடிகிறது. காந்தி இறந்த தினத்தை இன்னொரு 'தேசத்தில்' இருந்து பார்த்துக்கொண்டிருக்கிறார் கள் சந்துருவும் அவனது குடும்பத்தாரும். மொத்த இந்திய தேசமும் பெரும் பதட்டத்தில் சிக்குண்ட அந்த நாள் நிஜாமின் தேசத்தில் சற்றே பரபரப்பான சாதாரண நிகழ்வாகவே இருக் கிறது. அதே சமயத்தில் இந்திய ராணுவம் சமஸ்தானத்திற்குள் நுழைவது மிகப் பெரிய பரபரப்பான நிகழ்வாக இருக்கிறது.

இந்த நாவலை வாசித்துவிட்டு அதன் இடங்களை ஹைதராபாத்திலும் செகந்திராபாத்திலும் தேடியலைந்த ஞாயிறுகள் நினைவில் வந்து போகின்றன. நகரப் பேருந்து களின் வெக்கையில் வியர்வை கசகசப்பில் ரஜாக்கர்கள் வாழ்ந்த இடங்கள், செகந்திராபாத் ரயில்வே குடியிருப்பு, டாங்க் பண்ட் சாலை, ராணிகஞ்ஜ் என சந்திரசேகரன் அலைந்த இடங்களில் ஒரு இடத்தையாவது அதே அடையாளத்துடன் பார்த்துவிட முயன்றிருக்கிறேன். நிஜாம் கல்லூரியும் சாலர்ஜங் மியூசியமும் மட்டுமே நாவலின் தொடர்ச்சியாகத் தங்களின் அடையாளத்தைப் பெரிதும் மாற்றிக்கொள்ளாமல் இருக்கின்றன என்று நம்பினேன். அது என் தனிப்பட்ட நம்பிக்கை மட்டுமே. உண்மை வேறாகவும் இருக்கலாம். ஹைதராபாத்தும் செகந் திராபாத்தும் தங்களின் பெரிய ஆலமரங்களைத் தொலைத்து விட்டு அதற்கு ஈடாக பிற நகரங்களைப்போலவே வணிக வளாகங்களைப் பெற்றுக்கொண்டிருக்கின்றன.

அசோகமித்திரனை ஒரு முறை நேரில் பார்க்கும் சந்தர்ப்பம் கிடைத்தது. ஹைதராபாத் வந்திருந்தபோது அவரும் மறைந்த எழுத்தாளர் எஸ்.வி. ராமகிருஷ்ணனும் காரின் பின்புறமாக அமர்ந்துகொள்ள நான் முன்புறத்தில் அமர்ந்திருந்தேன். அவ ருடன் பேசுவதற்கு எனக்குக் கிடைத்த ஐந்து நிமிடங்களில் '18வது அட்சக்கோடு' பற்றிச் சில வினாக்களை எழுப்பினேன். அப்போதைய செகந்திராபாத்தும் ஹைதராபாத்தும் இப்பொழுது தேடினாலும் கிடைப்பதில்லை என்றார். அதைச் சொல்லி முடித்தபோது அவரது முகத்தில் புன்னகையும் இல்லாத வருத்தமும் இல்லாத வெறுமையை உணர முடிந்தது.

இந்நாவலை வாசித்துக்கொண்டிருந்த அதே சமயத்தில் நாவல்பற்றி உரையாடும்போது சில நண்பர்கள், நாவலில் பிற இன (இஸ்லாம்) வெறுப்பு தென்படுவதாகவும் மாற்று இனத் தவரின் உணவுகளையும் பழக்கவழக்கங்களையும் எள்ளுவதாக வும் விமர்சித்தார்கள். என் வாசிப்பில் இந்த எதிர்மறைக் கருத்துக் களை உணர முடிந்ததில்லை. அதனால் வாசித்த பகுதிகளை மறுவாசிப்பு செய்ய வேண்டியிருந்தது. சந்திரசேகரன் என்ற பாத்திரத்தின் வழியாகவும் அவன் பிறப்பு மற்றும் வளர்ப்புச் சூழலிருந்து வாசிக்கும்போதும் இவை யதார்த்தமான காட்சி களாகவே படுகின்றன.

1940களின் நிகழ்வுகள் 1970களில் நாவலாகப் பதிவு செய்யப் பட்டு 2010களில் வாசிக்கும் இன்றைய தலைமுறை வாசகனை யும் தன்னோடு சேர்த்துக்கொண்டு இந்நாவல் பயணப்படுகிறது.

Freshness இந்நாவலில் மிக முக்கியமான அம்சம். அது இன்னும் பல வருடங்களுக்கு இருக்கக்கூடும்.

மிகச் சமீபத்தில் ஹைதராபாத் சென்றிருந்தபோது டாங்க் பண்ட் சாலையில் வாகனங்கள் நெருக்கிக்கொண்டிருந்தன. ஏரிக்காற்றோடு பேசுவதற்காக நான் 'இரும்பு பெஞ்ச்'மீது அமர்ந்தேன். அப்பொழுது ஒடிசலான தேகத்தில் கிரிக்கெட் உடையுடன் ஒருவன் மிதிவண்டியை அழுத்திக்கொண்டிருந் தான். "சந்துரு" என்று எனக்கு மட்டுமே கேட்குமளவுக்கு அழைத்துக்கொண்டேன். அவன் திரும்பிப் பார்க்கவில்லை. அநேகமாக என் அழைப்பு வேளச்சேரியில் சாய்வு நாற்காலி யில் அமர்ந்திருக்கும் அசோகமித்திரனுக்குக் கேட்டிருக்கலாம்.

பெங்களூர், வா. மணிகண்டன்
20.10.2011.

I

1

“தோஸ்த், ஆஜ் நெட் பிராக்டிஸ் ஹை. ஜரூர் ஆஜாநா,” என்று நாஸிர் அலிகான் சொல்லிவிட்டுப் போனான். அந்த ஆண்டு கல்லூரி கிரிக்கெட் கோஷ்டிக்கு நாஸிர் அலிகானைத் தலைவனாக அறிவித்திருந்தார்கள். நாஸிர் அலிகான் ஒரு மொயினுத்தவுலா கோப்பை ஆட்டத்தில் பழம்பெரும் ஆட்டக்காரர்கள் மத்தியில் இடம் பெற்றுப் பத்தாவது நபராக மட்டையடிக்கச் சென்றாலும் பத்து நிமிஷத்திற்குள் முப்பத்து மூன்று ஓட்டங்கள் எடுத்து இறுதியில் ஆட்டமிழக்காமல் இருந்தான். நானூறு மாணவர்கள் படித்து வந்த அந்தக் கல்லூரியில் நாற்பது பேர் தைரியமாக கிரிக்கெட் ஆட வருவார்கள். அந்த ஆண்டு என்றில்லை, இன்னும் பல ஆண்டுகளுக்கு நாஸிர் அலிகான் காப்டனாக இருப்பான் என்பதில் யாருக்கும் சந்தேகம் கிடையாது. மாலையில் ஆட்டம் பழகிக் கொள்ளும்போதுகூட சில்க் ஷர்ட்டும் ஃபிளானல் பாண்ட்டுமாக வரும் நாஸிர் அலிகான் இதற்கு முன்னர் சந்திரசேகரனுடைய ஆட்டத்தைப் பற்றி ஒன்றும் தெரியச் சந்தர்ப்பமில்லாதிருந்தும் அன்று அவனைக் கல்லூரி நெட் பிராக்டிஸுக்குக் கூப்பிட்டிருக்கிறான். நாஸிர் அலிகான் அவனிடம் சொல்லிவிட்டுப் போனபின் சந்திரசேகரன் சைக்கிள் ஸ்டாண்டுக்கு விரைந்து சென்று அவனுடைய சைக்கிளின் சக்கரங்களை அழுத்திப் பார்த்தான். நல்ல வேளையாக இரு சக்கரங்களிலும் காற்று இருந்தது.

பிற்பகல் வகுப்புகள் இரண்டும் கெமிஸ்ட்ரி பிராக்டிகல்ஸ். இந்த பிராக்டிகல்ஸ் வகுப்புகளில் ஒரு சௌகரியம் கடைசிவரை ஆசிரியர் பார்வையில் இருக்க வேண்டியதில்லை. சந்திரசேகரன் ஓர் உப்புக் கரைசலை டெஸ்ட் டியூபில் எடுத்துக்கொண்டு நான்கு முறை

ஹைட்ரஜன் ஸல்பைட் கூண்டுக்குச் சென்று வந்தான். கரைசலில் ஹைட்ரஜன் ஸல்பைட் கொப்பளித்து வந்தபோது கரைசலைக் கருங்குழம்பாக்கியது. கொடுக்கப்பட்ட உப்பு என்னவென்று கண்டுபிடிக்க இது ஒரு பொதுப் பரிசோதனை, உப்பு எந்தக் குடும்பத்தைச் சேர்ந்தது என்று தெரியும். அதன் பிறகு அது குறிப்பாக எந்த உலோகத்தின் உப்பு என்று கண்டுபிடிக்க வேறு பரிசோதனைகள் நடத்தவேண்டும். சென்ற தடவை பேரியம் கொடுத்திருந்தார்கள். இந்தத் தடவை எது என்பதை ஊகிப்பது அவ்வளவு கடினமல்ல. அன்று கெமிஸ்ட்ரி பிராக்டிகல்ஸ் வகுப்பு உள்ள இருபது ஜதை மாணவர்களில் ஐந்தாறு பேராவது சரியான உலோகத்தைக் கண்டுபிடித்து விடுவார்கள். அப்புறம் மற்றவர்களுக்கும் அதே உலோகம் தெரிய வருவது அசாத்தியமானதல்ல.

மூன்றேகால் மணிக்கே தன் புத்தகங்களை வாரி எடுத்துக் கொண்டு சந்திரசேகரன் சைக்கிள் ஸ்டாண்டிடம் சென்றான். சைக்கிள் ஸ்டாண்ட் கிழவன், “இப்போது எடுக்க முடியாது,” என்றான்.

“எனக்கு கிரிக்கெட் பிராக்டிஸ் இருக்கிறது. நான் வீட்டுக் குப் போய் வரவேண்டும்,” என்று சந்திரசேகரன் சொன்னான்.

“அதெல்லாம் எனக்குத் தெரியாது. நாலு மணிக்கு வந்து எடுத்துக்கொண்டு போ.”

சந்திரசேகரன் அந்தக் கிழவனை உற்றுப் பார்த்தான். ஐந்தடி உயரந்தான் அவனிருப்பான். அழுக்குப் பைஜாமா. முழங்கால் வரை தொங்கும் அழுக்குச் சட்டை. வெளுத்த தாடி மீசை. மூன்று நான்கு பல்களாவது கிடையாது. அதனா லும் பீடி குடித்தும் கன்னங்கள் இரண்டும் மடிப்பு மடிப்பாக, வாய்க்குள் குழிவடைந்திருந்தன. பழைய கண்ணாடிக் கோலிக் குண்டுகளான கண்கள். இதே ஆள் எவ்வளவோ பேருக்கு சலாம் போட்டு எது எதெல்லாமோ செய்து தருவான். சைக்கிளைத் துடைப்பான், எண்ணெய் விடுவான், காற்று அடித்து வைப்பான், புத்தகங்களைப் பார்த்துக் கொள்வான், பீடா சிகரெட் வாங்கி வருவான். சில மாணவர்களின் மோட்டார் கார் கிளம்பாதபோது அவனும் சேர்ந்து தள்ளு வான். தோல் சிவப்பாக இருக்க வேண்டும், டுவீட் பாண்ட் போட்டிருக்க வேண்டும், உருதுவிலேயே பேசவேண்டும், கான் – அலி – அகமது என்று பிரபுக்கள் வம்சத்தைச் சேர்ந்தவர்களாக இருக்கவேண்டும். அப்போது இவன் சேவக னாகக் குழைவான்.

சந்திரசேகரன் தன்னிடமிருந்த இரண்டணாவைக் கிழவனிடம் தந்தான். கிழவன் வழிவிட்டான். சந்திரசேகரன் சைக்கிளை எடுத்துக்கொண்டு வெளியே வந்ததைத் தனக்கு யாதொரு சம்பந்தமுமில்லாத மாதிரி நின்று பார்த்துக் கொண்டிருந்தான்.

கல்லூரியிலிருந்து டாங்க் பண்டுக்கு ஐந்தே நிமிஷத்தில் சந்திரசேகரன் வந்துவிட்டான். இப்போது இந்த டாங்க் பண்ட் ஒரு மைலைக் கடக்க வேண்டும். ஹுசேன் சாகர் ஏரி ஒன்றுமறியாத சாதுபோலக் கிடந்தது. அதன் கரையோரமாக இருந்த டாங்க் பண்ட் சிமெண்ட் சாலை மட்டும் மூச்சுத் திணறும் காற்று வீச்சுக் கொண்டதாக இருந்தது.

அவன் கண்கள் சிவந்து கண்ணீர் கசிந்து கொண்டிருந்தாலும் அந்தப் பேய் எதிர்க்காற்றிலும் சந்திரசேகரனுக்கு அந்த ஏரிக்கரைச் சாலை அற்புதமானதாகப்பட்டது. ஏரிக்குப் பெரிய அணைபோலச் செங்குத்தாகக் கற்களை அடுக்கி அந்தச் சாலை போட்டிருந்தார்கள். ஒரே சீரான, நேர்க் கோடான சிமெண்ட் சமதளம். ஒரு மைல் நீளத்திற்கும் வார்ப்பு இரும்பினாலான கைப்பிடி வேலி. மூன்று இடங்களில் ஏரிப் பரப்பிலேயே உட்புகுந்த பால்கனி போன்ற சிறு கட்டிடங்கள். மாலை நேரத்தில் அங்கு வந்து உட்கார முடிந்தால் மிகவும் உற்சாகமாக இருக்கும். இந்த உற்சாகத்திற்காக வீட்டிலிருந்து மூன்று மைல்கள் சைக்கிளில் வரவேண்டும். பெரியவர்கள், சம்பாதிப்பவர்கள் வேண்டுமானால் பஸ்ஸில் வரலாம். அதற்கெல்லாம் இன்னும் வெகு நாட்கள் இருக்கின்றன. இன்று கிரிக்கெட் பிராக்டிஸ் முடிந்த பிறகாவது இந்த டாங்க் பண்டில் பத்து நிமிஷம் உட்கார்ந்திருந்துவிட்டுப் போக வேண்டும். முடியுமா என்று பார்க்க வேண்டும்.

“ஏண்டா சீக்கிரம் வந்துட்டே?” என்று அம்மா கேட்டாள். சந்திரசேகரன் பதில் தராமல் பெட்டியைத் திறந்து ஒரு வெள்ளைப் பாண்டை எடுத்துக் கொண்டான்.

“கிரிக்கெட்டுக்குப் போறயா?”

சந்திரசேகரன் பதில் தரவில்லை.

“நீங்க ஆடற இடத்திலே துலுக்கங்கள்ளாம் அடிக்க வரான்னு சொன்னியே?”

“இன்னிக்குக் காலேஜிலே.”

“காலேஜிலயா? மறுபடியும் காலேஜுக்கா போகப் போறே?”

“ஆமாம்.”

“அப்ப மாட்டைக் கொஞ்சம் கொல்லையிலே கட்டேன். மாட்டுக்காரன் அப்படியே விட்டுட்டுப் போயிட்டான்.”

சந்திரசேகரன் திடுக்கிட்டு உடனே கொல்லைக் கதவைத் திறந்துகொண்டு வெளியே மைதானத்திற்கு ஓடினான். அந்த மைதானத்தின் மறுபுறத்தில் ஒரு சர்ச்சும் மற்றும் வரிசையாகப் பெரிய பெரிய பங்களாக்கள் நான்கும் இருந்தன. முந்திய வாரம்கூட ஒரு நாள் இப்படித்தான் மாட்டை ஓட்டிக்கொண்டு மேய்த்து வரும் பையன் வீட்டில் கட்டிவிட்டுப்போகாமல் சென்றுவிட்டான். அந்தக் கோணக் கொம்பு எருமை மாடு சர்ச்சு காம்பவுண்டுக்குள் போய்விட்டது. அந்தத் தோட்டக் காரன் அதைக் கட்டிப்போட்டு அடி அடியென்று அடித்து, பிறகு மூன்று மைல்கள் தள்ளியுள்ள ஒரு போலீஸ் நிலையத் திலிருந்த மாட்டுத் தொட்டியில் கொண்டுபோய் விட்டிருந் தான். மூன்று ரூபாய் அபராதம். இரண்டு முழு நாட்கள் இரவிலும் தூங்காமல் ஊரெல்லாம் தேடல். அந்தத் தோட்டக் காரன் சர்ச்சு காம்பவுண்டுக்குள் மாடு அகப்பட்டுக் கொண்ட தைப் பற்றிச் சொல்லவில்லை. பிறகு அவனைப் போய்க் கேட்டபோது அடுத்த முறை மாடு அங்கு வந்தால் அதை வெட்டிப் போட்டுவிடுவேன் என்று சொன்னான்.

சந்திரசேகரன் முதல் காரியமாக சர்ச்சு காம்பவுண்டுக் குப் போய்ப் பார்த்தான். நல்ல வேளை மாடு அங்கு இல்லை. அப்படி முழுக்க அதை நல்ல வேளை என்றும் கூறிவிட முடியாது. இன்னும் எங்காவது அதைவிட மோசமான இடத் திற்கு அது போய்ச் சேர்ந்திருந்தால்?

“எனக்கு அவசரமா இருக்கறப்போத்தாம்மா இந்த மாதிரி வேலை தரே”, என்று சந்திரசேகரன் முனகிக்கொண்டே சொன்னான். பிறகு சைக்கிளை எடுத்துக் கொண்டு வெளியே போனான். அவன் அம்மா ஒரு இரும்புத் தோசைத் திருப்பி யைத் தண்ணீரில் போட்டாள்.

சைக்கிளில் உட்கார்ந்தபடியே சந்திரசேகரன் ஒவ்வொரு பங்களா வெளிச் சுவரையும் சுற்றி வந்து மாட்டிற்காகத் தேடிப் பார்த்தான். இந்த முறையும் மாடு போகக்கூடாத இடமொன்றுக்குப் போய்விட்டது. ‘முகம்மது காஸிம், ஹைதராபாத் போலீஸ்’ என்ற பெயர்ப் பலகையுடைய பங்களா வுக்குள் நுழைந்து அங்கு தொட்டிகளில் வளர்க்கப்பட்டு வந்த குரோட்டன்ஸ் செடிகளை மிகச் சாவதானமாக மென்று கொண்டிருந்தது.

சந்திரசேகரன் சைக்கிளை வெளியே சுவரில் சாய்த்தபடி வைத்தான். திறந்திருந்த கேட் வழியாக மெல்ல உள்ளே சென்று மாட்டின் கொம்பைப் பிடித்து இழுத்தான். மாடு அவன் இழுப்பை லட்சியம் செய்யவில்லை. சந்திரசேகரன் ஒரு கல்லைக் கையில் எடுத்து மாட்டைப் பின்புறத்திலிருந்து அடித்தான். மாடு இப்போது நாலுகால் பாய்ச்சலில் கிளம்பி நான்கைந்து தொட்டிகளைக் கவிழ்த்துவிட்டு வெளியே ஓடிற்று, சந்திரசேகரன் மாட்டைப் பின்தொடர்ந்து வெளியே ஓடி வந்தபோது அங்கு காவலுக்காக இருக்கவேண்டிய ஒரு போலீஸ் காரன் அவனைப் பார்த்துவிட்டான். போலீஸ்காரன் பாய்ந்து வந்து சந்திரசேகரனைப் பிடித்துக்கொண்டான்.

"மெஹர்பான் கர்கே மாஃப் கர்னா. மாஃப் கர்னா," என்று சந்திரசேகரன் அவனைக் கெஞ்சினான். போலீஸ்காரன் மாடு விளைவித்த சேதத்தைப் பார்த்தான். சந்திரசேகரனின் சட்டையைப் பிடித்துக்கொண்டு, "வா ஐயாகிட்டே" என்று இழுத்தான். சந்திரசேகரன் மீண்டும், "பெரிய மனது வைத்து மன்னிக்க வேண்டும்," என்று கெஞ்சினான். இதற்குள் மிகச் சிவந்த நிறமுடைய, குட்டையான, ஆனால் மிகவும் தடிம னான ஒரு பெண்மணி அங்கு வந்து போலீஸ்காரனை உருதுவில் திட்டிப் பொரிந்து கொட்டினாள். கழுதை, பன்றி, கழுதை, பன்றி. வைதுகொண்டே அவள் தோட்டத்தைச் சுற்றி நடந்தாள். அவளைப் பின்தொடர்ந்து அந்தப் போலீஸ் காரன் போனான். சந்திரசேகரனுக்குத் தான் என்ன செய்ய எதிர்பார்க்கப்படுகிறான் என்று புரியாமல் அங்கேயே நின்றான். அந்தப் பெண்மணியும் போலீஸ்காரனும் பங்களாவின் மறு புறத்திற்குப் போனபின் அவன் அங்கே நிற்கத் தேவையில்லை என்று தோன்றி ஒரே எட்டில் கேட் வெளியே வந்தான். மாடு அவன் வீட்டை நோக்கித்தான் நகர்ந்துகொண்டிருந்தது. சந்திரசேகரன் சைக்கிளை எடுத்துக்கொண்டு மாட்டிடம் சென்றான். இப்போது மாடு மிகவும் நல்லதனமாக வீட்டுக் கொட்டிலுக்குள் சென்று நின்றது. சந்திரசேகரன் தரையில் முளையில் கட்டியிருந்த கயிற்றை மாட்டின் கழுத்தைச் சுற்றிப் போட்டான். பிறகு ஒரு விறகுக் கட்டையைக் கையில் எடுத்துக்கொண்டான்.

"வேண்டாண்டா. பாவண்டா வாயில்லா ஜீவண்டா," என்று அம்மா சொல்லிக்கொண்டே இருந்தாள். சந்திரசேகரன் கட்டையைக் கீழே போட்டான். "சனியனே! சனியனே!" என்று மாட்டைப் பார்த்துச் சொன்னான். பிறகு உள்ளே ஓடிப்போய் வெள்ளை ஷர்ட்டும் வெள்ளை பாண்ட்டும் அணிந்துகொண்டான்.

"மறுபடியும் அவ்வளவு தூரம் போகணுமேடா, டிபன் சாப்பிட்டுப் போடா," என்று அம்மா சொன்னாள்.

"டிபனும் வேண்டாம், ஒரு மண்ணும் வேண்டாம்," என்று சொல்லிக்கொண்டே சந்திரசேகரன் கிரிக்கெட் பூட்ஸைப் போட்டுக்கொள்ள ஆரம்பித்தான்.

"அப்போ டீயாவது சாப்பிட்டுட்டுப் போ," என்று அம்மா சொன்னாள்.

"அதைக் கொடுத்துத் தொலையேன். நான் எவ்வளவு நாழி இங்கேயே மன்னாடிண்டிருக்கிறது?" என்று சந்திரசேகரன் கத்தினான்.

அப்போது அவனுடைய தம்பி அக்கா தங்கைகளும் அவரவர்கள் பள்ளிக்கூடங்களிலிருந்து வந்தார்கள். வந்ததும் வராததுமாகப் பிச்சுமணி சந்திரசேகரன் இன்னும் காலை நுழைத்துக்கொள்ளாத ஒரு கிரிக்கெட் பூட்ஸைத் தூக்கிக் கொண்டு அவன் போட்டுக்கொள்ளப் பார்த்தான். சந்திர சேகரன் தம்பியை ஓங்கி அறைந்தான். பிச்சுமணி அலறினான்.

"என்னடா உன்னைப் பிடிச்சிருக்கு? ஏன் இப்படி அட்ட காசம் பண்ணித் தாம்தூம்னு குதிக்கறே?" என்று அம்மா கேட்டாள்.

"எனக்குச் சனியன் பிடிச்சிருக்கு. சனியன் பிடிச்சிருக்கு." சந்திரசேகரன் இன்னொருகால் பூட்ஸ்நாடாவைக் கட்டிக் கொள்ளாமல்கூட சைக்கிள் பக்கம் ஓடினான். "உனக்கு நிஜம்மாவே சனியன்தான் பிடிச்சுருக்கு" என்று அம்மா சொன் னாள். அவனுக்கு ஏழரை நாட்டுச் சனி ஆரம்பித்து நான்கு மாதங்கள் ஆகியிருந்தன என்று ஜோசியர்கள் சொல்லியிருந் தார்கள். வீட்டில் பெண்கள் அடுத்தடுத்துக் கல்யாணத்திற்கு இருந்தால் ஜோசியர்கள் செல்வாக்கு அதிகமாகத்தான் இருக்கும்.

இந்த முறை டாங்க் பண்டில் எதிர்க்காற்று அதிகம் இல்லை. ஹுசேன் சாகர் டாங்க் பண்ட் இயற்கை விதிகளை மீறியது. இரு திசைகளிலும் சிறிதாவது எதிர்க்காற்று இருக்கும். பஸ்ஸில் போனால் இதே காற்று மிகவும் ரம்மியமாக இருக் கும். ஆனால் அரை மணிக்கு ஒரு பஸ். அவன் வீட்டிற்கும் பஸ் ஸ்டாண்டுக்கும் ஒரு மைல் தூரம். நாலரைக்கு ஆரம்பித்து ஆறு ஆறரை மணிக்குள் முடியும் கிரிக்கெட் பிராக்டிஸுக்கு பஸ்ஸை நம்பிப் பிரயோசனம் இல்லை. ஆறு அணா செலவு வேறு, வீடு கல்லூரிக்குக் கிட்டத்தில் இருந்தால் நன்றாக இருக்கும். ஆனால் அப்பாவுக்கு குவார்டர்ஸ் அப்பா ஆபீஸுக்கு

அருகாமையில்தான் தருவார்கள். அந்த வீட்டுக்கும் வந்து நிறைய வருடங்கள் ஆகிவிட்டன. ஒரே வீட்டில் பல ஆண்டுகள் சேர்ந்தாற்போல் வசித்தால் சேரும் கண்டாமுண்டா சாமான்கள் அவன் வீட்டிலும் சேர்ந்துவிட்டன.

இதோ ஆயிற்று. டாங்க் பண்டின் கடைசி பர்லாங்குதான் பாக்கி. வீட்டிலிருந்து கல்லூரிக்குமிடையே உள்ள ஐந்து மைல் தூரத்தில் இந்த ஒரு மைல்தான் எந்நேரமும் கவனத்தில் கொள்ள முடிகிறது. ஒரு பக்கம் ஹுசேன் சாகர் ஏரி. மறு பக்கம் இருபதடிக்கும் அதிகமான பள்ளம். வேறு கட்டிடங்கள், கடைகள் கிடையாது. அதனால்தான் இந்த ஒரு மைல் தூரத்தின் ஒவ்வொரு அங்குலமும் இப்படி மனதில் உறைக்கிறது. இப்படிப் பறக்கப் பறக்க ஒரு மணி நேரத்திற்குள் பத்து மைல் சைக்கிளில் போய் வந்து எங்கோ ஓடிப் போன ஓர் அசட்டு மாட்டை தேடிப் பிடித்துக் கட்டிவிட்டு டிபனும் சாப்பிடாமல் டீயும் குடிக்காமல் கிரிக்கெட் பிராக்டிஸுக்குப் போனால் என்ன ஆட்டம் ஆட முடியும்? எப்படியும் இந்த ஒரு வாரம் ஒழுங்காக பிராக்டிஸுக்குப் போய் வந்தால் 'ஏ' டீமில் இடம் கிடைக்காவிட்டால் 'பி' டீமில் இடம்பிடித்துவிடலாம். 'பி' டீமுக்கு எவன் காப்டனோ? தானே ஒரு கோஷ்டிக்கு காப்டனாக இருந்துவிட்டு இப்போது கல்லூரி 'பி' டீமில் இன்னும் எவன் கீழேயோ விளையாட வேண்டும். எனக்கு எடுத்த எடுப்பிலேயே நன்றாக ஆடவராது. போலிங்க் போட்டால் இரண்டு ஓவருக்குப் பின்தான் பந்து சொன்னபடி கேட்கும். ஒரு புது காப்டனுக்கு இதெல்லாம் தெரிந்துகொள்ள எப்படிப் பொறுமை இருக்கும்? அவன் முழுக்க முழுக்க உருதுவில் பேசித் தொலைப்பான். தெரிந்த கொஞ்சம் வார்த்தைகளைக் கொண்டு அவனிடம் ஒரு விஷயத்தையும் உடனே புரியும்படி செய்ய முடியாது. நாஸிர் அலிகான் விஷயம் வேறு. அவன் புரிந்துகொள்வான். எங்கேயோ எப்படியோ கேள்விப்பட்டுத்தான் இன்றைக்கு பிராக்டிஸுக்கு அவனாகவே கூப்பிட்டிருக்கிறான். இந்த மாட்டை மட்டும் பையன் ஒழுங்காகக் கட்டிப் போயிருந்தால் இப்படிக் காய்ந்த வயிறோடு விளையாடப்போக வேண்டியிருக்காது. எல்லாம் சனி படுத்தும் பாடு. சனி ஏழரை நாட்டுச் சனி. இந்த கிரிக்கெட்டெல்லாமே இன்னும் எவ்வளவு நாட்களுக்கோ?

சந்திரசேகரன் டாங்க் பண்டைக் கடந்து ரோஸ் பிஸ்கெட் ஃபாக்டரியோரமுள்ள சாலையில் திரும்பினான். பிஸ்கோத்துத் தொழிற்சாலைக்குச் சொந்தமாயுள்ள வெற்றிடத்தில் சுமார் ஐம்பது பேர் வரிசை வரிசையாக நின்றுகொண்டிருந்தார்கள். உயரம், குட்டை, ஒல்லி, பருமன், வயதானவர்கள், இளைஞர்

கள் என்று பலதரப்பட்டவர்கள். பைஜாமா, சட்டை பாண்ட், ஷேர்வாணி என வெவ்வேறு விதமான உடைகள். ஆனாலும் எல்லாரும் துப்பாக்கி பிடிப்பதுபோல ஒரு மூங்கில் கோலைத் தோளில் சாய்த்துக்கொண்டு நின்றார்கள். ஹைதராபாத் போலீஸையோ ராணுவத்தையோ சேர்ந்த ஒரு அதிகாரி அவர்களுக்குப் பயிற்சி அளித்துக் கொண்டிருந்தான்.

சந்திரசேகரனுக்கு அடிவயிற்றில் ஒரு கலக்கம் உண்டா யிற்று. இதே மாதிரிதான் அவன் வீட்டருகே அவனுடைய கிரிக்கெட் கோஷ்டி விளையாடும் மைதானத்தில் நான்கைந்து நாட்களாகக் காலை வேளையில் இப்படிப் பயிற்சி நடை பெறுகிறது. திடீரென்று எங்கும் பார்த்திராத முகங்களாக நிறையபேர் ஹைதராபாத்திலும் சிகந்தராபாத்திலும் காணப் படுகிறார்கள். சிகந்தராபாத்தில் ஸ்டேஷன் ரோடு ஓரத்தில் தட்டியாலும் தகரத்தாலும் வரிசையாகச் சிறு சிறு கொட்டகை கள். ரோடின் இரு ஓரங்களிலும் கொட்டகைகள். ஒவ்வொரு கொட்டகையிலும் மக்கள் நிரம்பி வழிகிறார்கள். இன்னும் நிறையபேர் காஜிப்பேட்டை ரயில்வே பிளாட்பாரத்தில் காத்துக் கொண்டிருப்பதாக அவன் அப்பா, சித்தப்பா பேசிக்கொண் டிருந்தார்கள். நாக்பூர் பக்கத்திலிருந்துதான் இவ்வளவு பேரும் வந்து கொண்டிருக்கிறார்கள். ஏழைகள். துலுக்கர்களாயிருந் தாலும் ஏழைகள். இந்த டாங்க் பண்ட் கடந்து ஹைதராபாத் வந்துவிட்டால் இப்படிப்பட்டவர்கள் சாரிசாரியாக எல்லாத் தெருவிலும் தென்படுகிறார்கள். இவர்கள் ஹைதராபாத் நகர வாசிகள் இல்லை என்பது பளிச்சென்று தெரிகிறது. வேறு இடங்களிலிருந்து இங்கு வந்து குவிந்திருக்கிறார்கள். கிரிக்கெட் ஆட்டமெல்லாம் இன்னும் வெகுநாட்களுக்கு நீடிக்க முடி யாது. அப்படி இருக்கும்போதுதான் நாஸிர் அலிகான் அவனை நெட்பிராக்டிஸுக்குக் கூப்பிடுகிறான். நாஸிர் அலிகானும் இந்த மாதிரிப் பயிற்சிகளுக்குப் போய்வருகிறானோ? அவன் மாதிரி ஜாகீர்தார் பிள்ளைகள்கூடத் தொளதொளச் சட்டை பைஜாமாவும் மூங்கில் கட்டையுமாக லெஃப்ட் – ரைட் செய்வார்களா?

சந்திரசேகரனுக்கும் லெஃப்ட் – ரைட் போட ஆசைதான். ஆனால் அவன் அந்தக் கல்லூரியில் சேர்ந்த முதல் ஆண்டிலேயே ஆக்ஸிலரி கோரில் அவனைச் சேர்த்துக்கொள்ளவில்லை. ஒல்லி, இன்னும் நான்கு ராத்தல்கள்கூட இருக்க வேண்டும் என்று தள்ளிவிட்டார்கள். இந்த ஆண்டில் யார் யாரையோ சேர்த்துக் கொண்டார்கள். இந்த ஆண்டு கோடை விடுமுறைக் குப் பிறகு கல்லூரி திறந்தபோது வெளியே சொல்ல முடியாத ஊமைக் குழப்பம். இந்தியாவில், மற்றெல்லாவிடத்திலும் ஆகஸ்ட்

மாதத்தை ஒரு மாதிரி எதிர்பார்த்திருந்தால் இங்கே வேறொரு விதமான எதிர்பார்ப்பு. திருவிதாங்கூர் சுதந்திர நாடாகப் போகிறது. ஜுனகட் இந்தியாவோடு சேரவில்லை. காஷ்மீர் கிடையாது. திருவிதாங்கூரில் ரகளை. சர் சி. பி.யை யாரோ முகத்தில் குத்திவிட்டார்கள். யார் சி.பி? திவான். திருவிதாங்கூர் சமஸ்தானத்தின் திவான். வங்காளத்தில் ஐந்நூறு பேர் கொலை. பீஹாரில் ஐயாயிரம் பேர் படுகொலை. பஞ்சாபில் ஐம்பதி னாயிரம் பேர் கொலை. சிந்து ஹைதராபாத் பாகிஸ்தான். தட்சிண ஹைதராபாத் சுதந்திரநாடு. ஆகஸ்ட் 14 நள்ளிரவு. சந்திரசேகரன் குடும்பத்தார் அவர்கள் ஓட்டை ரேடியோவில் டில்லியில் யூனியன் ஜாக் கொடி இறங்கி மூவர்ணக் கொடி ஏறுவதைக் கேட்கிறார்கள். வந்தே மாதரம். ஜெய்ஹிந்த். ரேடியோ மிகவும் மோசம். கரகரகர. கொர கொர கொர. மூடித்தொலை அதை. என்ன கேட்க முடியறது இந்தச் சனியனை. ஆகஸ்ட்டி லிருந்து ஏழரை நாட்டுச் சனி. கொஞ்சம் ஜாக்ரதையாகவே இருக்கிறது நல்லது. ஊர் நிலவரம் நன்றாயில்லை. சுத்தமாக நன்றாயில்லை. இந்த கிரிக்கெட் மண்ணாங்கட்டியெல்லாம் வேண்டாண்டா.

டாங்க் பண்ட் காற்றில் திணறாத மூச்சு இப்போது பஷீர் பாக் மேட்டருகில் திணறியது. இன்னும் ஐம்பது கஜம் தாண்டினால் காலேஜ். சந்திரசேகரன் தன் பயணத்தின் கடைசிப் பகுதியை முக்கி முனகி முடித்துக்கொண்டிருந்தான். மணி நாலரை ஆகிவிட்டது. ஒரு கைக்கடியாரம் இருந்தால் மணி சரியாகத் தெரியும். அப்பா இன்னும் வாங்கித்தர மாட்டே னென்கிறார். போன வருஷந்தான் சைக்கிள் வாங்கியாயிற்றே. சைக்கிள் வாங்கினால் ஒரு நாளைக்கு ஆறணா மிச்சம். மாதத் தில் பத்து ரூபாய்க்கு மேலே மிச்சம். புது சைக்கிளே நூற்று முப்பது ரூபாய்தானே. இன்னும் வார் குவாலிடி சைக்கிள்தான் கடையில் விற்கிறார்கள். யுத்தம் முடிந்து இரண்டு வருஷங்கள் முழுக்க ஆகிவிட்டன. இந்தியாவுக்கு சுதந்திரம் வந்தாயிற்று. இங்கேதான் இன்னும் வரவில்லை. ஹைதராபாத்துக்குச் சமீபத் திலுள்ள பிற இந்தியப் பகுதிகளிலிருந்து ஏராளமானவர்கள் இங்கே இந்த இரு நகரங்களில் குவிந்திருக்கிறார்கள். இங்கே வந்து இப்படி மூங்கில் தட்டியடியிலும் தகரக் கொட்டகையிலும் புகுந்துகொண்டு அவ்வப்போது மூங்கில் தடியைத் துப்பாக்கி யாக நினைத்து லெஃப்ட் – ரைட் போட வந்தார்களானால் அவர்கள் ஏற்கெனவே வசித்த இடங்கள் சகிக்க முடியாததாகப் போயிருக்க வேண்டும். என்ன பேர் இவர்களுக்கு? ரெஃப்யூஜீஸ். இதற்கு என்ன ஸ்பெல்லிங் என்று அகராதியைப் பார்க்க வேண்டும்.

சந்திரசேகரன் கல்லூரி கேட்டில் நுழைந்து வேகமாக சைக்கிளை மிதித்தான். இந்த ஸயன்ஸ் கட்டிடத்தை முழுக்கத் தாண்டிய பிறகுதான் விளையாட்டு மைதானம் கண்ணுக்குத் தெரியும். மைதானம் கண்ணுக்குத் தெரிய ஆரம்பித்ததிலிருந்து அங்கு பல தலைகளும் தெரிய வந்தன. மைதானத்தின் முன் பகுதியில் அதிகம் இல்லை. நிறையப் பேர் மறுகோடியில்தான். அங்கேதான் கிரிக்கெட் பழகிக்கொள்வதற்காகக் கொம்பு நட்டு வலை கட்டியிருக்கிறார்கள். இதற்கு முந்திய ஆண்டில் சந்திரசேகரன் ஐந்தாறு முறை இங்கு ஆட்டத்தை வேடிக்கை பார்த்திருக்கிறான். நாஸிர் அலிகான் ஆடுவதைக்கூட. இன்று தான் அவனும் ஒரு கிரிக்கெட் ஆட்டக்காரனாக ஏற்கப்பட்டு இங்கு ஆடப் போகிறான். சைக்கிளை மைதானத்திற்குக் குறுக்கே ஓட்டிக்கொண்டு போகக் கூடாது. சுற்றிக்கொண்டுதான் போக வேண்டும். இந்த ஆண்டுக்கு இன்றுதான் முதல் நாள் என்பதற் காக இவ்வளவு கும்பலா அல்லது தினமும் இப்படி இருக்குமா? இவ்வளவு பேருக்கு ஆடும் முறை வந்து தனக்கும் வருவதற்குள் மணி ஏழு அடித்துவிடும். அநேகமாக இன்றைக்கு ஆட்டமே கிடைக்காது. இவ்வளவு தாமதமாக வந்தால் எப்படி ஆட்டம் கிடைக்கும்? இன்றைக்குத்தானா அந்த ராஸ்கல் மாட்டைக் கட்டிப் போடாமல் ஒழிய வேண்டும்? ஆனால் மாடு கிடைத்து விட்டதே. இல்லாவிட்டால் இன்று வந்திருக்கவே முடியாது.

நாஸிர் அலிகான் சந்திரசேகரனைப் பார்த்த பார்வை அவ்வளவு நட்புத் தெரிவதாகத் தோன்றவில்லை. சுந்தர்சிங் வந்திருந்தான். ஜாகப் வந்திருந்தான். நிஜாம் யார்கான் வந்திருந் தான். இன்னும் பெயர் தெரியாத ஆனால் கல்லூரியில் எவ்வெப் போதோ பார்த்த முகங்கள் நிறைய இருந்தன. எல்லோரும் அந்தக் கல்லூரி காம்பவுண்டிலேயே இருந்த நவாப்புகள் பள்ளியில் படித்து அப்படியே அந்தக் கல்லூரிக்கு வந்தவர்கள். இப்போதுகூட நிஜாமின் இரு பேரன்கள் அந்தப் பள்ளியில் படிக்கிறார்கள். இவர்களுக்கெல்லாம் பள்ளிக்கூடம், கல்லூரி என்று வித்தியாசம் கிடையாது. அவ்வளவு பேரும் ஒழுங்காக வெள்ளை ஷர்ட், பாண்ட், கிரிக்கெட் பூட்ஸ் அணிந்துகொண்டு ஆட்டம் பழகிக்கொண்டிருந்தார்கள். மூன்று பந்துகள் இருந்தன. மூவர் இடைவெளி விடாமல் மாறி மாறி போலிங்க் போட்ட வண்ணம் இருந்தார்கள். ஹிஸ்டரி பிரிவைச் சேர்ந்த பையன் ஒருவன் மட்டையாடிக்கொண்டிருந்தான்.

நாஸிர் அலிகான், “பஹுத் லேட் கர்தியா தோஸ்த்,” என்றான். ஆனால் அவன் சந்திரசேகரனிடம் ஒரு பந்தை எடுத்து போலிங்க் போடத் தந்தபோது கோபம் கொண்டவ

னாகத் தோன்றவில்லை. சந்திரசேகரன் ஒரு கணம் தயங்கி னான். பிறகு, “நான் இப்போது போலிங்க் போடவில்லை,” என்றான்.

நாஸிர் அலிகான் அந்தப் பந்தை வேறு ஒருவனிடம் தூக்கி எறிந்துவிட்டு மீண்டும் சந்திரசேகரனிடம் ஏதோ சொன் னான். இன்றைக்கெல்லாம் பந்தைப் பிடித்துத் தூக்கிப் போடுவது தான் மிஞ்சும் என்று சந்திரசேகரன் நின்றான். நாஸிர் அலிகான் இம்முறை உரக்க, “ஐ ஸெட் பாடப்,” என்றான். சந்திரசேகர னுக்கு ஆச்சரியமாக இருந்தது. கால் பாதுகாப்புத் தடுப்புகள் இரண்டை எடுத்து இரு கால்களுக்கும் கட்டிக் கொண்டான். அப்புறம் இருப்பதற்குள் நல்ல மட்டையாகத் தோன்றியதை எடுத்துக்கொண்டு அடுத்துத் தான் ஆடுவதற்காகக் காத்து நின்றான். பலருக்கு ‘என்ன இது, இப்போதுதான் வந்தான். அதற்குள் காப்டன் சான்ஸ் தருகிறானே’ என்று தோன்றி யிருக்கும்.

2

என் கிரிக்கெட் ஆட்ட வரலாற்றைச் சொல்வதற்கு முன் நாங்கள் வசித்து வந்த இடத்தைப் பற்றிச் சொல்ல வேண்டும். அநேகமாக ஒவ்வொரு ஆண்டும் வீடு மாற்றிக் கொண்டிருந்த நாங்கள் எனது பன்னிரண்டாவது வயதில் நாங்கள் அதுவரை குடியிருந்து வந்த இடங்கள் போலில்லாமல் ஊருக்கு வெளியே ஓரிடத்திற்கு எங்கள் வீட்டுச் சாமான்களை இரண்டு தள்ளுவண்டிகளில் தூக்கிச் சென்றோம். எங்கள் அப்பாவுக்கும் குவார்டர்ஸ் கிடைத்து விட்டது! ரயில்வே ஸ்டேஷனிலிருந்து, கடைத்தெருவிலிருந்து, மிக அருகாமையிலிருந்த பள்ளிக்கூடத்திலிருந்து குறைந்தது ஒன்றரை மைல் தூரமாவது இருக்கும் லான்சர் பாரக்ஸுக்குப் போனோம். எனக்கு ஆரம்பத்தில் அந்த இடத்தின் பெயரைச் சொல்லும்போது ஏதோ வசவுச் சொல் சொல்வது போலிருக்கும். மேடு பள்ளமாக இருந்த மிகப் பெரிய நிலப்பரப்பு. பத்து ஏக்கருக்கு மேல் இருக்கும் நல்ல கட்டாந் தரை. சுற்றிலும் இரண்டடி மூன்றடி உயரத்திற்குச் செங்கல்லால் கனமாகக் கட்டப்பட்ட காம்பவுண்டு சுவர். நடுவில் இருவரிசையாக நீளமாகக் கட்டப்பட்ட சீமை ஓட்டுக் கட்டிடம். ஒவ்வொரு கட்டிடமும் பன்னிரண்டு தடுப்புகளால் மொத்தம் இருபத்துநான்கு வீடுகளாக மாற்றப்பட்டிருந்தது. இது தான் லான்சர் பாரக்ஸ்.

எப்போது கட்டியிருப்பார்களோ தெரியாது. பத்தடி உயரமுள்ள அரக்க உருவமுள்ளவர்களுக்காக அவற்றைக் கட்டியிருக்க வேண்டும். ஒரு கதவுக்கும் ஸ்டூல் அல்லது நாற்காலி உதவி இல்லாமல் மேல் தாழ்ப்பாள் போட முடியாது. வீட்டு நடுவில் கூரை இருபது இருபத்தைந்து அடிக்கு மேலே உயர்ந்து முன்பக்கம் பின்பக்கமாகச்

சரிந்து வரும். ஒவ்வொரு சுவரும் இரண்டடி பருமனுக்குக் குறையாது. வீட்டில் ஒட்டடையே அடிக்க முடியாது. அரை குறை வெளிச்சத்தில் கூரையை அண்ணாந்து பார்த்தால் பயமாகக்கூட இருக்கும். வெள்ளைக்காரப் பட்டாளக்காரர் களுக்காக, அதுவும் ஈட்டி தாங்குபவர்களுக்காக என்று அகராதி யில் பார்த்துத் தெரிய வந்தது. பட்டாளக்காரர்கள் ஒருவேளை எப்போதுமே ஈட்டியைத் தாங்கியவர்களாக இருக்க வேண்டும். அவர்கள் ஈட்டி ஏகப்பட்ட நீளம் உடையதாக இருக்க வேண்டும். ஈட்டி கூரையில் இடிக்கக்கூடாது என்றுதான் அவ்வளவு உயரமாகக் கட்டினார்களோ என்னவோ. எப்படியோ பாரக்ஸ் என்றிருந்தது ரயில்வேகாரர்களின் சொத்தாகி, அதைக் குடி யிருப்பு குவார்டர்ஸாக மாற்றி எங்கள் அப்பாவுக்கும் ஒரு வீடு கிடைத்து விட்டது. இதற்காக எங்கள் அப்பா பதினைந்து ஆண்டுகள் காத்திருக்க வேண்டியிருந்ததாம்.

மற்றெல்லாரும்கூட இப்படித்தான் வருடக்கணக்கில் காத்திருந்து அந்த வீடுகளை அடைந்திருந்தார்கள். எங்கள் வரிசையில் இரண்டு தமிழ்க் குடும்பங்கள், மூன்று ஆங்கிலோ இந்தியர், நான்கு முஸ்லிம்கள், ஒரு பார்ஸி, இரண்டு நாயுடுக் குடும்பங்கள். பின் வரிசையில் ஒரே ஒரு தமிழ்க் குடும்பம், மற்றவை மீண்டும் ஆங்கிலோ இந்தியர்கள், பார்ஸிகள், முஸ்லீம் கள், நாயுடுக்கள். (தெலுங்கு பேசுபவர்கள் எல்லாரும் நாயுடுக் களோ?) எங்கள் பாரக்ஸ் இருந்த இடமே ஊருக்கு வெளியே உள்ள பெரிய மைதானம். இதற்கும் அப்பால் இன்னொரு பெரிய காம்பவுண்டில் ஒரு மாதாக் கோயிலும் அதற்கிணைந்த சிறு வீடுகளும், அதற்கும் அப்பால் ஒரு வரிசையாக ஐந்தாறு பெரிய பெரிய பங்களாக்கள். சர்ச்சிலிருந்து கட்டாந்தரையாக அரை மைல் தள்ளி இன்னொரு பெரிய காம்பவுண்டில் கிருஸ்துவக் கல்லறை. அந்தக் கல்லறையை யாரும் பயன்படுத்தி நாங்கள் பார்த்தது கிடையாது. நிறையச் செடிகளும் புதர் களுமாக அடர்ந்திருந்த அந்த இடத்தில் பலவிதமான நினைவுக் கற்கள், பலகைகள், கட்டிடங்கள். பயம், ஆவல் இரண்டும் மாறி மாறித் துடிக்க நானும் வயதில் மிகவும் சிறுவனான என் தம்பியும் அந்தக் கல்லறை வெளிச்சுவர் ஏறிக் குதித்து உள்ளே போய்ச் சுற்றியிருக்கிறோம். அங்கே இருபதாம் நூற் றாண்டுக் கற்பலகைகள் மிகச் சிலதான். எல்லாம் ஆயிரத்து எண்ணூறிலேயே அடங்கியிருந்தன. எல்லாரும் ராணுவத்தைச் சேர்ந்தவர்கள். நாங்கள் வசித்து வந்த பாரக்ஸில் ஏகப்பட்ட ராணுவக்காரர்கள் இறந்திருக்க வேண்டும். ஏகப்பட்ட பேர் இறந்திருக்க அங்கு ஏகப்பட்ட பேர் வசித்திருக்க வேண்டும். கல்லறையில் பல நினைவுப் பலகைகள் இருபது முப்பது

பெயர்களுக்கும் அதிகமாகக்கொண்டிருந்தன. அவர்கள் ஏதாவது சண்டையில் உயிர்நீத்தவர்களாயிருக்க வேண்டும். அல்லது சிகந்தராபாத் ஹைதராபாத்துக்கு மிகவும் சகஜமாயிருந்த பிளேக், பெரியம்மை போன்ற தொற்று நோய்களில் உயிர் இழந்தவர்களாக இருக்க வேண்டும். (இருக்க வேண்டும்!) எங்கள் பாரக்ஸ், சர்ச்சு, பங்களாக்கள், கல்லறை இவை தவிர்த்து அங்கு சுற்றுப்புறத்தில் கண்ணுக்கெட்டியவரை மேடு பள்ளமான ஒரே கட்டாந்தரைதான். வெகு தூரத்தில் சில பாறைகள், குன்றுகள். மனிதர்களாயிருப்பதைவிட ஆவிகளாக உலவச் சிறந்த பிரதேசம். மாடுகளை மேய்த்து வருவதற்கும் கூட.

எங்கள் பாரக்ஸ் காம்பவுண்டில் வெற்றிடம் நிறைய இருந்தாலும் சமதளமாக உள்ளது மிகக் குறைவு. அந்த இடத்தைப் பெரியவர்கள் ஒரு பாட்மிண்டன் கோர்ட்டாகச் செய்திருந்தார்கள். மேடு பள்ளமாயிருந்த இடத்திலேயே ஓரளவு அதிகம் ஏறுமாறாயில்லாத இடத்தில்தான் நானும் சந்தானமும் முதன்முதலில் கிரிக்கெட் விளையாடினோம். சந்தானம் எங்கள் வரிசையிலேயே கோடி வீட்டில் இருந்தான். என் வகுப்பில்தான் படித்தான். அவனுக்கும் ஒரு தம்பி. எனக்கும் ஒரு தம்பி. எனக்கு அக்கா தங்கைகள் நிறைய இருந்தார்கள். அவனுக்கு அந்த ஒரு தம்பிதான். என் தம்பி அப்போது ரொம்பச் சின்னவனாதலால் சந்தானம் அவன் தம்பி, நான் ஆக மூவரும் ஒரு சுவரில் கரியால் மூன்று கோடுகள் கிழித்துக் கொண்டு, ஒரு மெல்லிய பலகை, டென்னிஸ் பந்து சகிதமாக கிரிக்கெட் விளையாடுவோம். இதெல்லாம் சொல்வதைப் பார்த்தால் நாங்கள் ஆண்டாண்டுக் காலமாக கிரிக்கெட் விளையாடிக்கொண்டிருந்தோம் என்று தோன்றலாம். அப்படியெல்லாம் இல்லை. ஒரு மாதம், அதிகம் போனால் இரு மாதங்கள்தான் நாங்கள் இப்படி கிரிக்கெட் விளையாடியிருப்போம்.

நாங்கள் மூவராயிருந்தாலும் ஒன்று இரண்டு என்று இரு எண்கள்தான் போட்டு யார் முதலில் மட்டையடிப்பது என்று தீர்மானம் செய்துகொள்வோம் சந்தானத்தின் தம்பி நிரந்தமாக மூன்றாவது. சந்தானத்திற்கு முதலில் ஆட்டம் கிடைத்தால் எங்கள் கிரிக்கெட் ஆட்டமே அரைமணி நேரத்தில் முடிந்துவிடும். எனக்கு முதலில் ஆட்டம் கிடைத்தால் நாள் பூராவும் ஆடினாலும் முடியாது. காரணம் நான் நன்றாக ஆடுவேன் என்றில்லை. எல்லாம் சந்தானத்தின் போலிங்க்.

சந்தானத்தின் போலிங்க் பற்றி விவரிக்க இந்திய வரைபடம் மிகவும் உபயோகமுள்ளதாயிருக்கும். சிகந்தராபாத்திற்கு

நேர் வடக்கே டில்லி. நான் மட்டையைக்கொண்டு டில்லியில் நின்றால் சந்தானம் சிகந்தராபாத்திலிருந்து போலிங்க் செய்ய வேண்டும். எங்கிருந்தோ அடித்துப் பிடித்துக் கொண்டு ஓடி வந்து அவன் பந்தை எறிவான். அது கல்கத்தா அல்லது கராச்சி திசையில் போகும். அநேகமாக கராச்சி திசையில் தான் எறிவான். அவன் உடல் அமைப்பிலேயே அப்படியொரு ஏற்பாடு இருக்க வேண்டும். அவன் பந்தை எறிய நான் அதனுடன் போட்டி போட்டுக்கொண்டு கராச்சிக்குச் சென்று அதை அடிக்க வேண்டும். பந்து ஆப்பிரிக்க நாடுகள் பக்கம் போகும். சந்தானம் அவன் தம்பியை வைவான். "உயிரை விட்டுண்டு போலிங்க் போடேறன், ஃபீல்ட் பண்ணாமே மரமா நிக்கிறயே ஜடமே!" என்று கத்துவான். நான் உயிரை விட்டுக்கொண்டு அவன் பந்தை பாட்டிங்க் செய்ய வேண்டி யிருப்பது அவனுக்கு ஒரு பொருட்டாகத் தோன்றாது. கரிக் கோட்டில் பந்துபட்டு நான் ஆட்டமிழப்பது அசாத்தியமான தால் காட்ச் பிடித்தால் அவுட் என்று வைத்துக்கொள்வோம். ஒருமுறை தரையில் விழுந்து பிடித்தாலும் அவுட் இருமுறை தத்தி வந்து பிடித்தால், மூன்றுமுறை குதித்து குதித்து வந்தால் கூட அவுட் என்று வைத்துக் கொள்வோம். நாங்கள் ஆடுவது கிரிக்கெட்டாகவே இருக்காது. அவன் ஓடிவந்து பந்து எறிவதும் நான் அடிக்க அதைத் துரத்திக்கொண்டு ஓடுவதும் சந்தானத் தின் தம்பி அதைத் தேடிப்பிடித்து வர இன்னுமெங்கோ ஓடுவதும் ஏதோ ஒவ்வொரு நபராக ஓடும் ஓட்டப் பந்தயம் போலிருக்கும்.

சந்தானத்தின் கராச்சி – திசை போலிங்க் எனக்குப் பெருத்த தொல்லையாக இருந்தாலும் அவனுடன் ஆடுவதையே விட்டு விடும் அளவுக்குச் சலிப்புத் தரவில்லை. ஆனால் எங்கள் ஆட்டம் அதிக நாள் தொடராமல் போக வேறு காரணங்கள் ஏறபட்டன. அது லான்சர் பாரக்ஸில் இருந்த மற்ற பையன்கள்.

சட்டைக்காரப் பையன்கள், முஸ்லிம் பையன்களாக எங்கள் வரிசையிலேயே பத்துப் பதினைந்து பேர்கள் இருந் தார்கள். எனக்கு அவர்களோடு எந்த மொழியிலும் பேச முடியாது. சந்தானம் தமிழ்ப் பையன் என்னும் காரணத்தாலும் அவனுக்கும் இங்கிலீஷ், உர்து சரியாக வராது என்னும் காரணத்தாலும் நானும் அவனுமாக மட்டும் முதலில் விளை யாடிக் கொண்டிருந்தோம். ஆரம்பத்தில் இரண்டு மூன்று நாட்களுக்கு எங்கள் விநோத கிரிக்கெட் ஆட்டம் சிக்கலில்லா மல் நடந்து விட்டது. அதன் பிறகு சட்டைக்காரப் பையன்களும் அவர்களுக்கு உற்ற தோழர்களாயிருந்த முஸ்லிம் பையன்களும் பாரக்ஸ் காம்பவுண்டு சுவரில் உட்கார்ந்துகொண்டு நாங்கள்

ஆடுவதை வேடிக்கை பார்க்கத் துவங்கினார்கள். அவர்களுக்கு எல்லாமே வேடிக்கையாக இருந்தது. சந்தானம் அரை மைல் தாறுமாறாக ஓடி வந்து போலிங்க் போடுவது, நான் பந்தைத் துரத்துவது, சந்தானம் அவன் தம்பியை உரக்க வைவது எல்லாமே காணக்கிடைக்காத வேடிக்கையாக இருந்தது. அவர்கள் மத்தியில் நான் இருந்தால் எனக்குக்கூட அப்படித்தான் இருக்கும். 'பொம்மன், பொம்மன்' என்று கத்துவார்கள். அவர்கள் தெரிந்த மொழி பேசாவிட்டால் யாராயிருந்தாலும் அவர்களுக்கு 'பொம்மன்'. சந்தானம் படா பொம்மன். நான் சோட்டா பொம்மன். இவர்கள் கேலி அதிகமாகச் சந்தானத்தின் போலிங்க் இன்னும் மோசமாகப் போகும். என்றும் சொல்லாத நானே ஒரு முறை சந்தானத்தை, "கொஞ்சம் நேராத்தான் போடேன்," என்றேன். சந்தானம், "நான் உயிரை விட்டுண்டுதானே போடறேன்," என்பான். அவன் உயிரை விடவிடச் சட்டைக்காரப் பையன்களின் தொந்தரவு அதிகமாகப் போயிற்று. அதிலும் மாரிஸ் என்ற பையன் பொல்லாதவன். பாரக்ஸ் காம்பவுண்டிலேயே சிகரெட் குடிப்பான். முதலில் சந்தானம் போலிங்க் போடும்போது என்னைப் பார்த்துக் கல்லை எறிவான். சந்தானம் போலிங்க் போட ஓடிவரும்போது அவனைப் போல உடம்பை வளைத்து முறுக்கிக்கொண்டு அவனும் ஓடி வருவான். ஒரு முறை பந்தைப் பிடுங்கிக்கொண்டு அவனே எறிந்தான். அவன் பந்தைத் தூக்கிக்கொண்டதும் மற்ற பையன்கள் என்னிடமிருந்த பலகையைப் பிடுங்க வந்தார்கள். நான் பாரக்ஸைச் சுற்றி ஓடினேன். ஆனால் அவர்கள் என்னைவிடப் பெரியவர்கள். மிகச் சுலபமாகப் பலகையை என்னிடமிருந்து கைப்பற்றி அவர்கள் விளையாட ஆரம்பித்தார்கள். ஒன்று சொல்ல வேண்டும் அவர்கள் எங்களைவிட நன்றாக விளையாடினார்கள்.

நாங்கள் சிறிது நாட்கள் அவர்கள் கண்ணில் படாதபடி ஒளிந்துகொண்டு விளையாடினோம். ஆனால் கிரிக்கெட் போன்ற ஆட்டத்தை ஒளிந்துகொண்டு ஆட முடியாது. ஒரு நாள் எங்கள் பந்து பலகை இரண்டும் வகையாக மாரிஸிடமும் அவன் தோழர்களிடமும் மாட்டிக்கொண்டது. மாரிஸ் அடித்த அடியில் பலகை உடைந்து விட்டது.

சந்தானம் என் வீட்டுக்கு வந்து, "பலகையைக்கொடு இல்லாட்டா எங்கப்பாவை விட்டு உங்கப்பாவை அடிக்கச் சொல்லுவேன்," என்றான். நான், "எங்கப்பாவை விட்டு உங்கப்பாவை உதைக்கச் சொல்வேன்," என்றேன். எங்கள் அப்பாக்கள் அடித்துக்கொள்ளவில்லை. ஆனால் எனக்கும் சந்தானத்திற்கும் இருந்த உறவு முறிந்து விட்டது. அதற்குப் பிறகு பல ஆண்டுகள் நானும் சந்தானமும் ஒருவரையொருவர்

காணக்கூடிய அருகாமையிலே இருந்தாலும் பேசிக்கொண்டதே கிடையாது. அப்புறம் சந்தானம் எந்த ஆட்டம் ஆடியும் நான் பார்த்தது கிடையாது. அவன் மூக்குக்கண்ணாடி போட்டுக் கொண்டான். அதுவும் ஒரு காரணமாயிருக்கலாம்.

என்னால் அப்படி இருக்க முடியவில்லை. நான் துலுக்க, சட்டைக்காரப் பையன்களுடன் கோலி விளையாடினேன். ஜாட் – பந்தர் என்னும் மரக்குரங்கு ஆட்டம் ஆடினேன். கில்லி தாண்டுதல் விளையாடினேன். மாரிஸோடு சேர்ந்து கொண்டு ஊருக்கு வரும் எல்லா டார்ஜான் படங்களையும் பார்த்தேன். லான்சர் பாரக்ஸிலிருந்த இரு ஆலமரங்களிலும் ஜானி வெயிஸ்மில்லர் மாதிரி ஆ – ஆஆ – ஆ – கத்திக்கொண்டு விழுதுக்கு விழுது தாவினேன். பெரியவர்களோடு ஆட்டம் கிடைத்தபோது பாட்மிண்டன் விளையாடினேன். காரம்போர்டு விளையாடினேன்.

இந்த நாட்களில் உற்சாகம் அவ்வப்போது தடைபட இரு புதிய காரணங்கள் தோன்றின. ஒன்று எங்கள் வீட்டில் மாடு வாங்கினார்கள். இரண்டாவது, லான்சர் பாரக்ஸின் இரண்டாவது வரிசையில் இருந்த தமிழ்க் குடும்பத்தைச் சேர்ந்த பையன்கள்.

அப்பா மாடு வாங்க வேண்டும் என்று நினைத்ததே கிடையாது. சோட்டு என்ற பால்காரனுக்கு ஐம்பதோ அறுபதோ பணம் கொடுத்திருந்தார். என்னென்னவோ செய்தும் அதில் பத்துப் பதினைந்தைத் தவிர அதிகம் திரும்பப் பெற முடியவில்லை. ஒருநாள் சோட்டு ஊரைவிட்டே ஓடிவிட்டான். அவன் சொன்னான் என்று அவன் மனைவி ஒரு கிழ மாட்டை ஓட்டிக் கொண்டு வந்து எங்கள் வீட்டு கேட்டில் கட்டிவிட்டுப் போனாள். அவள் போன அரைமணிக்குள் அந்த மாடு எங்கள் கேட்டையும் சேர்த்துப் பிடுங்கிக்கொண்டு ஓடிப் போய் விட்டது. நானும் அப்பாவுமாக, “மரத்திலான கேட்டை இழுத்துக் கொண்டு மாடு ஏதாவது இந்தப் பக்கம் வந்ததா?” என்று கேட்டுக் கொண்டு தேடினோம். பலருக்கு நாங்கள் கேட்டதே என்னவென்று புரியவில்லை. எங்கெல்லாமோ தேடிவிட்டு எங்கள் இருவர் வாழ்க்கையிலும் முதல் முறையாக கிருஸ்துவ சர்ச்சுக்குப் போனோம். அங்கே மாடு இருந்தது. மாட்டை அவர்கள் கொடுத்துவிட்டார்கள். இந்த மாதிரி முரட்டு மாட்டை கேட்டில் கட்டக்கூடாது என்று பாதிரியார் புத்திமதி கூறினார். படாத பாடுபட்டு மாட்டை ஓட்டி வந்து எங்கள் வீட்டுக் குளியல் அறையில் அடைத்து வைத்தோம். அம்மா, “ஐயய்யோ, பாய்லரை எல்லாம் எடுக்கல்லியே!” என்றாள்.

"மாடு பாய்லரைத் தின்னுடாது," என்று அப்பா சொன்னார்.

விடியற்காலை மூன்று மணியிலிருந்தே அந்த மாடு கத்த ஆரம்பித்துவிட்டது. அதற்கு முந்தின மாலை அதைக் கறக்கவில்லை. தீனியும் ஒன்றும் போடவில்லை. அப்பாவுக்குக்கூட பாய்லர் பற்றித் தான் சொன்னது அவ்வளவு சரியில்லையோ என்ற சந்தேகம் வந்திருக்கக்கூடும். எங்களுக்குப் பால் கொண்டு வந்து விடுபவன் தனக்குக் கறக்கத் தெரியாது என்று சொல்லி விட்டுப் போய்விட்டான். அப்பாவுக்குக் குளியலறைக் கதவைத் திறக்கவே பயம். அம்மாதான் எப்படியும் வீட்டுக்காரியங்கள் நடந்தாக வேண்டும் என்பதற்காகக் கதவைத் திறந்து மாட்டை வெளியே விட்டாள். அப்புறம் அவளே அதைக் கறக்கவும் செய்தாள்.

எருமை மாடு ஒன்று எங்கள் வீட்டில் வந்து சேர்ந்ததிலிருந்து எங்கள் வீட்டில் ஒவ்வொருவருடைய வாழ்க்கை முறையும் மாறிவிட்டது. மாடு ஏகமாகச் சாணி போட்டது. அதை எவ்வித அருவருப்பும் இல்லாமல் எடுத்துக் குவித்து வைக்க நாங்கள் பழகிக்கொண்டோம். எவ்விதப் பயிற்சியோ சொல்லித் தருவதோ இல்லாமல் அம்மா மாடு கறக்கக் கற்றுக் கொண்டாள். பையன்களில் பெரியவன் என்பதால் நானும் கற்றுக்கொண்டேன். மாட்டை முதலில் எருமை மாடு என்று தான் கூப்பிட்டுக்கொண்டிருந்தோம். வீட்டில் காபியின் தரம் இவ்வளவு சிறப்பாக மாற உதவும் மாட்டை அது எருமை மாடானாலும் எருமை மாடு என்று கூப்பிடுவது நியாயமாகப் படவில்லை. சிறிது நாட்கள் லட்சுமி என்று கூப்பிட்டுப் பார்த்தோம். எருமை மாட்டுக்கு லட்சுமி என்று பெயர் வைத்ததற்கு யாராரோ சிரித்தார்கள். இந்தச் சமயத்தில்தான் எங்கள் எருமை மாடு இடம் நன்கு பழகி நிறைய உரிமைகள் கொண்டாட ஆரம்பித்தது. ஐந்தாறு படிகள் ஏறிச் சமையலறைக்கு வந்துவிடும். தோசைக்கு அரைக்க நனைத்து வைத்திருந்த உளுந்து அரிசியைத் தின்றுவிடும். இதெல்லாம்கூடப் பொறுத்துக்கொள்ளலாம் போலிருந்தது. திடீரென்று கயிறை அறுத்துக்கொண்டு சர்ச்சு காம்பவுண்டுக்குள் போய்விடும். அந்த காம்பவுண்டு பாதிரியாருக்கும் மற்றுமுள்ளவர்களுக்கும் எங்கள் எருமை மாடு அவர்களுடைய கிருஸ்துவ உணர்வு அடிப்படைகளுக்குச் சோதனையாகிவிட்டது. லட்சுமி என்ற பெயரெல்லாம் போய்க் கோணக் கொம்பு என்ற பெயர் தங்கியது. மாட்டைப் பகல் சிலமணி நேரம் வேறு சில மாடுகளுடன் ஒரு பையன் குன்றுப் பக்கம் சென்று மேய்த்து வருவான். ஆனால் பொதுவாக

அந்தப் பூமியில் புல் வளர்ச்சி மிகவும் மட்டுப்பட்டது. ஆதலால் புல் தீவனம் வாங்கித்தான் மாடு வளர்க்க வேண்டும். அது அரிசிப் பிரதேசம் இல்லாததால் வைக்கோல் கிடையாது. 'கட்டி' என்று சொல்லும் புல் வண்டியில் வரும். அதை வாங்கி வைத்துக்கொள்ள வேண்டும். அப்புறம் சோளத்தட்டை வரும். புல்லைக் கட்டவிழ்த்துப் போட்டால் போதுமானது. ஆனால் சோளத் தட்டையைத் துண்டு துண்டாக வெட்டிப் போட்டால் தான் மாடு தின்னமுடியும். எங்கள் லான்சர் பாரக்ஸ் எங்கோ ஊருக்கு வெளியில் இருந்ததால் புல் வண்டிகள், சோளத்தட்டை வண்டிகள் அடிக்கடி அப்பக்கம் காணப்படாது. அவை வரும் சமயம் நிறைய வாங்கி வைத்துக்கொள்ள வேண்டும். எவ்வளவு தான் முன்ஜாக்கிரதையாக மாட்டுக்குப் புல் வாங்கிப் போட்டுக் கொண்டாலும் புல் முழுக்கத் தீர்ந்துபோகும் நெருக்கடி அடிக்கடி நேரும். ஒருவேளை உரிய அளவு புல் தின்னவில்லையானால் மாட்டில் இளைப்புத் தெரியும். அந்த மங்கலான கண்ணில் பரிதாபம் கண்கூசும்படி ஜ்வலிக்கும். அதற்கு ஒரு படபடப்பு வந்துவிடும். மாட்டுக்குத் தீனி இல்லாமல் போன நாட்களில் எங்கள் வீட்டில் எனக்கும் என் அப்பா அம்மாவுக்கும் சாப்பாடே செல்லாது. இரவில் சரியாகத் தூங்கமாட்டோம். ஒருநாள் பார்த்துவிட்டு, புல் வண்டியே அந்தப்பக்கம் காணாமல் போய், நான்தான் இரண்டு மைல் சென்று மோண்டா என்னும் எங்களூர்ச் சந்தையிலிருந்து இருபத்தைந்து கட்டுப் புல் வாங்கி வருவேன். இருபத்தைந்து கட்டுப் புல்லை அரை மணியில் கோணல் கொம்பு தீர்த்துவிடும். ஆனால் என்னுடைய சின்ன சைக்கிளில் இருபத்தைந்து கட்டுகளுக்கு மேல் கொண்டுவர முடியாது. ஒரு சின்னப் பையனை நம்பி இரண்டு மைல் மூன்று மைல் தள்ளியிருக்கும் வீட்டுக்குப் புல் வண்டிக்காரர்கள் வரமாட்டார்கள். என் வாழ்க்கைப் புத்தகத்தின் விளையாட்டு அதிகாரத்தை இந்த எருமை மாடும் அதைத் தொடர்ந்து எங்கள் வீட்டுக்கு வந்த எருமை, பசு மாடுகளும் அவற்றின் கன்றுகளும் எவ்வளவு மாற்றி அமைத்து வைத்தன என்று அவ்வளவு ஒன்றும் சுருக்கமாகச் சொல்லிவிட முடியாது. சந்தானத்தால் என் பிரக்ஞையில் உட்புகுந்த ஒரு சர்வதேச ஆட்டத்தை ஒரு எருமை மாடு தன்னிச்சையில்லாமல் வெளியே அகற்றப் படாதபாடு பட்டுக்கொண்டிருந்தது.

அந்த மாட்டோடு சேர்ந்துகொண்டு என் பள்ளி நாட்கள் ஆட்ட உற்சாகத்தைத் தற்காலிகமாவது நிறுத்திவைத்து என்னைக் கொலை, தற்கொலை பற்றி முதன் முதலாக மிகத் தீவிரமாக யோசிக்க வைத்தவர்கள் எங்கள் பாரக்ஸின் பின் வரிசையி லிருந்த தமிழ்க் குடும்பத்தைச் சேர்ந்த கிருஷ்ணசாமி சகோதரர்கள்.

லான்சர் பாரக்ஸின் முதல் வரிசையில் எங்களுடையது கடைசி வீடுபோல இரண்டாவது வரிசையில் கடைசியாக இருந்தது கிருஷ்ணசாமி வீடு. அவன் அப்பா வெள்ளை யூனிபாரம் அணிந்துகொண்டு இரண்டு நாட்களுக்கு ஒரு முறை ஊருக்குப் போவார். அவர் கார்டா டிக்கெட் பரிசோதகரா என்று எனக்கு அப்போது நிச்சயமாகத் தெரியாது. என் கண்ணில் அவர் மிகப் பெரிய பதவி வகிப்பவர். கிருஷ்ணசாமியும் என்னை விடப் பெரியவன். ஒரு வருடம் முந்திய வகுப்பில் படித்து வந்தான். அவனுடைய அடுத்த சகோதரன் பாலு என் வகுப்பில் ஆனால் வேறு பிரிவில் படித்து வந்தான். மூன்றாமவன் கோகு அடுத்த கீழ் வகுப்பில், அவர்கள் அழுத்தம் திருத்தமாக 'அவன் வந்தா அன்ன். நீ எங்கே போனா அய்ய்?' என்று பேசுவார்கள். பாலக்காட்டுக்காரர்கள் பேச்சே தனி என்று என் அம்மா சொல்வாள்.

பள்ளிக்கூடத்தில் பாலுவைத்தான் நான் அவ்வப்போது பார்ப்பேன். நூற்றுக்கணக்கான தெலுங்கு துலுக்கு மாணவர்கள் மத்தியில் அவன் மற்றெல்லாத் தமிழ்ப் பையன்கள்போலத் திசை தவறிய ஆடுபோலத்தான் இருப்பான். ஆனால் அதே பாலு, தன் சகோதரர்கள்கூட இருக்கும்போது என் வரையில் சைத்தானாக மாறிவிடுவான்.

அது எப்படி ஆரம்பித்தது என்று தெளிவாக நினைவில்லை. நானும் அவனும் 'எனிமிஸ்' ஆனவுடன் அவன் எப்போதும் கிருஷ்ணசாமி, கோகு கூடத்தான் பள்ளிக்கூடம் வருவான், வீடு திரும்புவான். ஒருநாள் மாலை அவர்கள் மூவரும் என்னை இடித்து நடந்தபடி சாலைக்குப் பக்கத்திலோடிய ஒற்றையடிப் பாதை, அதையடுத்து முள் செடி நிறைந்த இடைவெளி இப்படி யாக ஒதுக்கிக் கடைசியில் பள்ளத்தில் தள்ளிவிட்டார்கள். எங்கள் ஊரில் அதிக மழை கிடையாது. அந்தச் சாலையில் அதிகம் போக்குவரவு கிடையாது. நான் எழுந்து என் நிக்கர் சட்டையைத் தட்டிக்கொண்டு அவர்களுக்கும் எனக்கும் ஐம்பது கஜ தூரம் இருக்குமாறு பார்த்துக்கொண்டேன். ஆனால் ஒரு முறை ருசி கண்ட புலி அந்த ரத்தத்தைச் சுவைக்க மீண்டும் உந்தப்படுவதுபோலக் கிருஷ்ணசாமி சகோதரர்கள் இன்னொரு முறை என்னைப் பள்ளத்தில் தள்ளினார்கள்.

நான் ஒருவனானாலும் இந்தமுறை சிறிதளவாவது தயாராக இருந்தேன். கிருஷ்ணசாமி, பாலு இருவர் முகத்தையும் கீறி விட்டேன். அன்று அதோடு எங்கள் சண்டை நின்றது.

பொதுவாக அதிகக் கவனம் கவராமல் நடந்துகொள்ளும் என்னையும் எங்கள் வீட்டில் ஒரு மாதிரி பார்க்க ஆரம்பித்

தார்கள். பத்து மணிப் பள்ளிக்கு ஒன்பது மணிக்கே அவசர அவசரமாகக் கிளம்ப ஆரம்பித்தேன். பள்ளிக்கூடம் விட்ட பத்து நிமிஷத்திற்குள் வீட்டில் இருந்தேன். எல்லாம் கிருஷ்ண சாமி சகோதரர்களைச் சாலையில், தவிர்க்கத்தான். பள்ளிக்குப் போகும்போது அவர்களிடமிருந்து தப்பிவிடுவது அவ்வளவு சிரமமல்ல. ஆனால் எங்கள் எல்லாருக்கும் ஒரே நேரத்தில்தான் பள்ளிக்கூடம் விட்டார்கள். கணகணவென்று மணியடித்த பிறகுதான் பள்ளியின் பெரிய கேட்டைத் திறப்பார்கள். என்ன தான் கூட்டத்தில் இடித்துப் பிடித்துக்கொண்டு வந்தாலும் ஒரே திசையில் வீடு செல்லும் மாணவர்கள் ஒருவரையொருவர் தவிர்த்துக்கொள்ளுவது சிறிது கடினம். ஆதலால் பள்ளிக்கூடத் திலிருந்து பெரிய கேட் வழியாக வெளியே வராமல் பள்ளிக்கூட காம்பவுண்டு சுவரின் ஒரு மூலையிலிருந்து ஏறிக் குதிக்க ஆரம்பித்தேன். இதனால் நான் ஓரிரண்டு நிமிஷங்கள் என் எதிரிகளைக் காட்டிலும் விரைவாக வெளியே சென்றுவிட முடிந்தது.

சுவரேறிக் குதிக்க ஆரம்பித்த என்னைப் பலர் பின்பற்றிச் சுவரேறிக் குதிக்க ஆரம்பித்தார்கள். நான் இப்போதெல்லாம் பள்ளிக்குப் போகும்போதும் சுவர் ஏறிக் குதிக்க ஆரம்பித்தேன். ஏதோ சில சமயங்களில் கிருஷ்ணசாமி சகோதரர்கள் பள்ளிக்கு வந்திருக்கமாட்டார்கள். அவர்களுக்காகப் பயந்து கொண்டு சுவரேறிக் குதிக்க வேண்டாம் என்றிருந்தால்கூட நான் சுவரேறித் தான் குதித்தேன். தெருவில் விருவிரென்று நடந்தேன். எப்போதும் ஒரு உஷார் நிலையில் இருந்தேன். இதெல்லாம் வீட்டிலுள்ளோர், அதுவும் என் அம்மாவிடமிருந்து, ஒளித்து வைக்க முடியவில்லை. ஒருநாள் அம்மா சொல்லி அப்பா என்னை அடிக்கக்கூட அடித்து விஷயம் என்னவென்று கேட்டார். ஆனால் நான் வாயே திறக்கவில்லை. கிருஷ்ணசாமி சகோதரர்கள் என் சொந்தப் பிரச்னை. அதை நானேதான் என் வழியில்தான் தீர்த்துக் கொள்ளவேண்டும். எப்படி என்றுதான் தெரியவில்லை.

என்னுடைய கற்பனையில் ஒவ்வொரு சகோதரனாகக் கட்டிப்பிடித்து, ஒரு பெட்டியில் அடைத்து ரயிலில் கடத்தி, அப்புறம் பம்பாயில் கப்பலில் ஏற்றித் தென்னாப்பிரிக்காவில் கொண்டு போய்விடத் திட்டங்கள் வரைந்தேன். மிக விஸ்தார மாக, மிக நுணுக்கமாக இப்படிப் பல திட்டங்கள் வரைந்தேன். கொலை என்று என் திட்டங்களில் எண்ணாவிட்டாலும் அப்படித் தப்பித் தவறிப் பாலுவோ, கோகுவோ செத்துப் போய்விட்டால் அவர்கள் உடலை எப்படி பைசல் செய்வது, அவர்கள் துணிமணியை எப்படிக் கப்பலின் புகைக் கூண்டில் அடைப்பது என்றெல்லாம் மாற்றுத் திட்டங்கள் வைத்திருந்

தேன். என் எதிரிகளை 'கவுண்ட் ஆஃப் மாண்டி கிரிஸ்டோ' நாவலில் உள்ளபடி உடனடியாகத் தண்டிக்காமல் இருபது முப்பது ஆண்டுகள் கழித்து வஞ்சம் தீர்த்துக் கொண்டால் என்ன என்றும் தோன்றும். அப்படிச் செய்ய நான் முதலில் ஒரு தீவுச் சிறைச்சாலையில் அடைபட வேண்டும். சுரங்கம் தோண்டி இன்னொரு கைதியைச் சந்திக்க வேண்டும். சிறையிலிருந்து தப்பித்துப் பெரிய புதையலை அடைய வேண்டும். மாறுவேடமணிந்து பலப் பல சாகசங்கள் புரிய வேண்டும். கிருஷ்ணசாமி சகோதரர்கள் என்னை என்றும் ஒரு பீதியிலாழ்த்தி வருத்திக்கொண்டிருந்த அதே நேரத்தில் என் கற்பனையில் நான் பதினெட்டு, பத்தொன்பதாம் நூற்றாண்டு நவீனங்களில் சாத்தியமாகிய சாகச உலகில் வாழ்ந்து வந்தேன். அடிக்கடி என் திட்டங்கள் அனைத்தும் கவைக்குதவாதவை என்றும் தோன்றும். அப்போதுதான் தற்கொலை செய்து கொண்டால் என்ன என்று தோன்றும். தற்கொலை எப்படிச் செய்துகொள்வது? நான் தற்கொலை செய்துகொண்டதே யாருக்கும் தெரியக் கூடாது. எப்போது தெரியாமல் இருக்கும்? என் உடலே யார் கண்ணிலும் படாமல் மறைந்துவிடும்போது. எப்போது உடல் யார் கண்ணிலும் படாமல் மறைந்து போகும்? பூமிக்கடியில் புதைபட்டுப் போகும்போது. என் உடலை மறைத்துக்கொள்ள முதலில் அந்த பிரிட்டிஷ் ராணுவக் கல்லறையைத் தேர்ந்தெடுத்தேன். யாருக்கும் தெரியாமல் ஒரு சிறு கடப்பாரையைத் தூக்கிக்கொண்டு போய் அங்கே ஓரிடத்தில் பள்ளம் தோண்ட ஆரம்பித்தேன். ஒரு வாரம் பத்து நாட்கள் தோண்டியும் ஓரடி ஆழமான பள்ளம்கூடத் தோண்ட முடியவில்லை. மேலும் அங்கே கொஞ்சம் பயமாகவும் இருந்தது. ஆங்கிலம் பேசும் பிசாசுகளோடு எப்படிக் காலம் கழிப்பது, செத்த பின்பும் உயிர் வாழ்வது? இன்னும் சிறிது தள்ளி அந்தக் குன்றுகளுக்கடியில் என் சவ அடக்கத்திற்கு நல்ல இடம் கிடைக்குமா என்று தேடிப் பார்த்தேன். எங்கள் வீட்டில் மாடு வந்து சேர்ந்த பிறகு இதற்கு நிறைய வாய்ப்புகள் கிடைத்தது. மாட்டைத் தேடிக்கொண்டு போய்க் குன்று, பாறைகளுக்கிடையில் பதுங்கிக் கிடக்க நல்லதொரு குகை அல்லது பொந்து கிடைக்குமா என்றும் தேடிக்கொண்டிருந்தேன். நான் வீட்டில் விஷம் குடித்துச் செத்துப்போய் என் உடலை நானே அங்கு எடுத்து வந்து ஒளித்து வைக்கக்கூடிய இடம் என் கற்பனைக்குகந்த முறையில் ஒன்றும் கிடைக்கவில்லை. ஆனால் பல மைல் விஸ்தீரணத்திற்கு அந்தப் பிரதேசத்தைப் பற்றி நிறையத் தெரிந்து வைத்துக் கொண்டேன். அது அநேகமாகச் செம்மண் கட்டாந்தரை இடமாதலால் தேள்கள் மலிந்திருக்கும். எந்தப் பாறையை நகர்த்தினால் தேள் ஒளிந்திருக்கும் என்ற உணர்வு என்னிடம்

வெகுவாக வளர்ந்திருந்தது. கல் அகற்றப்பட்டுப் பாதுகாப்பு நீங்கிய அந்தத் தேள்கள் தவிப்பதை நாலைந்து முறை பார்த்த பிறகு எனக்கு அவற்றைத் தொல்லை கொடுக்கக்கூடாது என்று தோன்றிவிட்டது.

அப்புறம் சந்தானம் வந்தான். கிருஷ்ணசாமி சகோதரர் களைச் சமாளிப்பதில் அவன் எனக்கு உதவமாட்டான் என்று வெகு சீக்கிரமே தெரிந்துவிட்டது. சந்தானம் என்னுடன் வரு கிறான் என்கிற தைரியத்தில் நான் பள்ளியிலிருந்து வீட்டுக்கு ஓடி வராமல் நடந்து வந்தேன். வெகுநாட்கள் கழித்து அகப் பட்டான் பயல் என்று கிருஷ்ணசாமி என்னைப் பிடித்துத் தள்ளினான். ஓட வேண்டியவன் நானிருக்க சந்தானம்தான் முதலில் ஓடிப்போனான். சந்தானத்திடம் அதைப்பற்றி நான் பேச்சே எடுக்கவில்லை. என்னை அவன் அப்படி நிராதரவாகக் கைவிட்டு விட்டுப் போனபிறகுதான் நாங்கள் கிரிக்கெட் விளையாடினோம். அப்போது கிரிக்கெட் ஒன்றுதான் எங்கள் இருவரையும் இணைக்கும் சங்கிலியாக இருந்தது. அதுவும் வெகுசீக்கிரத்தில் அறுந்து போய்விட்டது.

வேற்று மொழி ஊரில் தன்னந்தனியாக இருப்பது எனக்குப் பழக்கமாகிப் போய்விட்டது. அது ஒரு காரணம், லான்சர் பாரக்ஸில் வசித்து வந்த சட்டைக்கார, மற்றும் முஸ்லிம் பையன்கள் என்னையும் அவர்களோடு ஒருவனாகச் சேர்த்துக் கொண்டார்கள். என்னை 'பொம்மன்' என்று அழைத்தால் நான் கோபித்துக்கொள்ளாமல் இருந்தேன். அவர்கள் ஓணானை அடிப்பார்கள். ஆங்கில மொழியின் நான்கெழுத்துச் சொற் களைத் தாராளமாக உபயோகிப்பார்கள். அதற்கு ஒரு பொருத் தமே இருக்காது. கல் தடுக்கினால் நான்கெழுத்து புல் தடுக்கி னால் நான்கெழுத்து. கில்லிதாண்டுலில் தவறினால் நான் கெழுத்து. பம்பர ஆட்டத்தில் தவறினால் நான்கெழுத்து. மரமேறினால் நான்கெழுத்து. மாடு போனால் நான்கெழுத்து. பிளாசா கொட்டகைக்குப் போய் இரண்டு மணிநேரம் கியூவில் நின்று ஜான் ஹால் – மரியா மாண்டஜ் சினிமாவுக்கு டிக்கெட் கிடைக்காவிட்டால் நான்கெழுத்து. மாரிஸுக்குப் பல சகோதரர் களிடையில் இரு அக்காக்களும் ஒரு தங்கையும் உண்டு. அவர் களோடு மாரிஸுக்கு அபிப்பிராய பேதமேற்பட்டாலும் நான் கெழுத்து. இதில் ஒரு குறிப்பிடத்தக்கது அப்பெண்களும் இந்த நான்கெழுத்துச் சொற்களைப் பதிலுக்கு வீசுவார்கள். மாரிஸின் பெரிய அக்கா சிறிது குறைவாக இந்த ஆயுதத்தைப் பயன்படுத்து வாள். அந்த வீட்டில் அவள்தான் சற்று நிறமாக இருப்பாள். யுத்தம் ஆரம்பித்து சிகந்தராபாத்தில் நிறைய வெள்ளைக்கார ஸோல்ஜர்கள் வந்து நிறைந்தபோது அவள் உருமாறிப் போனாள்.

நாங்கள் பார்த்து வந்த ஆங்கிலப் படங்களில் வரும் பெண்கள் போல் தோற்றம் கொண்டாள். எங்களோடு பேசும்போது புரியும் அவளுடைய ஆங்கிலம் ஸோல்ஜர்கள் வரும்போது ஏதோ சிறிதும் விளங்காத மொழியாகிவிடும். ஒருநாள் அவள் வீட்டிலேயே ஒரு ஸோல்ஜருடன் அவள் உட்கார்ந்து பேசிக் கொண்டிருக்கும்போது என்னைக் கூப்பிட்டு அவள் பக்கத்தில் உட்கார வைத்துக் கொண்டாள். அவனுடன் பேசிக்கொண்டு ஐந்து நிமிஷத்துக்கொருமுறை எனக்கு முத்தம் தருவாள். எனக்கு அவள் குறித்துச் சங்கடம் கிடையாது. ஆனால் அந்த ஸோல்ஜர் ஓர் அரக்கன்போல இருந்தான். கண், மூஞ்சி, கை, கால் எல்லாம் ஒரே சிவப்பு. புசுபுசுவென்று மயிர். அவன் வாயிலிருந்து சகிக்கமுடியாத நாற்றம், இதற்கெல்லாம் தான் என்னை ஓர் அரண்போல் அவள் பாவித்தாள் போலும். மாரிஸ் என்னைப் பார்த்துக் கண்ணடித்தான்.

கிருஷ்ணசாமி வீட்டில் இன்னும் இருவர் வந்து சேர்ந்தார்கள். சிகந்தராபாத்தில் வேலைதேடி வந்த அவனுடைய இரு மாமாக்கள். அவர்கள் தமிழ் இன்னும் மோசம். வந்து சேர்ந்தவுடனேயே அவர்கள் இருவருக்கும் ஆர்டினன்ஸ் ஃபாக்டரியில் வேலை கிடைத்து விட்டது. அந்த நாளில் பதினாறு வயது தாண்டி நான்கு சொற்கள் ஆங்கிலம் எழுதத் தெரிந்தால் ஆர்டினன்ஸ் ஃபாக்டரியில் வேலை கிடைத்து விடும். காலை எட்டு மணிக்கே வேலைக்குப் போக வேண்டும், பிற்பகல் மூன்றரைக்கெல்லாம் விட்டுவிடுவார்கள். இப்போது கிருஷ்ணசாமி வீட்டில் ஆண் பிள்ளையாக (அவன் தகப்ப னாரைத் தவிர்த்து) ஐந்து நபர்கள். அவர்கள் கிரிக்கெட் ஆட ஆரம்பித்தார்கள். பெரியவர்களாக இருவர் துணையிருந்த படியால் நானும் சந்தானமும் கிரிக்கெட் ஆடியபோது ஏற்பட்ட தெல்லாம் அவர்களுக்கு நேரவில்லை. நான் லான்சர் பாரக்ஸில் சட்டைக்காரர்கள் வீட்டுக்கெல்லாம் ஆப்தனானேன். முஸ்லிம் வீடுகளில் அவர்களுடைய சாக்குத் துணித் திரையைத் தாண்டியும் போகக் கூடியவனானேன். கோழியின் கழுத்தை நெரிப்ப தைச் சலனமில்லாமல் பார்க்கத் திடம் பெற்றேன். மாரிஸுடைய தகப்பனார் தாயார் இருவரும் குடித்துவிட்டு ஒருவரையொரு வர் அடித்துக் கொள்ளும்போது அதே அறையில் மாரிஸ், அவன் அண்ணா டெரின்ஸ், அவனுடைய சகோதரிகளுடன் 'மொனாப்பலி' ஆட்டம் ஆடினேன். அப்போது பிரசித்தமாக இருந்த குர்‌ஷீத், ஜோரா பேகம், நூர்ஜஹான் பாடிய சினிமாப் பாட்டுக்களைப் பாடக் கற்றுக்கொண்டேன். எப்படியோ என் அப்பா அம்மாவை இணங்கவைத்துப் பைஜாமா தைத்துக் கொண்டேன், ஜனார்தனன் என்கிற நாயுடு பையனால் அவன் அண்ணா சுந்தர், சுந்தரின் நண்பர்கள் வெங்கட்,

அப்பாராவ் உடன் காரம்போர்டு ஆடக் கற்றுக்கொண்டேன். எங்கள் வீட்டில் எப்படியோ ஒரு பாட்மிண்டன் வலை வந்து சேர்ந்திருந்தது. வலைக்குரியவன் என்பதற்காக அவர்கள் எனக்கு பாட்மிண்டன் ஆட்டத்தில் சந்தர்ப்பம் தர வேண்டி யிருந்தது. அவர்கள் தங்களுக்குள் பேசிக்கொள்ளும் ரசாபாசச் சிரிப்புப் பேச்சுக்கும் மாரிஸ் மற்றும் சட்டைக்காரர்கள் நான்கெழுத்துப் பேச்சுக்கும் எனக்கு ஒரு வித்தியாசம் தெரிந்தது. சட்டைக்காரர்களோடு கூச்சம் ஏற்படவில்லை. ஆனால் நாயுடுக்காரர்கள் ஏதேதோ மாதிரித் தோன்ற வைத்து விடுவார்கள். அதிலும் வெங்கட் ரொம்ப மோசம். சட்டை – பாவாடை – புடவை கட்டும் பெண்களடங்கிய ஒரு கான்வெண் டிலிருந்து வரிசையாகப் பெண்கள் எங்கள் பாரக்ஸைத் தாண்டி அவ்வப்போது செல்வார்கள். அப்போது வேண்டுமென்றே அவர்கள் மீது பாட்மிண்டன் பந்தை அடித்துவிட்டு என்னை எடுத்துவரச் சொல்லுவான். ஒரு முறை எங்கள் வீட்டு எருமை மாடு அவனைத் தன் சாணி அப்பிய வால் நுனியால் சொடுக்கி விட்டது. நான்தான் ஒரு பக்கெட் எடுத்துப்போய் அவனுக்குக் கழுவிக்கொள்ளத் தண்ணீர் விட்டேன். அவன் பாண்டை வேண்டுமென்றே அளவுக்கதிகமாகவே நனைத்தேன்.

கிருஷ்ணசாமி சகோதரர்கள் அவர்கள் வீட்டுக்கருகேயே வெளியேயிருந்து வந்த நான்கைந்து தமிழ்ப் பையன்களுடன் கிரிக்கெட் விளையாடினார்கள். நான் என்னதான் பாட்மிண் டன் ஆட்டம் ஆடுவதுபோல் பாவனை செய்தாலும் வெங்கட், அப்பாராவின் ரகசிய அபிலாஷைகளுக்காகக் கான்வெண்ட் பெண்களைத் துரத்திக்கொண்டு போவது பிடித்தமில்லாததா யிருந்தது. பாட்மிண்டன் தவிர எனக்கு வெட்ட வெளியில் ஆடக் கிடைத்த விளையாட்டுகள் கோலி, கில்லி தாண்டூல், ஜாட்பந்தர். கிரிக்கெட்டோடு ஒப்பிட்டால் இவை எல்லாம் ஏதோ கானகவாசிகள் ஆடும் ஆட்டம். இந்தப் பேதங்கள் எனக்குத் தெரிந்தாலும் தெரியாவிட்டாலும் கிருஷ்ணசாமி சகோதரர்களுக்கு என்னைவிட உயர்ந்தவர்களாக நினைத்துக் கொள்ள இவை பயன்பட்டன. ஒரு முறை மாரிஸ், சையது, வஹாப் மூவரிடமும் கிருஷ்ணசாமி அசட்டுத்தனமாக மாட்டிக் கொண்டான். அந்த மூவரும் அவனை மண்ணில் போட்டுப் புரட்டி எடுக்கும்போது நான் பார்த்துக்கொண்டிருக்க வேண்டி இருந்தது. அதன் பின்னர் நான் பள்ளிக்குப் போகும்போதும் திரும்பும்போதும் இன்னும் அதிகப்படியான உஷார் நிலையில் இருக்க வேண்டியதாயிற்று. இதையெல்லாம் சொல்லும்போது ஏதோ வருடக்கணக்கில் நிகழ்ந்த விஷயங்களைச் சொல்வது போல இருக்கும். அப்படி இல்லை. அதிகம் போனால் ஓராண்டுக் காலத்தில்தான் இதெல்லாம். அதாவது மாடு,

மாரிஸ், கிருஷ்ணசாமி சகோதரர்களோடு யுத்தநிலை, ஜாட்பந்தர், 'டார்ஜானின் நியூயார்க் சாகசங்கள்', வெங்கட் அப்பாராவ் ஆபாசச் சிரிப்பு, கல்லறையில் கல்லறையைத் தேடல், குன்றுகளிடையே அடைக்கல ஆராய்ச்சி, மாரிஸின் மூத்த அக்காளின் அந்நியோன்யம்... நான் ஆறாவது படிவம் வந்தபோது யுத்தம் முடிந்தது. அப்போது மாரிஸுடைய இன்னொரு அக்காவும் உருமாறிப் போனாள். இவள் சிறிது கறுப்பாக இருப்பாள். ஆனால் கொழுகொழுவென்று இருப்பாள். லாரா என்று பெயர். பெரியவள் பெயர் எப்படியோ மறந்துவிட்டது. எவ்வளவு முயற்சி செய்தும் நினைவுக்கு வரவில்லை. மனித மனமே சிறிதும் நம்பிக்கைக்குகந்தது இல்லை. பல வருடங்களை இருந்த சுவடே தெரியாமல் பிரக்ஞையிலிருந்து அழித்துவிட்டிருக்கும். ஏதோ ஐந்து நிமிடங்களை அநாதி கால நீடிப்புப்போல அணு அணுவாக நினைவின் மேல் தளத்தில் வைத்திருக்கும். அதனுடைய கடிகாரமும் காலண்டரும் தனி, ஒருவேளை அதெல்லாம் அதற்குக் கிடையவே கிடையாதோ என்னவோ.

யுத்தக் காலத்தில் எவ்வளவோ உற்சாகமாக இருந்த மாரிஸுடைய பெரிய அக்கா இப்போது மிகவும் சோர்ந்த நிலையில் இருந்தாள். அடிக்கடி வந்து போய்க்கொண்டிருந்த ஸோல்ஜர் இப்போது வருவதில்லை. அவளைக் கல்யாணம் செய்துகொண்டு இங்கிலாந்துக்கு அழைத்துப் போவான் என்றுதான் எதிர்பார்த்திருந்தார்கள். ஆனால் அப்படியெல்லாம் நடக்கவில்லை. அவள் மற்றெல்லாச் சட்டைக்காரிகள்போல சிகந்தராபாத்திலேயேதான் காலம் கழிக்க வேண்டும். அவள் வீட்டிலேயே இருக்க, லாரா மட்டும் எங்களோடு சினிமாவிற்கு வருவாள். நான், மாரிஸ், அவனுடைய அண்ணன் டெரின்ஸ், லாரா, சில சமயங்களில் அவர்களுடைய இன்னொரு தங்கை எல்லோருமாக பிளாசா சினிமாவுக்குப் போவோம். மாட்டினி ஆட்டத்திற்குப் போனால் கடைசி வகுப்பிற்கு நாலணாதான். ஆனால் பிரிட்டிஷ் நாலணா. ஹைதராபாத் நாணயமாகிய ஹாலி நாணயமானால் சினிமாவுக்கு ஐந்தணா தரவேண்டும். பிளாசாவில் இடம் கிடைக்காவிட்டால் டிவோலி சினிமா போவோம். டிவோலியிலும் இடம் கிடைக்காவிட்டால் டிரீம்லாண்டு சினிமாவுக்குப் போவோம். டெரின்ஸ் சரியான ரௌடியாக நடந்து கொள்வான். எங்கள் முன்னிருக்கும் நாற்காலியை வேண்டுமென்றே பூட்ஸ் காலால் உதைப்பான். உள்ளே போய் உட்கார்ந்தவுடனேயே சிகரெட் பற்றவைத்துக் கொள்வான். மாரிஸும் பொல்லாதவன் என்றாலும் டெரின்ஸின் செய்கை ஒவ்வொன்றிற்கும் ஒரு காட்டுமிராண்டிக் களை இருக்கும். லாராவுக்கு

அது மிகவும் பிடிக்கும். அவர்களுக்கு வேறு சட்டைக்கார நண்பர்கள் கிடைத்தபோது என்னை அப்படியே ஒதுக்கி வைத்து விட்டாலும் அவர்களாக மட்டும் இருக்கும்போது என்னை அவர்களில் ஒருவனாகப் பாவிப்பது சகஜமாயிருந்தது. லாராவுக்கு ஒரு விதத்தில் என்னைப் பிடித்திருந்தால் அவ ளுடைய அக்காவுக்கு வேறொரு விதத்தில் என் பிரசன்னம் ஆறுதலாயிருந்தது. அவளுடைய பெட்டியிலிருந்து அந்த ஸோல்ஜர் அவளிடம் கொடுத்துவிட்டுப் போன பழைய ஆங்கிலப் பத்திரிகைகளை எனக்குப் பக்கம் பக்கமாகப் புரட்டிக் காண்பித்து விளக்குவாள். அப்படி ஒருநாள் காண்பித்துக் கொண்டிருக்கையில் திடீரென்று நிறுத்திவிட்டு என்னைக் கட்டிக்கொண்டு விம்மி விம்மி அழுதாள். எனக்கும் தாங்க முடியாத துக்கம் ஏற்பட்டு நானும் அழுதேன். நாங்கள் அழுவதைப் பார்த்து அவள் அப்பா மன்னாஸ் எங்கள் இருவரையும் சோபாவிலிருந்து கீழே தள்ளினார். அப்போது அம்மாக்காரி வந்தாள். அப்பாவும் அம்மாவுமாகப் பெரிதாகச் சண்டை போட்டுக் கொண்டார்கள். அங்கே சுவரில் மாட்டப் பட்டிருந்த படங்களில் மூன்று நான்கு உடைந்து போய் விட்டன.

இதெல்லாம் மாறிவிட்டதென்றில்லை, அப்படியே என் அன்றாட வாழ்க்கையிலிருந்தே நழுவிவிட்டன. மாரிஸ், அவனுடைய அக்கா, அப்போது உருண்டு திரண்டிருந்த லாரா, டெரின்ஸ், மன்னாஸ், மிஸஸ் மன்னாஸ் எல்லாம். என் முஸ்லிம் சகாக்கள், நாயுடு சிநேகிதர்கள், ஜனார்த்தனன், அப்பாராவ் எல்லாரும்தான். என்றுமே முடியாது என்று ஒரு காலத்தில் தோன்றியது வெகு இயல்பாகவே நடந்தது. கிருஷ்ணசாமி சகோதரர்களுக்கு நான் வேண்டியவனானேன்!

இதைச் சாத்தியமாக்கியவன் ரங்கராமானுஜன்.

அர்பத்நாட் பாங்க் மூழ்கியபோது அப்பா மிகவும் நஷ்டமடைந்தவர் என்று எல்லாரும் சொல்லுவார்கள். வெகு நாட்களுக்கு 'ஏண்டா, அதிலே போய் ஒரு மடையன் பணம் போடுவானா?' என்று கேட்கப்பட்டும், 'பாவம் இவன் பண மெல்லாம் போச்சு' என்று பரிதாபப்பட்டும் நான் பார்த்திருக் கிறேன். இவ்வளவுக்கும் எங்கள் அப்பாவுக்குப் போன பணம் எண்ணூறு ரூபாய். அன்று உத்தேசமாக ஐம்பது சவரன் பொன்னுக்குச் சமானம். தையற்காரனிடம் இரு அல்பாக்கா கோட்டுகள் தைத்து வாங்கி வருவதற்கும் ஆயிரம் மைல் தொலைவில் அர்பத்நாட் பாங்க் மூழ்குவதற்கும் சரியாயிருந் திருக்கிறது. அநேக வருடங்கள் பெட்டியிலே தூங்கிய அந்த கோட்டுகளை நான் சந்தானத்தின் உதவியோடு கிரிக்கெட்

ஆடிய நாட்களிலும் அதற்குப் பிறகு பல ஆண்டுகளுக்கும் என் அப்பா மாற்றி மாற்றிப் போட்டுக்கொண்டார். கரும் பச்சை நிறத்தில் மின்னிக்கொண்டிருக்கும் கோட்டு அடுத்த நிமிடம் ஊதா நிறத்தில் மின்னும். மறுபடியும் பச்சை நிறம். அப்புறம் ஊதா. ஓரிடத்தில் பச்சை, இன்னொரு இடத்தில் ஊதா. சில இடங்களில் நூல் இழை பிரிந்திருக்கும். அங்கு மட்டும் செக்கச் செவேலென்று தெரியும். கிட்டத்தட்டப் பத்து வருடங்கள் பெட்டியில் கிடந்த கோட்டுகளை மீண்டும் எடுத்துப் போட்டுக்கொண்டபோது சில இடங்களில் பூச்சி அரித்திருந்தது என்பதைத் தவிர வேறு தயக்கம், கூச்சம் யாருக்கும் ஏற்படவில்லை. காரணம் பத்து வருடங்கள், இருபது வருடங்களில்கூட சிகந்தராபாத் ஹைதராபாத் தையற்காரர் கள் ஒரே மாதிரித்தான் தைத்தார்கள். யாருக்கும் உடைகள் மாற்றத்திற்கு அவசியம் தோன்றவில்லை. பள்ளிக்கூடம் போகும் பையன்கள் எல்லாரும் 'ஓபன் காலர்' என்று சொல்லப்படும் திறந்த கழுத்து – காலர் வைக்கப்பட்ட ஷர்ட் அணிந்துகொண்டு போவார்கள். பெரியவர்களில் பலருக்கும் இந்த ஓபன் காலர் தான். கொஞ்சம் உயர்ந்த துணியாயிருந்து அளவிலும் கூட இருந்தால் டை காலர். ஒரேமாதிரி டை காலர், ஷர்ட், நிஜார் அணிவதிலிருந்து ஜாதியை ஒரு மாதிரி நிர்ணயிக்க லாம். ஹிந்து, முஸ்லிம் பையன்கள் நிஜார் அல்லது பைஜாமா பாண்ட் மீது சட்டையைத் தொங்கவிட்டுக் கொள்வார்கள். சட்டைக்காரப் பையன்கள் சட்டையை இடுப்பில் நிஜார் அல்லது பாண்ட்டுக்குள்ளே செருகிக்கொள்வார்கள். அந்தப் பிரதேசத்தில் குடியேறிய தமிழர்களில் பெரியவர்கள் எல்லா ரும் சீருடை ஏற்பாடு செய்துகொண்ட மாதிரி உடையணி வார்கள். முழுக்கைச் சட்டை. சட்டையை உள்ளே செருகிக் கொண்டு கச்சம் வைத்த வேஷ்டி. கோட். தலைக்கு மணி. அய்யரானாலும், ராகவாச்சாரியானாலும், கோவிந்தசாமி நாயுடுவானாலும், விநாகபாணி முதலியாரானாலும் தமிழ் நாட்டிலிருந்து அங்கு சென்றிருந்தவரானால் தொப்பி ஒன்று கட்டாயம் இருக்கும். வக்கீல்கள், கல்லூரிப் பேராசிரியர்கள் தலைப்பாகை கட்டிக்கொள்வார்கள்.

எனக்கு நிஜார் தைத்தால் வளரும் பையன் என்ற காரணம் வைத்து நீளம் அகலம் இரண்டிற்கும் குறைந்தது இரண்டு அங்குலமாவது அதிகமாக இருக்கும். இடுப்பகலத்தைக் குறைத்துக்கொள்ளப் பின்புறத்தில் பக்கிள் போட்டுக் கொள்ளும்படியாக இருக்கும். கடைசி மில்லி மீட்டர்வரை பக்கிள் இழுத்துப் போட்டுக்கொண்டால்கூட என் நிஜார் நழுவி விழுந்துவிடும். இதற்காக நான் நிஜாரையே இடுப்பில் சுருட்டிக்கொள்வேன். இப்படிச் சுருட்டிக்கொண்டால் நீளமும்

குறையும். சட்டையை மேலே தொங்கவிட்டுக்கொள்வதால் இப்படிப் பாவாடை புடவை மாதிரிச் சுருட்டிச் செருகிக் கொள்வது வெளியில் தெரியாது.

சிகந்தராபாத் பையன்கள் உடுப்பில் ஒரு மாற்றம் ஏற் படுத்த வேண்டும் என்ற காரணத்திற்காகவே பிறவி எடுத்தது போல இருவர் வந்து சேர்ந்தார்கள். ஒருவன் ராஜ்குமார். இன்னொருவன் ரங்கராமானுஜன். இருவருக்கும் அப்பா, அண்ணா, மாமா யாராரோ மிலிட்டரியில் இருந்தார்கள். இரண்டாம் உலக யுத்தம் முடிந்து ஓரிரு வருடங்களில் சிகந்தராபாத்துக்கு வந்த பல புதுக் குடும்பங்களில் இவர்களும் சேர்ந்தவர்கள். ராஜ்குமார் புது மாதிரியாக ஷர்ட் அணிந்து கொண்டு பள்ளிக்கு வருவான். அது ஷர்ட் மாதிரியும் இருக் காது. கோட்டு மாதிரியும் இருக்காது. பெரியபெரிய ஜேபிகள். இடுப்பில் அந்த ஷர்ட் – கோட்டுக்கே பெல்ட் இருக்கும். அதற்கு புஷ்கோட்டு என்று பெயர் என்று தெரிவித்தான் ரங்கராமானுஜன். ஷர்ட்டுக்கு முன்பக்கம் முழுக்கத் திறந் திருந்து பொத்தான்கள் இருக்கும். நாங்களெல்லோரும் தலையை நுழைத்து ஷர்ட் போட்டுக்கொண்டால் அவன் கோட்டு அணிவது மாதிரி ஷர்ட்டைப் போட்டுக்கொள்வான். எங்கள் தலை கலையாமல் நாங்கள் ஷர்ட் போட்டுக்கொள்ளவே முடியாது. அவன் தலை கலையவே கலையாது. அவன் அதற்கு முன் படித்த பள்ளிக்கூடத்தில் கல்வி முறை வேறு மாதிரி இருந்து எங்கள் பள்ளியில் அவனை எந்த வகுப்பில் சேர்த்துக் கொள்வது என்று நிறைய சர்ச்சை ஏற்பட்டிருக்க வேண்டும். முதலில் பெரிய வகுப்பில் உட்கார்ந்த அவன் ஒருவாரம் என் வகுப்பிலும் வந்து உட்கார்ந்தான். தமிழ்ப் பாடம் நடக்கும் போது ஒன்றும் விளங்காமல் விழித்துக்கொண்டிருப்பான். அவன் கடைசிவரை தமிழ்ப் பரீட்சை எழுதவே இல்லை.

ஒரு வாரம் என் வகுப்பில் அவன் உட்கார்ந்திருந்தபோது ஒருநாள் ஆங்கில வாத்தியார் எங்கள் இலக்கண அறிவைப் பரிசோதித்தார். ஒரு நீள வாக்கியத்தைக் கரும் பலகையில் எழுதி அதில் ஒரு பகுதியை 'என்ன கிளாஸ்?' என்று கேட்டார். வரிசையாகப் பையன்கள் எழுந்தார்கள். பதில் சொல்லாத வர்கள் அப்படியே நின்றிருக்க விடை தந்தவர்களில் ஒருவன் நௌன் கிளாஸ் என்றான்.

"நோ. நெக்ஸ்ட்."

இன்னொருவன், "அட்ஜக்டைவல் கிளாஸ்," என்றான்.

"நோ. நெக்ஸ்ட்."

இன்னொருவன், 'அட்வெர்பியல் கிளாஸ்,' என்றான்.

சப்பார்டினேட் கிளாஸ் அல்லது உபவாக்கியம் என்று ஆங்கிலத்தில் இம்மூன்றுதான் என்று எங்களுக்குச் சொல்லப் பட்டிருந்தது. எனக்கு என்றில்லை. எல்லாப் பையன்களுக் குமே மூன்றும் சந்தேகந்தான். சூதாட்ட உணர்வில்தான் இலக்கணக் கேள்விகளுக்குப் பதில் தெரிவிப்போம். இந்த மூன்றுமே இல்லை என்றால்?

வாத்தியார் 'நெக்ஸ்ட் நெக்ஸ்ட்' என்று சொல்லிவர என் முறையும் வந்தது.

"நெக்ஸ்ட்," என்றார்.

நான் எழுந்து நின்றேன். வாத்தியார் சகுனி போலவும் வகுப்பு கௌரவ சபையாகவும் காட்சியளித்தது. நான் பகடையை வீசினேன்.

"பரன்திடிகல் கிளாஸ்."

ஒரு விநாடி சிந்தனை அசைவும் கேட்கக்கூடிய மௌனம். வாத்தியார், "நெக்ஸ்ட்," என்றார்.

என் அடுத்த பெஞ்சில் முதல் பையனாக உட்கார்ந்திருந்த வன் ரங்கராமானுஜன். அவன் எழுந்து, "பரன்திடிகல் கிளாஸ்," என்றான்.

வகுப்பு முடிந்ததும் இரு ஆங்கிலப் புலிகளாக நாங்கள் இருவரும் ஒருவனைப் பார்த்து இன்னொருவன் புன்னகை புரிந்து கொண்டோம். அவன் என் பெயர் என்ன என்று கேட்டான். நான் அவன் ஷர்ட்டைத் தொட்டுப் பார்த்தேன்.

இரு நாட்களுக்குள் அவனை மேல் வகுப்பில், கிருஷ்ண சாமி இருந்த பிரிவில் போட்டுவிட்டார்கள். அவனும் பள்ளிப் படிப்பு முடிந்து நானும் பெரிய விபத்து எதிலும் சிக்கிக் கொள்ளாமல் பத்தாவது முடித்து எங்கள் ஊருக்கு நான்கு மைல்கள் தள்ளியுள்ள கல்லூரியில் படிக்கும்போதுதான் மீண்டும் பார்த்துப் பேசிக்கொண்டோம். அவன் கிருஷ்ண சாமியின் கோஷ்டியில் சேர்ந்து கிரிக்கெட் விளையாட எங்கள் பாரக்ஸுக்கு வருவான். என் வரையில் கிருஷ்ணசாமி கோஷ்டி கிரிக்கெட் விளையாடுவது ஏதோ கண்காணாத வேற்று நாடு.

சிகந்தராபாத்திலும் புஷ்கோட்டும் முன்புறம் முழுக்கத் திறந்த ஷர்ட்டும் பரவிற்று. அதற்கென்று தையற்காரர்கள் கூலி அதிகமாக வாங்கிக்கொண்டார்கள். பைஜாமாவுடன் போட்டுக்கொள்ள புஷ்கோட்டும் முன்னே திறக்கும் ஷர்ட்டும் அவ்வளவு சௌகரியமாக இருக்காது. நாற்காலியில் உட்கார்ந் தால் ஷர்ட்டின் இரு முனையும் அகன்று பைஜாமா நாடா

வெளியே தெரியும். அதனால் பைஜாமாவையே நாடா தவிர்த்து பாண்ட் மாதிரி தைக்க ஆரம்பித்தார்கள். அந்த நாளில் அபூர்வமாக சிகந்தராபாத்துக்கு வரும் எம்.எஸ் 55 துணியை யார் யாரிடமோ சொல்லிவைத்து வாங்கி நானும் பாண்ட் போன்ற பைஜாமா தைத்து மாட்டிக்கொண்டு 'ஃபுல் ஓபன்' ஷர்ட் போட்டுக்கொண்டே வெளியே போகும்போது ஜனாப் ஜின்னாவாக என்னை நினைத்துக்கொள்வேன். உலகத்திலேயே சிறப்பாக உடை உடுப்பவர்களில் அவர் முதன்மையானவர் என்று எல்லாரும் கொண்டாடிக்கொண்டிருந்தார்கள்.

ஒருநாள் நான் லான்சர் பாரக்ஸ் காம்பவுண்டுக்குள் நுழைந்தபோது ரங்கராமானுஜனும் அப்பக்கம் வந்தான். "உன் வீடு எங்கே?" என்று கேட்டான்.

"முதல் லைன்லே கோடி வீடு."

அவன் என்கூடவே வந்தான். நான் மன்னாஸ் வீடு தாண்டவிருக்கையில் மாரிஸின் பெரிய அக்கா, "சந்து!" என்று கூப்பிட்டாள். நான் ரங்கராமானுஜத்தை அப்படியே விட்டு விட்டு மன்னாஸ் வீட்டிற்குள் போனேன். மாரிஸுடைய அக்கா என் தோள்மீது கையைப் போட்டுப் பேசியதை அவனால் பார்க்காமல் இருந்திருக்க முடியாது. அவளுக்கு 'பிக்சர்கோயர்' வாங்கி வர வேண்டும். அது இங்கிலாந்திலிருந்து வெளிவந்த ஒரு சினிமாப் பத்திரிகை. சிகந்தராபாத் ரயில்வே ஸ்டேஷன் ஏ.எச். வீலர் கடையில்தான் அவ்வப்போது அதன் இதழ்கள் வரும். பிரிட்டிஷ் பணம் நான்கணா. எங்கள் ஹைதராபாத் நாணயமாகத் தரவேண்டுமானால் வீலர் கடையில் மட்டும் நான்கணா நான்கு பைசாக்களைக் கொடுத்தால் போதும். அவன் என்னிடம் நான்கணா நான்கு பைசாக்களைக் கொடுத்தாள்.

நான் அதை வாங்கிக்கொண்டு வெளியே வருவதற்குள் லாரா வந்தாள். அன்று அவள் வழக்கத்தைவிட அதிகமாகப் பருத்திருந்த மாதிரி இருந்தது. அவளையும் ரங்கராமானுஜன் அவன் நின்ற இடத்திலிருந்து பாராமல் இருக்க முடியாது. "வாட் மேன்? வேர் யு கோயிங், மேன்?" என்று கேட்டாள். அந்த வீட்டிலேயே மாரிஸுடைய பெரிய அக்காவைத் தவிர மற்ற பெண்பாலர் எல்லாரும் இந்த 'மேன்' சொல்லித்தான் ஒவ்வொரு வாக்கியத்தையும் முடிப்பார்கள். எனக்கு மூளை யில் தமிழில் 'வீட்டுக்கு' என்று பதில் தோன்றினாலும் அது ஆங்கிலத்தில் ஹவுஸா ஹோமா என்று அக்கணத்தில் நிர் ணயிக்க முடியாமல் பேசாமல் நின்றேன். கேட்ட கேள்வி களுக்கு நான் உடனே பதிலளிக்க முடியாமல் திணறுவதை

லாரா நன்றாகக் கவனித்து வைத்திருந்தாள். அது அவளுக்கு வேடிக்கையாக இருந்தது. 'உன் வாயில் என்ன இருக்கிறது, மனிதா?' என்று கேட்டுக்கொண்டே அவள் என் கன்னங்கள் இரண்டைக் கிள்ளி அகற்றி வாயினுள் பார்த்தாள், இதையும் ரங்கராமானுஜன் கவனிக்காமல் இருந்திருக்க முடியாது.

மன்னாஸ் வீட்டிலிருந்து கிளம்பி என் வீடு அடைவதற்குள் இன்னொரு காட்சி. எங்களுக்குப் பக்கத்து வீட்டில் பியாரிபேகம் வெளியே நின்றுகொண்டிருந்தாள். டிக்கெட் எக்ஸாமினர் காஸிமுடைய இரண்டாவது மகள். அவளை எங்கள் வீட்டில் 'காரைப்பன்னி' என்பார்கள். காரைப்பன்னி என்றால் எப்படி இருக்கும் என்று எனக்குத் தெரியாது. பியாரி பேகம் மிக இலட்சணமான முகத்துடன் பீப்பாய் மாதிரி இருப்பாள். இதெல்லாவற்றுக்கும் சிகரம்போல எங்கள் வீட்டிலேயே நாகரத்தினம் வந்திருந்தாள். என்னுடைய இரண்டாவது அக்காவின் சிநேகிதி. சிகந்தராபாத்தில் தமிழ்க் குடும்பங்களுக்குள் பிரபலமானவள். ஒய்.எம்.சி.ஏ. பேச்சுப் போட்டிகளில் கலந்துகொள்வாள். பள்ளி நாடகங்களில் நடனம் ஆடுவாள். தெரிந்தவர் தெரியாதவர் எல்லாரையும் ஏதோ வினவுவது போல விஷமக் கண்களுடன் பார்ப்பாள். ரங்கராமானுஜனுக்கு நான் மிகவும் முக்கியமானவன் ஆகிவிட்டேன். அவன் கிரிக்கெட் விளையாடக் கிருஷ்ணசாமி வீட்டுக்குப் போவதற்கு முன் என்னை ஒருமுறை பார்த்துவிட்டுப் போக ஆரம்பித்தான்.

எனக்கும் கிருஷ்ணசாமி கோஷ்டிக்கும் நிலவிய உறவை ஆரம்பத்தில் அவன் மதித்து வாயைத் திறக்காமல் இருப்பான். என் வீட்டிற்கு வந்தால் ஐந்து பத்து நிமிஷங்களுக்குள் அலுப்புத் தட்டி அவன் கிரிக்கெட் ஆடப்போவான். நான் மாரிஸ், வஹாப் போன்றவர்களைத் தேடிப் போவேன். நான் ஆடிய விளையாட்டுகளில் கில்லி தாண்டு தவிர மற்ற ஆட்டங்களில் தொடர்ச்சியான அனுபவம் அதிக நிபுணத்துவத்தைத் தோற்றுவிக்காது. மரக்குரங்கு ஆட்டமும் சவாபர் கோலி விளையாட்டும் நுணுக்கங்கள் நிறையப் பெற்றிருக்கவில்லை. இதனாலேயே இவ்வாட்டங்கள் சில நாட்களுக்கு மேல் சுவாரஸ்யம் ஏற்படுத்தாது. ஒருநாள் ரங்கராமானுஜன், "நீயும் சும்மா என்கூட வாயேன்" என்று அழைத்தபோது அவனுடன் போனேன். கிருஷ்ணசாமி கோஷ்டியில் அவனுடைய இரு மாமாக்களுக்கு அடுத்தபடியாகப் பெரிய பையன்கள் கிருஷ்ணசாமியும் ரங்கராமானுஜனும்தான். மாமாக்கள் இருவருக்கும் பையன்களுடன் ஆடும் கிரிக்கெட் சலிப்புத் தர ஆரம்பித்திருக்க வேண்டும். ஆதலால் அவர்கள் பல நாட்களில் காணப்பட மாட்டார்கள். கிருஷ்ணசாமி ரங்கராமானுஜன் தலைமையில்

சுமார் பத்துச் சிறுவர்கள் கால் பாதுகாப்புத் தடுப்பு ஒன்று, ஒரு கிரிக்கெட் மட்டை, நான்கு ஸ்டம்புகள், ஒரு பழைய கிரிக்கெட் பால் சகிதம் எங்கள் பாரக்ஸ் காம்பவுண்டிலிருந்து அரைமைல் தள்ளியிருந்த ஒரு மைதானத்தில் போய் கிரிக்கெட் ஆடுவார்கள். தினமும் பிராக்டிஸ் மாட்சுதான். ஒரு கோஷ்டிக்குக் கிருஷ்ணசாமி காப்டன். இன்னொன்றுக்கு ரங்க ராமானுஜன். நான் ஒரு மரத்தடியில் உட்கார்ந்திருக்க ரங்கராமானுஜன்தான் அவ்வப்போது என்னிடம் வந்து ஏதாவது பேசிவிட்டுப் போவான். அவனுக்குச் சமமானவனாக என்னைப் பாவித்து வந்ததால் கிருஷ்ணசாமியும் அவன் சகோதரர்களும் தங்களுடைய போர்க்குண உந்துதல்களைக் கட்டுப்படுத்தி வைத்திருந்தார்கள்.

என் வீட்டில் நாகரத்தினம் அடிக்கடி காணப்பட்டாலும் பக்கத்து வீட்டில் பியாரி பேகம் தவிர இன்னும் மூன்று நான்கு சுவாரஸ்யமான முஸ்லிம் பிறவிகள் இருந்தாலும், லான்சர் பாரக்ஸ் முதல் வரிசையில் உள்ள எல்லாச் சட்டைக் காரப் பெண்களுக்கும் நான் அந்தரங்கமானவன்போலச் சில நிகழ்ச்சிகள் நடந்தாலும் ரங்கராமானுஜனுக்கு அதெல்லாம் ஒன்றும் பயன்படாது என்று சீக்கிரமே தெரிந்துவிட்டது. எங்கள் வரிசைத் துலுக்கப் பையன்கள் எதற்கெடுத்தாலும் 'கியா பே ஸாலா' என்றுதான் பேச்சைத் துவக்குவார்கள். ரங்கராமானுஜனுக்கு அக்கா தங்கை யாருமில்லாமல் போனாலும் அவனால் ஸாலா போட்டுக் கூப்பிடுவதைத் தாங்கிக் கொள்ள முடியவில்லை மாரிஸுக்கும் டெரின்ஸுக்கும் அவனை அறிமுகப்படுத்தி ஒருநாள் லாரா சகிதம் நாங்கள் எல்லாரும் டிவோலியில் ஒரு சினிமாகூடப் பார்த்துவிட்டு வந்தோம். அந்த சினிமாவை ரங்கராமானுஜன்தான் சிபாரிசு செய்து அழைத்துப் போனான். அது அவன் தவறு. சினிமா லாரென்ஸ் ஒலிவியர் நடித்த ஷேக்ஸ்பியர் படைப்பான 'ஹென்ரி ஃபிஃப்த்.' லாரென்ஸ் ஒலிவியர் நடிப்பெல்லாம் ரசிக்கத்தக்க கட்டத்தை நாங்கள் யாரும் அடைந்திருக்கவில்லை. எனக்குத் தலைகால் புரியாவிட்டாலும் அப்படியே சினிமா பார்த்துவிட்டு வரப் பயிற்சி நிறைய இருந்தது. டெரின்ஸ்தான் ரகளை செய்த வண்ணம் இருந்தான். கொட்டகையிலே சிகரெட் பிடித்துக்கொண்டு வேண்டுமென்றே என் மீதும் ரங்கராமானுஜன் மீதும் புகைவிட்டான். நாலெழுத்துச் சொற்களாகப் பொழிந்தவண்ணமிருந்தான். பனங்கிழங்கைக் கடித்துக் கொண்ட லாரா தூ தூவென்று முன் நாற்காலியில் துப்பிக் கொண்டிருந்தாள் அங்கு யாராவது உட்கார்ந்திருந்தால்கூட அவள் துப்பியிருப்பாள். கிருஷ்ணசாமிக்கு நான் சட்டைக்கார

லோஃபர்களோடு இணக்கமாயிருப்பது பெரிய குற்றமாகத் தோன்றவில்லை. ஆனால் ரங்கராமானுஜன் விஷயத்தில் அவன் கடுமையான நடவடிக்கைகள் மேற்கொண்டிருக்க வேண்டும். ஒருநாள் கிரிக்கெட் ஆட்டத்தைத் தியாகம் செய்து விட்டு எங்களோடு ரங்கராமானுஜன் ஜாட்பந்தர் ஆடவந்தான். முழுக்க முழுக்க அவன்தான் மரத்தடியில் நின்று வட்டத் திலுள்ள குச்சியைப் பாதுகாத்து எங்களையும் பிடிக்க முயற்சி செய்யவேண்டியிருந்தது. அவன் எங்களில் யாரைப் பிடிக்கச் சிறிது மரமேறினால்கூட உடனே இன்னொருவன் கீழே குதித்துக் குச்சியைத் தொட்டுவிடுவான். அவன் வீசியெறிந்த குச்சியைத் துரத்திக்கொண்டு ரங்கராமானுஜன் ஓடுவான். ஒரு ராஜாவாக அவன் திகழ்ந்த கிரிக்கெட் ஆட்டத்திற்கும் மாரிஸூம் டெரின்ஸூம் சத்தாரும் வஹாபும் சிறிதும் ஈரப் பசையே இல்லாமல் அவனை அழ அழவைக்கும் மரக்குரங்கு ஆட்டத்திற்கும் எவ்வளவு வித்தியாசம்! இரண்டு மூன்று முறை நானாக அவனிடம் மாட்டிக்கொள்வதற்கு வசதியாக மரத்தின் கீழ்க்கிளைகளில் உட்கார்ந்துகொண்டேன். ஆனால் அவன் என்னை வந்து பிடிப்பதற்குள் யாராவது ஒருவன் விழுது வழியாக நொடியில் கீழே சறுக்கி வந்து குச்சியைத் தொட்டுவிடுவான்.

கல்லூரியிலும் பஸ் ஸ்டாண்டிலும் பஸ்ஸிலும் கிரிக்கெட் ஆட்டங்களிலும் உல்லாசமாகவே தோற்றமளிக்கும் ரங்க ராமானுஜன் அன்று அழுது பார்த்தேன். வாய்விட்டு அழாது போனாலும் அவனுள்ளே அவன் கதறிக்கொண்டிருந்தது அவன் முகத்தில் தெரிந்தது. அவன் முகத்தின் தொய்வு அதிகமாக அதிகமாக மாரிஸ் – டெரின்ஸூடைய மனிதவதைச் சுபாவம் கற்கால நாட்கள் அளவுக்குச் சென்றுகொண்டிருந்தது. ஒவ் வொரு முறையும் வேண்டுமென்றே குச்சியை காம்பவுண்டு சுவரைத் தாண்டிச் சாலையில் போய் விழும்படி எறிவார்கள். சுவரேறிக் குதிக்கும்போது ஒருமுறை ரங்கராமானுஜன் தடுக்கி விழுந்து முழங்காலில் நல்ல இரத்தக் காயமாகப் பட்டுவிட்டது. அப்போதும் அவன் ஆட்டம் கொடுக்க வேண்டும் என்று எல்லாரும் வற்புறுத்தினார்கள்.

இதெல்லாம் ஆன பிறகும் ரங்கராமானுஜன் மீண்டும் என்னுடன் பேசுவான் என்று நான் எதிர்பார்க்கவில்லை. ஆனால் அவன் என் வீட்டிற்கு வந்தான். பியாரி பேகம் – நாகரத்தினத்தின் ஈர்ப்பு சக்தி மிகவும் அதிகமானதாக இருக்க வேண்டும். நானும் மரக்குரங்கு ஆட்டத்தில் எவ்வளவோ நாட்கள் ரங்கராமானுஜத்தைவிட அதிகமாக அலைக்கழிக்கப்

பட்டிருக்கிறேன். அடிபட்டுக்கொண்டிருக்கிறேன். ஓட ஓட விரட்டப்பட்டிருக்கிறேன். ஆனால் அதில் ஒரு சிறிய பங்கே என்னைவிடப் பெரியவனும் அனுபவசாலியுமான ரங்கராமானுஜனுக்குப் புகட்டப்பட்டபோது பரிதாபமாக இருந்தது. அதன் பேரில்தான் நான் அவனுடன் கிருஷ்ணசாமி சகோதரர்கள் கிரிக்கெட் விளையாடும் இடத்திற்குப் போனேன். முதலில் இரண்டு மூன்று நாட்கள் வெறுமனே மரத்தடியில் உட்கார்ந்து ஆட்டத்தையும் அந்தச் சுற்றுப்புறத்தையும் வேடிக்கை பார்த்துவிட்டு ரங்கராமானுஜத்துடன் மட்டும் பேசிக்கொண்டு வீடு திரும்பினேன். அப்புறம் ஒருநாள் என் பக்கம் வந்த பந்தை ஆட்டக்காரர்களிடம் எடுத்துத் தந்தேன். ஒருநாள் அநேகமாக இருட்டிவிட்ட நேரத்தில் ரங்கராமானுஜன்' என்னையும் ஆட்ட மைதானத்திற்குள் வரச்சொல்லி மட்டையை வீசச் சொன்னான். அதற்குப் பிறகு நானும் அந்தக் கோஷ்டியில் கிரிக்கெட் விளையாடுபவனாக மாறுவதற்கு அதிக நாட்கள் ஆகவில்லை.

நானும் கிருஷ்ணசாமி சகோதரர்களும் பல ஆண்டுகள் விரோதிகளாக இருந்து, ரங்கராமானுஜன் காரணமாக அவர்கள் கோஷ்டியில் சேர்ந்ததில் எனக்கு ஒரு தனியான அந்தஸ்து கிடைத்தது. சாதாரணமாகக் கிருஷ்ணசாமியின் தம்பியும் என் வகுப்பில் படித்துவந்தவனுமான பாலு அளவில்தான் என்னை வைத்திருப்பார்கள், நடத்தியிருப்பார்கள். ஆனால் இப்போது என்னை ரங்கராமானுஜனுக்குச் சமமானவனாகப் பாவிக்க வேண்டியிருந்தது. பாலுவே என்னிடம் சற்று விலகித்தான் இருந்தான். அவன் சந்தானத்தோடு கிரிக்கெட் விளையாடியபோது பரமசூரனாக இருந்திருக்கலாம். ஆனால் இவர்கள் விசுவாசமான கிரிக்கெட்டை வெகுநாட்களாக ஆடிப் பழகியவர்கள். கிருஷ்ணசாமி மிக நன்றாக போலிங்க் பாட்டிங்க் இரண்டும் செய்வான். ரங்கராமானுஜனிடம் ஸ்டைல் நிறைய இருக்கும், ஆனால் பாட்டிங்க் சுமாராகத்தான் செய்வான். கிருஷ்ணசாமியின் தம்பிகள் பாலு, கோகு இருவரும் நன்றாக போலிங்க் போடுவார்கள். அதிலும் கோகு ஒரு ஓவரில் ஆறு பந்துகளில் மூன்று நடு ஸ்டம்புக்கு நேரே வரும்படியாகப் போடுவான். நான் அவர்களோடு கிரிக்கெட் ஆடிய ஆரம்ப நாட்களில் எனக்கு மட்டையடிக்க முறை வரும்போதெல்லாம் சொல்லி வைத்தாற்போல் கோகு போலிங்க் போடுவான். அநேகமாக முதல் பந்தே விக்கெட்டுக்கு நேராக வரும். அவன் கையிலிருந்து விடுபட்டு என் விக்கெட்டை அடைய இருக்கும் ஒன்றரை இரண்டு வினாடிக்குள் பந்து இலக்கை அடைந்து

விடும் என்பதை நன்றாகக் கண்டுகொள்ள முடிந்தும் என்னுடைய மட்டை மற்றும் பயிற்சி பெறாத கை, கால் உடலியக்கத்தால் ஒன்றும் செய்ய முடியாத துர்ப்பல உணர்வில், கோபத்தில், சோகத்தில், நிராசையில், ஏக்கத்தில், பரபரப்பில் ஏதோ செய்வேன். அப்படிச் செய்த கால் விநாடிக்குள் ஐந்தரை அவுன்சு கனமுள்ள தோலுறைகொண்ட பந்து இரு நுனிகளில் உலோகப் பூண்களிடப்பட்ட குச்சிகளில் மோதியபின் உண்டாகும் சப்தத்திற்காக மிகுந்த எதிர்பார்ப்புடன் காத்திருப்பேன். அதில் ஏமாற்றம் இருக்காது. வேறு யார் அவுட் ஆனாலும் பீறிக்கொண்டு வரும் வெற்றிக் கோஷம் நான் அவுட்டாகும் போது வராது. எல்லாரும் துரதிர்ஷ்டம் என்பார்கள். பெட்டர்லக் நெக்ஸ்ட் டைம் என்பார்கள். கிருஷ்ணசாமிக்கு இணையானவன் ரங்கராமானுஜன். சில விஷயங்களில் அவனைவிட உயர்த்தி. அந்த ரங்கராமானுஜனுக்கு நான் அருமைச் சகா. எனக்குக் கிடைத்த பீடத்தில் அமர்ந்துகொண்டு நான் எவ்வளவு மோசமாக கிரிக்கெட் விளையாடினால்கூட வெகு ஜாக்கிரதையான விமரிசனங்கள்தான் வந்தன. ரங்கராமானுஜன் வரையில் என் கிரிக்கெட் ஆட்ட நிபுணத்துவம் எங்கள் நட்பை நிர்ணயிக்கும் ஒரு காரணியாக இருக்கவில்லை. நான் அவனுக்குச் சமானமாக நடத்தப்படுகிறேன் என்ற காரணத்தினால் கிரிக்கெட் ஆடத்துவங்கும் சிறுவனுக்குரிய பயிற்சியும் சொல்லிக் கொடுத்தலும் வாய்ப்பும் எனக்குக் கிடைக்கவில்லை. நான் மட்டையை எடுத்துக்கொண்டு போவேன். கோகு போலிங்க் போடுவான். நான் ஆட்டம் இழந்து அடுத்தவனிடம் மட்டையைக் கொடுத்துவிட்டு வருவேன்.

மாரிஸனுடைய பெரிய அக்கா இளைத்துக்கொண்டே போனாள். டெரின்ஸ் ஒருமுறை வீட்டைவிட்டு ஓடிப்போய்த் திரும்பி வந்தான். பம்பாய்த் துறைமுகத்தில் ஒரு பெரிய வெடி விபத்து ஏற்பட்டு அந்தப் பகுதியில் ஏகப்பட்ட மக்கள் தொகையும் கட்டிடங்களும் நாசம். எங்கள் லான்சர் பாரக்ஸில் இருந்த ஒரு பார்ஸிக் குடும்பத்தினர் உறவினர் வீட்டில் இந்த வெடி விபத்தில் கூரையைப் பொத்துக்கொண்டு ஒரு பெரிய தங்கப்பாளம் வந்திறங்கியதாம். பாரதி எட்டயபுரம் நினைவுச் சின்ன நிதிக்காக எங்களூரில் எங்கள் அப்பாவும் இன்னும் இருவரும் பணம் சேர்த்த விவரம் ‘கல்கி’ பத்திரிகையில் மாதக் கணக்கில் வெளிவந்த நீண்ட நீண்ட பட்டியலில் இருவரிகளாக இடம்பெற்றன. முகம்மதுஅலி ஆக்ஷனில் நாங்கள் வாங்கிய பழைய ஜி.ஈ.சி. ரேடியோவில் மாலை நேரங்களில் மட்டும் கேட்கும் சென்னையும் திருச்சியும் நாளுக்கு நாள் தாங்கமுடியாத கரகரப்பு சப்தத்தையும் சேர்த்து உண்டாக்கின.

ரெஜிமெண்டல் பஜாரில் ஒரு சிறிய மசூதிக்கு எதிரே இருந்த ஒரு காய்கறிக் கடையும் ஒரு பலசரக்குக் கடையும் மூன்று பூக்கடைகளும் நாசம் செய்யப்பட்டன. போலீஸ் மூன்று முறை சுட்டதில் ஒரு சிறுவனுக்கு முழங்காலுக்கடியில் குண்டடி.

கிருஷ்ணசாமி வடக்கே எங்கோ ஏதோ அப்ரெண்டிஸ் வேலை கிடைத்து, படிப்பைப் பாதியில் விட்டுவிட்டு ஒரு வாரத்தில் கிளம்பிப் போனான். கிரிக்கெட் ஆட்டத்தில் நானும் ரங்கராமானுஜனுமாகக் கட்சி பிரித்துக்கொண்டு நடத்தினோம். இப்போது எங்கள் கோஷ்டியில் மூன்று தெலுங்குப் பையன்கள் சேர்ந்துகொண்டிருந்தார்கள். வேண்டுமென்றே முழுக்க முழுக்கத் தமிழில் பேசி அவர்களைப் பலவித இம்சைகளுக்கும் உட்படுத்தினவர்கள் கூட அவர்கள் சிகந்தராபாத் ஹைதராபாத் நகரங்களில் பல இடங்களில் நிலவும் பீதியைப் பற்றிச் சொல்லும்போது ஆழ்ந்த கவனத்தோடு கேட்டுக்கொள்வோம்.

தவறாமல் என்னைக் கோகு முதல் நான்கைந்து பந்துகளுக்குள் அவுட் ஆக்கிய வண்ணம் இருந்தான். நாங்கள் கிரிக்கெட் ஆடிய மைதானத்திலேயே சில முஸ்லீம்கள் ஹாக்கி பழகிக்கொள்ள வந்தார்கள். அவர்களுடைய வெள்ளைப் பந்தைத் தற்செயல் மாதிரி எங்கள் பக்கமே அடிப்பார்கள். ஒருநாள் எங்கள் கோஷ்டியில் காமேஷ் என்கிற பையன் அவர்களுடைய பந்தைப் பொறுக்கி வேறு திசையில் எறிந்தான். அவர்கள் அவ்வளவு பேரும் எங்களை ஹாக்கிக் கட்டைகளால் அடிக்க வந்தார்கள். பத்மநாபன் என்பவனை மண்டையில் அடித்து ரத்தக்காயம் வரும்படி செய்துவிட்டு அடுத்த கணமே மறைந்துவிட்டார்கள். பத்மநாபனுடைய அப்பா பெரிய அதிகாரி. அவர் ஏதாவது செய்வார் என்று எதிர்பார்த்தோம். ஆனால் அவர் பேசாமல் இருந்துவிட்டார். நாங்கள் இரண்டு நாட்கள் விளையாடப் போகாமல் இருந்தோம். அப்புறம் தெரிந்தது அவர்களும் வரவில்லை என்று. மீண்டும் அந்த மைதானத்திற்குச் சென்று ஆட ஆரம்பித்தோம். அந்த மைதானத்தை விட்டுவிடுவதற்கு மனமில்லாத காரணம் பணம் செலவழித்து நல்ல 'பிச்' தயார் செய்திருந்தோம். ரங்கராமானுஜன் பிரமாதமாக போலிங் செய்தான். கிருஷ்ணசாமி போன பிறகு ரங்கராமானுஜன் காப்டனாகவும் நான் வைஸ்காப்டனாகவும் இருந்துகொண்டு இன்னொரு கோஷ்டியோடு மாட்ச் விளையாடினோம். அவர்கள் எண்பத்தொரு ஓட்டங்களுக்கு அவுட்டாகி விட்டார்கள். நாங்கள் ஆடிய போது அவர்கள் ஆள் ஒருவன் ஸ்கோரிங் செய்தபடி நாங்கள்

எழுபத்தேழு ஓட்டங்களுக்கு அவுட். எங்கள் ஸ்கோர் புக் பிரகாரம், அதுவும் முக்கால்வாசி ரங்கராமானுஜன் குறித்த படி, நாங்கள் நூத்திரண்டு ஓட்டம் எடுத்திருந்தோம். அவர்கள் 'சீடிங்க், சீடிங்க்' என்று கத்தியபடி ரங்கராமானுஜத்தைக் கையெழுத்திடச் சொன்னார்கள். அவனும் மற்றவர்களும் ஓடிவிட்டார்கள். நான் மாட்டிக்கொண்டேன். வைஸ்காப்டன் என்பதினால் என்னைக் கையெழுத்துப் போட வைத்தார்கள். நான் என் பெயர் எழுதாமல் 'ராமசாமி' என்று கிறுக்கினேன். நான் அன்று எடுத்த ஓட்டமும் வழக்கம்போல் ஜீரோ. அந்தக் கோஷ்டியிலும் ஒரு கோகு இருந்தான்.

திடீரென்று ஒருநாள் ரங்கராமானுஜன் ஊருக்குப் போகப் போவதாகச் சொன்னான். அவர்கள் குடும்பமே கிளம்பியது. அவன் போனவன் அப்புறம் சிகந்தராபாத்துக்குத் திரும்பவில்லை.

நான் கிரிக்கெட் கோஷ்டிக்கு காப்டனானேன்.

3

வேகமாக வீடு திரும்பி வந்துகொண்டிருந்த சந்திர சேகரனை நரஸிம்ஹராவ் ராணிகஞ்ச் ரெயில்வே பாலத் தருகே கை நீட்டி நிறுத்தினான். "எக்கடரா போய் ஒஸ் தினாவு?" என்று கோபமாகக் கேட்டான்.

"கிரிக்கெட் பிராக்டிஸ்."

"எங்கே?"

"காலேஜிலே."

"தூ."

"என்ன தூ?"

"உனக்கு வெக்கமாயில்லேடா பாதிக்காரங்களோட சேர்ந்து விளையாடறது?"

சந்திரசேகரனுக்கு வெகுநாட்களுக்கு எது பாதி என்று சொல்லப்படுகிறது என்று தெரியாமல் இருந்தது. அவர்கள் வீடருகில் வசிக்கும் மாரிஸ் என்ற ஒரு சட்டைக் காரப் போக்கிரிப் பையன்தான் ஒருமுறை ஒரு முஸ்லிம் சிறுவனை நிஜாரவிழ்த்துச் சந்திரசேகரனுக்கு விஷயம் புரியும்படி செய்தான்.

"அப்புறம்?"

"நாஸிர் அலிகான்தானே காப்டன்?"

"ஆமாம். அப்புறம்?"

"தூ."

"சரி, நான் வர்ரேன். சைக்கிளுக்கு லைட் கிடையாது. இப்பல்லாம் உடனே பிடிச்சுடறாங்க."

"இங்கே போலீஸ்காரங்கல்லாம் யாருடா? ஒத்தன் பாக்கி யில்லாமே முஸ்லிம்தானே? அதுக்குத்தானே நம்பளைப் பிடிக் கிறான். ஊரிலே எந்த ரஜாக்கர் தேவடியா மகன் சைக்கிளுக்கு லைட் ஏத்திண்டு போகிறான்? அவுங்களைப் பிடிக்கறானா? தெருத் தெருவாக் கத்தியும் கபடாவும் தூக்கிக்கொண்டு அலைய றாங்களே, அவுங்களைப் பிடிக்கறானா இந்தப் போலீஸ்காரன்? நீ வெக்கமில்லாமே அவுங்களோடு போய் விளையாடிட்டு வரயே? இது விளையாடற காலமாடா இது? நாஸிர் அலிகானுக் குச் சேவகம் பண்ணி விளையாடிட்டு வரயே, யாருடா இந்த நாஸிர் அலிகான்? இவன் அப்பன்தானேடா ரஜாக்கர்களுக்கு மிலிடிரி டிரெயினிங்க் தந்துண்டு இருக்கான் இப்போ?"

சந்திரசேகரனுக்கு இந்த நரஸிம்ஹராவால் அவன் முன் னால் நிற்கும் எவனையும் முட்டாள், சுத்தமாக ஒன்றுமறியாத வன் என்று எப்படி நடத்த முடிகிறது என்று ஆச்சர்யமாக இருந்தது. அவனும்தான் நாஸிர் அலிகான் அப்பா பற்றித் தெரிந்தவன். நாஸிர் அலிகானுடைய முழுக் குடும்பத்தையே அவனால் ஒருமுறை நன்றாகவே பார்க்க முடிந்திருக்கிறது. நாஸிர் அலிகானுடைய தங்கையை ஒரு மானிடப் பெண் என்றே அவனால் நினைக்க முடிந்ததில்லை. நாஸிர் அலிகா னுடைய அப்பா மட்டும் அந்தப் பெரிய மீசையும், சிவந்த கண்களும், பிரமாண்டமான உடலமைப்பும் இல்லாதவனா யிருந்தால் அவனும் ஒரு விசேஷ சிருஷ்டி என்றுதான் கொள்ள வேண்டும். நாஸிர் அலிகான் ஒருவன்தான் ஓரளவு சந்திர சேகரன் போன்றவர்களைச் சில விஷயங்களில் ஒத்திருந்தான். அவனுடைய அதிகார அட்டகாசத்துடன் மிகச் சாதாரண மானவர்களோடும் அவ்வப்போது பழகக்கூடிய மனப்பாங்கு இருந்தது. இன்றைக்குச் சந்திரசேகரன் அதைப் பிரத்யட்சமாகக் கண்டான். இன்று நடந்தது இதுதான்.

நாஸிர் அலிகான் 'நெக்ஸ்ட்' என்று சொல்லியும் அப்போது ஆடிக்கொண்டிருந்தவன் இன்னும் இரண்டு முறை மட்டை யடித்தான். நாஸிர் அலிகான் உரத்த குரலில், ஆங்கிலத்தில், "வெளியே போடா!" என்று கத்தினான். தனக்கென்று ஓர் உத்தரவிற்காகக் காத்திருக்காமல் சந்திரசேகரன் பயிற்சி வலைக் குள் சென்று விக்கெட் முன்னால் சென்று நின்றுகொண்டான்.

அது அவனுக்கு முற்றிலும் புதிய சூழ்நிலை. தன்னைச் சுற்றி மூன்று பக்கங்களில் மிருகக்காட்சி வலைபோலக் கட்டப் பட்டது. ஒன்றின் நடுவில் அவன் கிரிக்கெட் ஆடியதோ ஆடப் பழகிக்கொண்டதோ கிடையாது. பந்தெறிபவர்கள் திசை தவிர மற்ற மூன்று பக்கங்களில் ஆளுயரத்திற்கு உறுதி யான கயிற்றினாலான வலை. அந்தப் 'ப'னாவின் ஒவ்வொரு

முனைக்கும் ஒரு கம்பம். அந்தக் கம்பங்களில் வலை நன்றாக இழுத்துக் கட்டப்படாததால் ஊசலாடிக்கொண்டபடி இருந்தது அவனை யாரோ விடாமல் கைதட்டிக் கூப்பிட்டுக்கொண் டிருந்த மாதிரி இருந்தது. சந்திரசேகரன் போலிங்க் போடுகிற வர்களைப் பார்த்தபடி நின்றான். நல்லபடியாக அவனுக்கு முதலில் பந்தெறிந்தவன் மெதுவாகப் போடுகிறவன். பந்து சந்திரசேகரனுக்குப் பத்தடி முன்னால் விழுந்து குதித்து வந்தது. சந்திரசேகரன் அதை மெதுவாகத்தான் தட்டினான். ஆனால் அது சூட்சுமமான இடத்தில் தாக்கப்பட்டிருக்க வேண்டும். பந்து சீறிக்கொண்டு சென்றது. அடுத்த பந்து வேகமாகப் போடப்பட்ட பந்து. அநேகமாகச் சந்திரசேகரன் நிற்குமிடத் தருகே நேராக வந்தது. தற்காப்பின் பொருட்டே மட்டையை அங்கே நகர்த்தினான். இம்முறை அது மட்டையால் திசை திருப்பப்பட்டு வெகு வேகமாகப் பின்நோக்கிப் பறந்தது. அடுத்த கணம் அது தடைபட்டு, வலை பயங்கரமாக ஆடியது.

ஆனால் அதன் பிறகு அவன் ஆடிய முடிவுறா நிமிஷங் களில் ஒருமுறைகூட ஒழுங்காகப் பந்தைத் தடுக்கவோ அடிக்கவோ முடியவில்லை. இரு முறை பந்து விக்கெட்டை வீழ்த்தியது. ஒரு முறை நேராக அவன் தொடையில் விழுந்து தாக்கியது.

சந்திரசேகரன் ஒவ்வொரு கணமும் நாஸிர் அலிகானிட மிருந்து ‘நெக்ஸ்ட் பாட்ஸ்மென்’ என்ற உத்தரவு வரும் என்று காத்திருந்தான். அவனுக்கு முதல் நிமிஷமே தன்னுடைய கிரிக்கெட் ஆட்டத் திறமை பற்றிய மயக்கங்கள் எல்லாம் தகர்ந்துபோனதாகத் தோன்றிற்று. தனக்கும் இந்த ஆட்டத் திற்கும் யாதொரு சம்பந்தமுமில்லை. ஆட்டத்துடன் எதைச் சம்பந்தம் என்று சொல்வது? எந்தச் சூழ்நிலையிலும் எவரோடு ஆடினாலும் நன்றாக ஆட வேண்டும். நன்றாக ஆடுவதென் றால் என்ன? எல்லா ஆட்டத்திற்கும் ஓர் ஆரம்பம், ஒரு முடிவு, ஆரம்பத்திலிருந்து முடிவு நோக்கி ஒருவிதப் பயணம். இது முன்னோக்கியே செல்லும் பயணம். இந்தப் பயணத்தை ஒருவன் எவ்வளவு விரைவாக, எவ்வளவு திடமாகத் தடுமாற்ற மில்லாமல் முடிக்கிறானோ அந்த அளவுக்கு அவன் நல்ல ஆட்டக்காரன். ஆனால் இப்படி ஆடுவது மட்டும் ஒருவனை நல்ல ஆட்டக்காரனாக்கி விடுவதில்லை. அவனுக்கு ஆட்டத் தைப் பற்றிய விசேஷ நுண்ணுணர்வு இயல்பாகவே இருக்க வேண்டும். அல்லது ஏற்பட்டிருக்க வேண்டும். அவன் உடல் முழுக்க அந்த ஆட்டத்தை ஆடவேண்டும். எல்லாப் புலன்களும் அந்த ஆட்டத்தை ஆடவேண்டும். ஓர் உச்சக் கட்டத்தில் ஆட்டத்துடன் ஈடுபட்டிருக்க வேண்டும். நாஸிர் அலிகான்

ஆடும்போது இதைப் பார்க்க முடியும். எதை நம்பி இப்படி இந்தக் கூண்டுக்குள் அகப்பட்டுக்கொண்டிருக்கிறோம்? பந்தை வீசியெறிந்தே என்னைத் தவிடு பொடியாக்கி விடுவது என்று கங்கணம் கட்டிக்கொண்டவர்கள் போலல்லவா இந்த நால்வரும் மாற்றி மாற்றி போலிங்க் செய்துகொண்டிருக்கிறார்கள்? ஏன் சாதாரணமாக மெதுவாக போலிங்க் செய்பவர்கள்கூட இப்படிப் பேயறைவதுபோல வீசியெறிகிறார்கள்? வெளியிலிருந்து பார்க்கும் போது மிக எளிதாகத் தோன்றும் இந்த நெட் பிராக்டிஸ் வலைக்குள் போய் விட்டால் எவ்வளவு பயங்கரமாக இருக்கிறது? இந்த வலை படபடவென்று அடித்துக்கொண்டே இருக்கிறது. ஆனால் இப்படிப் படபடக்கும் வலையும் இடைவெளியே விடாமல் பந்து எறியப்பட்டும் கூடத் தனக்கு முன் ஆடியவன் பதட்டப்படாமலே ஆடினான். உற்சாகத்துடன் ஆடினான். காப்டன் கோபித்துக்கொள்வான் என்று தெரிந்தும்கூடத் தான் ஆடிக்கொண்டே இருக்க வேண்டும் என்று அந்த உற்சாகம் தூண்டியிருக்கிறது. அவனை இன்னும் நிறைய நேரம் ஆடச் சொல்லியிருக்கலாம். அல்லது இவ்வளவு சீக்கிரம் என்னை ஆடச் சொல்லாமலிருக்கலாம். போலிங்க் போடு என்றபோதே முடியாது என்று சொல்லிவிட்டேன். இப்போது பாட்டிங்க் செய் என்றபோதும் முடியாது என்று சொல்ல முடியுமா? அப்படி என்றால் எதற்கடா நீ இங்கே வந்தாய் என்று கேட்கலா மல்லவா? இதோ சுந்தர்சிங் மீண்டும் ஓடி வருகிறான். இவனுக் கும் எனக்கும் எவ்வளவோ நாட்களாக ஒத்துப்போவதில்லை. அதற்குத் தகுந்தாற்போல் அடுத்தடுத்து ஏதாவது எங்களிரு வரிடையே நிகழ்ந்துகொண்டே வருகிறது. சிகந்தராபாத்திலேயே அந்த டிக்கெட் விஷயம். அவன் வீட்டுப் பக்கத்திலேயே நால்வரிடம் நான் காலேஜ் டிராமா டிக்கெட் விற்றுவிட்டு வந்திருக்கிறேன். இவன் போனபோது அவர்கள் யாரும் அவ னிடம் வாங்கவில்லை. அதற்காக என்னிடம் வந்து கத்தினான். அப்புறம் அந்தப் பத்மா சிவராவ் விஷயம். இந்த சயன்ஸ் பிரிவிலேயே பெண்கள் மிகக் குறைவு. இருக்கும் ஐந்தாறு பெண்களில் கொஞ்சமாவது பார்க்கச் சகிக்கக்கூடியவள் பத்மா சிவராவ்தான். பிராக்டிகல்ஸ் மேஜைகளில் உள்ள அலமாரி களில் ஒவ்வொன்றையும் இருவர் பகிர்ந்துகொள்ள வேண்டும். முதலில் சுந்தர் சிங்கும் பத்மா சிவராவும் என்றுதானிருந்தது. ஆனால் அவளாக டிமான்ஸ்ட்ரேட்டரிடம் சொல்லி அதை மாற்றினாள். அவளுக்கு சுந்தர்சிங் கிருதாவைப் பார்த்ததும் பயம் ஏற்பட்டிருக்க வேண்டும். மிகவும் பயந்த சுபாவம். பயம் என்றில்லாவிட்டாலும் ஏதோ ஒரு தற்காப்பு உணர்ச்சி. ஆஜர் பட்டியலில் அவள் பெயருக்கும் என்னுடையதற்கும் நடுவில் குறைந்தது முப்பது பெயர்களாவது இருந்திருக்க

வேண்டும். ஆனால் எப்படியோ என்னோடு அலமாரியைப் பகிர்ந்துகொள்ள நேர்ந்துவிட்டது. அந்த ஆத்திரம் இதோ இங்கே சுந்தர்சிங் போலிங்க் போடுவதில் தெரிகிறது. சரியான காட்டுமிராண்டிபோலத் தலைக்கு நேரே போடுகிறான். வேண்டுமென்றே தனக்கு இடைவெளியே தராமல் போடு கிறான். இந்த வலையில் விக்கெட் முன்னால் விரித்திருக்கும் பாய் வேறு கழுத்தையறுக்கிறது. இதையும் ஒழுங்காக இழுத்து மூலைகளில் சரியாக ஆணி அடித்துப் பொருத்தவில்லை. எங்கெங்கோ தூக்கிக்கொண்டிருக்கிறது. நான் நிற்கும் இடத் தில் பெரிதாகக் கிழிந்திருக்கிறது. கிழிந்த இடம் காலில் மாட்டித் தடுக்கிறது. இதோ இன்னொரு பந்து. இது மெதுவாக வரும் பந்து. இதைப் போடுகிறவன், மெதுவாகப் போடுகிறவன். பந்து அவன் கையிலிருந்து ஒரு வளைவாக மேலே எம்பிக் கீழே விழுந்து ஒரு சுழற்சியுடன் திசை மாறி வரும். எவ்வளவு சுலபமாக ஆடவரும் பந்து இப்போது என்னை மீறிக்கொண்டு போகிறது. எங்கேயோ விழுகிறது அது. நான் எங்கேயோ மட்டையை வைக்கிறேன். நெட் பிராக்டிஸ்போது எவனும் தடுத்துக்கொண்டிருப்பதில்லை. எவ்வளவு நன்றாக எறியப் பட்ட பந்தாக இருந்தாலும் அதை அடிக்கத்தான் முயற்சி செய்கிறார்கள். அடிக்கிறார்கள். எனக்கு முன்னால் ஆடியவன் நொறுக்கித் தள்ளினான். நான் தடுக்கப் பார்க்கிறேன். அதை யும் சரியாகச் செய்ய முடியவில்லை. ஒவ்வொரு தடவையும் பந்து என்னை மீறிப் போகிறது. மறுபடியும் சுந்தர்சிங், ராஸ்கல். பிளாக்கார்ட், இவனை எல்லாம் யார் போலிங்க் போடச் சொல்கிறார்கள்? என்னை பாட்டிங்க் செய்யச் சொன்னவன் தான். இப்படி ஒவ்வொரு பந்தும் புல்டாஸ்ஸாகத் தலைக்கு நேரே போடுகிறவனுக்கு எந்த மாட்சில் போலிங்க் கிடைக்கும்? அதற்காகத்தான் இங்கே கும்மாளம் அடிக்கிறான். கும்மாளம் அடிக்கிறான் ரைட். எல்லோருமே கும்மாளம்தான் அடிக் கிறார்கள். நானும் கும்மாளம் அடிக்க வேண்டியவன் கூண்டில் சிக்கிக்கொண்ட எலிபோலத் தவிக்கிறேன். இந்தப் பந்து விக்கெட்டுக்கு நேரே வருகிறது. ஒன்றும் பிரமாதமில்லை. இப்படி இடது காலை முன்னே வைத்து பாட்டைக் கீழே கொண்டுவந்தால் போதும், பந்து அதுவாக எக்ஸ்ட்ரா கவர் திசையில் போகும். சீ! இதை விட்டாயிற்று. மறுபடியும் போல்ட். மாட்சில் இந்த அவமானம் இல்லை. போல்ட் ஆகிவிட்டால் பேசாமல் கிளம்பிப் போய்விடலாம். இங்கே நாமே விக்கெட் டைச் சரிசெய்துகொண்டு மீண்டும் ஆடத் துவங்க வேண்டும். என்ன ஆட்டம் வேண்டியிருக்கிறது? ஒவ்வொரு பந்தும் அடி படத் தவறிப் பின்னால் வலையில் போய் மோதிக்கொள்கிறது. அந்தப் பந்துகளைப் பொறுக்கி எடுத்துப் போடும் அவமானம்

வேறு. நான் பாட்டிங் பிராக்டிஸ் செய்கிறேனா, பந்தைப் பொறுக்கி எடுத்துப் போட பிராக்டிஸ் செய்கிறேனா? இப்போது நாஸிர் அலிகானே போலிங்க் போட வருகிறான். இன்று ஹைதராபாத் ஸ்டேட்டிலேயே மிக நன்றாக ஆஃப் பிரேக் போடக்கூடியவர்களில் ஒருவன். இவன் போடுவது கொஞ்சம் கொஞ்சம் நான் போடுவது போலிருக்கிறது. நானும் இவன் மாதிரி ஐந்தாறு வயதிலேயே நன்றாக கிரிக்கெட் விளையாடுகிறவர்களோடு பயிற்சி பெற்று, சதா சர்வ காலமும் கிரிக்கெட் பற்றியே நினைவாக இருந்தால் இன்று இவன் மாதிரி அல்லது இவனைவிட நன்றாகப் போடமுடியும். அப்படிச் சொல்வதற்கும் இல்லை. கிரிக்கெட் நன்றாக ஆடுவ தென்பது உடலின் ஒவ்வொரு அசைவிலும் இருக்கிறது. அது என்னிடம் இல்லை. இதோ நாஸிர் அலிகான் பந்து. ரொம்ப முன்னாலேயே இறக்கி விட்டான். அப்படியே வலது காலைப் பரத்திவைத்துத் திரும்பி நின்று ஓங்கி அடிக்கவேண்டிய பந்து. சரியாக அடிபட்டால் ஸ்கொயர் லெக்கில் நிச்சயம் பவுண்டரி. ஐயோ! பளார். இதைத் தவறவிட்டாயிற்றே. பந்து என்னை அடைவதற்கு முன்னாலேயே மட்டையைச் சுழற்றி விட்டேன். இப்போது என்ன நடந்தது? தொடையில் நல்ல அடி. நாஸிர் அலிகான் 'ஸாரி தோஸ்த்,' என்றான். அவன் ஸாரி சொல்வதற்கு என்ன இருக்கிறது? என்னுடைய திறமை யின்மை. திறமையில்லாமலா ஒரு வருடம் ஒரு கிரிக்கெட் கோஷ்டிக்கு காப்டனாக இருந்து வெற்றிகரமாக நடத்தியிருக் கிறேன்? பொடியன்கள் பெரியவர்கள் எல்லோருமாகச் சேர்ந்து தான் கோஷ்டி. ஒழுங்காக மூன்று பேருக்குக்கூட கிரிக்கெட் பூட்ஸ் கிடையாது. நான்கூட முதல் மூன்று நான்கு மாதங்கள் வெறுங்காலுடன்தான் ஆடினேன். அப்புறம்தான் கிரிக்கெட் பூட்ஸ் தைத்துக்கொண்டேன். பன்னிரண்டு ரூபாய். ரொம்ப மலிவில்லை? மலிவுதான். ஆனால் அவ்வளவு எடுப்பாக இல்லை. இதைப் பன்னிரண்டு ரூபாய்க்குத் தைத்த மரத்தடி மோச்சிக்கு இவ்வளவுதான் தெரியும். சௌகரியமாய்த்தான் இருக்கிறது. இந்தப் பாய்தான் கிழிந்த இடத்தில் தடுக்கிறது. நாஸிர் அலிகான் மறுபடியும் போலிங்க் போடுகிறான். இதையாவது ஒழுங்காக ஆடவேண்டும். அப்பாடா தடுத்தாகி விட்டது. அடித்து நொறுக்க வேண்டிய பந்தை அடித்து நொறுக்க வேண்டிய நேரத்தில் தடுத்துக்கொண்டிருக்கிறேன். இப்போது அந்தக் குள்ளத் தடியன் போடுகிறான். இவனை போலிங்க் போடுகிறான் என்றே சொல்ல முடியாது. இவன் விட்டெறிகிறான். இதே மாதிரி பந்தய ஆட்டங்களில் போட்டால் நிச்சயம் இவனை அனுமதிக்கமாட்டார்கள். இவன் பந்து எங்கே விழுந்தாலும் ஒரே உருட்டல்தான். எப்படித்தான் இப்படித் தரையிலே

உருண்டு வருகிற மாதிரி போட முடிகிறதோ? நம்ம கோஷ்டியில் ராமநாதன் போடுகிற மாதிரி. அவனுக்கு 'கிரவுண்டு பால் போலர்' என்றே பெயர் வைத்தாயிற்று. சீ, இதையும் தவற விட்டாயிற்று. இனிமேல் இந்த நெட் பிராக்டிஸுக்கே வரக்கூடாது. நெட் பிராக்டிஸுக்குப் போகாமல் கல்லூரி கிரிக்கெட் கோஷ்டியில் இடம் பெற முடியுமா? முடியாது. நிச்சயமாக முடியாது. ஒருவேளை மிகப்பெரிய ஆட்டக்காரனாக அறியப்பட்டு, மிகப்பெரிய ஆட்டக்காரன் என்று சந்தேகமற நிரூபித்துக் காட்டியிருந்தால் அது சாத்தியமாகலாம். அப்படிப் பார்த்தால் அந்த மாதிரி செய்திருப்பவன் நாஸிர் அலிகான். அவனுடைய கிரிக்கெட் திறமையைப்பற்றி யாரும் சந்தேகப்பட முடியாது. அவன் எல்லாரையும்போலப் பந்து பொறுக்கிப் போடுகிறான். போலிங்க் போடுகிறான். இன்னும் இவன் பாட்டிங்க் செய்யவில்லை. அது மிதமிஞ்சிய சுயநம்பிக்கையினாலா, தான் காப்டன் என்பதாலே உரிய சலுகைக்கு மேல் எடுத்துக்கொள்ளக் கூடாது என்ற கட்டுப்பாட்டினாலா தெரியவில்லை. ஆனால் அவன் தான் மைதானத்தில் இருப்பவர்களைப் பொறுக்கி எடுத்து மட்டையடிப்பதற்கும் போலிங்க் செய்வதற்கும் சந்தர்ப்பம் தருகிறான். சில சமயங்களில் எதிர்பார்த்திருக்க முடியாதபடி செய்கிறான். பலரை நான்கைந்து பந்துகளுக்கு மேல் போல் செய்ய அனுமதிக்கவில்லை. ஆனால் சுந்தர்சிங்கை மட்டும் மணிக்கணக்காகப் பந்து வீசிவரச் செய்கிறான் அது எனக்கு நரகமாகப் போய்விட்டது. இந்த இவ்வளவு சின்ன கூண்டுக்குள் தலைக்கு நேரே வீசப்படும் பந்திடமிருந்து எப்படித் தப்பி ஓடுவது? ஆனால் பந்து தலையில் படாமல் நகர்ந்துகொள்வதற்கு நிறைய இடமிருக்கிறது. எவ்வளவு பெரிய பெரிய ஆட்டக்காரர்களெல்லாம் இம்மாதிரிக் கூண்டிற்குள் கிரிக்கெட் பயிற்சி செய்திருக்கிறார்கள்? நானே நிறையப் பார்த்திருக்கிறேன். இதோ இதே கல்லூரியில் இதே இடத்தில் பார்த்திருக்கிறேன். பார்க்கப் பார்க்க எவ்வளவு ஆசை பெருகியிருந்திருக்கிறது? அதுகூட ஒரு காரணமல்லவா நான் போக்கிரிப் பொடியன்களைப் பொறுத்துக்கொண்டு என் கிரிக்கெட் கோஷ்டியைக் கட்டிக் கொண்டு மாரடித்ததற்கு? சரியான மாரடிப்பு – அந்தப் பாலுவும், காமேஷும், கோகுவும், ராமநாதனும், அலெக்ராஸும், வெங்கடேஷும் சுந்தர்சிங்கும் ஒரே கடையில் அரிசி வாங்குகிறார்கள் போலிருக்கிறது. இரண்டு பேரும் ஒரே மாதிரி மட்டையடிப்பவன் தலைக்குப் பந்தை வீசுகிறார்கள். இதோ இந்தப் பந்து. இதை நான் வலது பக்கம் அடித்தால் இந்தப் பக்கம் பியத்துக்கொள்கிறது. மீண்டும் நாஸிர் அலிகான் போடுகிறான். மேலே கிளம்பிக் காற்றில் மிதந்தபடியே வருகிறது.

சுருண்டு சுருண்டு வருகிறது. அது வரும்போது அருகில் காதை வைத்துக் கேட்க முடிந்தால் சொய்யென்று ஒலி வரவேண்டும். சரியாக எனக்கு ஆறு அங்குலம் முன்னால் தரையைத் தொடு கிறது. இப்பந்தைச் சிறிது முன்னே சென்று அது கீழே விழு வதற்கு முன் விளாச வேண்டும். இல்லாது போனால் அது விழும் இடத்தில் அப்படியே மட்டையை முன்னோக்கிச் சாய்த்து வைத்துத் தள்ள வேண்டும். இது தள்ளவேண்டிய பந்து. உண்மையில் அபாயகரமான பந்து. இதை விட்டால் நிச்சயம் அவுட்தான். ஆனால் இதைப் போய் அடிக்கக் கை போகிறது. ஒரே சுழற்றல், கோட்டை விட்டாச்சு. போல்ட். ஐயோ இப்போதாவது இந்தத் திமிர்பிடித்த நாஸிர் அலிகான் 'நெக்ஸ்ட் பாட்ஸ்மென்!' என்று சொல்வானா? என்னை ஒருவனையே மணிக்கணக்கில் இந்தக் கூண்டில் கிரிக்கெட் ஆட்டத்தின் சகல இழிவுகளுக்கு உட்படுத்தித் தீர்த்த பிறகு தான் விடுவானா? 'என்ன ஆணவம்டா எங்களோடு சமதை கொண்டாடிக்கொண்டு ஆட வருகிறாய்' என்று சொல்லிக் காட்டாமல் செய்கையில் காட்டுகிறானா?' சும்மா ஒரு வருஷம் காமா சோமான்னு கட்டையைச் சுழற்றி விட்டுட்டு காலேஜ் டீமிலா இடம் கேக்கறே' என்று கேலி செய்கிறானா? பகிரங்க மாக அவமானம் செய்கிறானா? நான் இனிமேல் இங்கே நிற்கப் போவதில்லை. இங்கே ஆடப்போவதில்லை. ஆடவரப் போவதில்லை. எனக்கு வேண்டாம் இந்த நவாபு – ஜாகீர் தார்கள் உறவும் அவர்களோடு விளையாட்டும், எனக்கு வேண்டாம். எனக்கு வேண்டாம். 'நெக்ஸ்ட் பாட்ஸ்மென்!'

சந்திரசேகரன் நரஸிம்ஹராவின் முகத்தைப் பார்த்தபடி நின்றுகொண்டிருந்தான். நரஸிம்ஹராவுக்கு மிக அழகான முகம். கறுப்பு. அகலமான தாடை. பொட்டு சிறிது தூக்கி இருக்கும். நல்ல அமைப்பான தெலுங்கு முகம். கம்பீரமான முகம். இவனை ஆந்திராக்காரன் என்று சொன்னால் கோபம் வந்துவிடும். தெலுங்கானாக்காரன் என்றுதான் சொல்ல வேண் டும். தலைமுறை தலைமுறையாக இந்த ஹைதராபாத் நாட் டில் வாழ்ந்து வரும் குடும்பத்தைச் சேர்ந்தவன். இவன் வீட்டில் பாதி நேரம் உருதுவில்தான் பேசிக்கொள்வார்கள். பாதித் துலுக்கன். இவன் என்னைத் துலுக்கனோடு விளையாடிவிட்டு வர வெட்கமாக இல்லையா என்று கேட்கிறான். ஆனால் இன்றைய கிரிக்கெட் பயிற்சி முடிந்த பிறகு நாஸிர் அலிகான் சந்திரசேகரனிடம் வந்து பேசினான்: ஆஜ் க்யா ஹுவா, தோஸ்த்? என்னாயிற்று இன்று உனக்கு?

"நான் போறேன், நரஸிம்ஹா. நாளைக்குப் பேசுவோம். சைக்கிளுக்கு லைட் இல்லை."

ஐயையோ, மீண்டும் லைட் இல்லை என்று சொல்லி விட்டோமே என்று சந்திரசேகரன் நாக்கைக் கடித்துக்கொண் டான். ஆனால் நரஸிம்ஹராவ் அவனை விட்டுவிட்டான்.

சந்திரசேகரன் ஜேம்ஸ் ஸ்டிரீட்டையும் கிங்க்ஸ்வேயையும் இணைக்கும் எண்ணற்ற கோணல் மாணலான சந்துகளில் சைக்கிளை விட்டுச் சென்றான். சாதாரணமாக அந்நேரத்தில் அவ்வளவு எளிதாக அங்கெல்லாம் சைக்கிள் விட்டுக்கொண்டு போக முடியாது. மிகவும் ஜன நெரிசல் உடைய இடங்கள் அவை. ஆனால் இப்போது ஏதோ ஐந்தாறு பேர்தான் கண்ணில் பட்டார்கள். இந்த இடங்களில் பெரிதாக ரகளை என்று ஒன்றும் நடக்கவில்லை. ஆனால் வெகு நாட்களாக இருந்த சில முஸ்லிம் குடும்பங்கள் இடம்பெயர்ந்து வேறிடம் சென் றிருந்தார்கள். அவர்கள் சிகந்தராபாத்திலேயே முஸ்லிம்கள் அதிகம் வசிக்கும் இடங்களாகப் போய்ச் சேர்ந்திருந்தார்கள். அதே நேரத்தில் பல ஹிந்துக் குடும்பங்களில் பெண்டு பிள்ளை களை வெளியூர்களுக்கே அனுப்பிவிட்டார்கள். அதன் விளைவு அந்தப் பேட்டைகளில் ஆள் நடமாட்டம் குறைந்து போய் விட்டது. சந்திரசேகரனும் சைக்கிள் மணியை அடிக்காமல் சென்றுகொண்டிருக்க முடிந்தது. இப்படி இடம்பெயர்ந்த குடும்பங்கள் அத்தனையும் எளிய குடும்பங்கள். எல்லாரும் சிறு வியாபாரிகள், காய்கறி விற்பவர்கள், வெற்றிலை பழம் விற்பவர்கள், தின்பண்டம் செய்து வண்டியில் வைத்துத் தள்ளித் தெருத்தெருவாக விற்பவர்கள். இவர்கள் பகோடா மிகவும் நன்றாக இருக்கும். ரூபாய்க்கு ஒரு சேர் விற்கும் கடலையெண்ணெயில் பொரித்து எடுக்கும் இவர்கள் கடலை மாவுப் பட்டை முறுக்கு மிகவும் ருசியாக இருக்கும். ஒரு அணாவுக்கு வாங்கினால் வயிறு ரொம்பி விடும். இதுவே ஓட்டல்களில் வாங்கினால் இரண்டணா. ஓரணாவுக்குக் கை நிறையக் கிடைக்கும்படியாகத் தின்பண்டங்களை விற்று வாழ்க்கை நடத்தும் இவர்கள் எங்கெங்கோ ஓடிப் போய்விட்டார்கள். இவர்களுக்குப் போட்டியாக ரெஃப்யூஜீஸ் தின்பண்டங்கள் செய்து விற்கிறார்கள். இந்த ஊரில் இன்னும் ஆயிரம் பேர் வந்து தின்பண்டங்கள் வியாபாரம் செய்தாலும் செலவாகும். அவ்வளவும் வேண்டியிருக்கும். ஆதலால் வியாபாரப் போட் டிக்குப் பயந்துபோன விஷயம் இல்லை. ஒரு வருஷமாகவே ஒரு மாதிரியாக இருந்து வர ஆரம்பித்த நிலவரம் 'ஜாயின் இண்டியன் யூனியன் டே' அன்ற சிறிது முற்றிப் போய்விட்டது. ஊர்வலங்கள், போலீஸ் தடியடி, கைதானது, இதெல்லாம் ஹைதராபாத் நகரில்தான் நடந்தது. சிகந்தராபாத்தில் கடை களை மூடினார்கள். பள்ளிக்கூடங்களுக்குப் பையன்கள் போக வில்லை. எல்லாம் அமைதியாகப் போயிருக்க வேண்டியது.

ரெஜிமண்டல் பஜாரில் கெட்டுவிட்டது. ஒரு முஸ்லிம் நடத்தும் மாவரைக்கும் மிஷின் கடையில் உள்ள இயந்திரங்களை உடைத்துவிட்டார்கள். அதன் விளைவு மூன்று ஹிந்து தையற் காரர்கள் கடை தவிடு பொடியாகி விட்டது. அப்புறம் ரஜாக்கர், ஆர்ய சமாஜ் ஆட்கள், போலீஸ்...

சந்திரசேகரன் இஸ்லாமியா ஹைஸ்கூல் அருகே வந்து கொண்டிருந்தான். அதைத் தாண்டிவிட்டால் நிச்சயம் போலீஸ் காரன் இருப்பான். ஆதலால் கீழே இறங்கிக்கொண்டு சைக்கிளைத் தள்ளிக்கொண்டு போகவேண்டும். அங்கே தப்ப முடியாது.

திடீரென்று இருட்டிலிருந்து இருவர் சந்திரசேகரனை நோக்கி வந்தார்கள். ஒருவன் "கோன் ஹை பே?" என்று கேட்டான். இன்னொருவன் "பொம்மன் ஹை, ஸாலா", என்றான்.

"மாரோ ஸாலேகு!"

சந்திரசேகரனுக்கு இரண்டடி விழுந்தது நினைவிற்குத் தெரிந்தது.

4

சந்திரசேகரன் கீழே விழுந்தான். அவன் மேல் சைக்கிள் விழுந்தது. அது மிகவும் நல்லதாகப் போயிற்று. அடுத்து விழுந்த சில அடிகளைப் பெருமளவிற்கு சைக்கிள் தான் வாங்கிக்கொண்டது.

அப்போது இன்னொரு சந்திலிருந்து மூன்று நான்கு பேர் ஓடி வந்தார்கள். அவர்களும் 'மாரோ! மாரோ!' என்று கத்திக்கொண்டு வந்தார்கள். அவர்களைப் பார்த்தவுடன் சந்திரசேகரனை முதலில் நிறுத்தி அடித்தவர்கள் ஓடத் தொடங்கினார்கள். அவர்களைத் துரத்திக்கொண்டு பின்னால் வந்தவர்கள் ஓடினார்கள்.

சந்திரசேகரன் அவனாக எழுந்து நின்று கொண் டான். ஐம்பதே கஜ தூரத்தில் சிகந்தரபாத்தின் தினசரிச் சந்தையான மோண்டா இயங்கிக்கொண்டிருந்தது. இருந்தும் அவன் அடி வாங்கிய இடத்தில் அந்நேரத்தில் ஒரு மனிதப் பிறவியைக் கூடக் காணமுடியவில்லை.

சந்திரசேகரன் சைக்கிளைத் தள்ளிக்கொண்டு மோண்டா திசையில் சென்றான். அவனை அடிக்க வந்தவர்கள் தங்கள் கழிகளைப் பயங்கரமாகச் சுழற்றி யும் எப்படி இவ்வளவு குறைந்த அடியோடு தப்பித்துக் கொள்ள முடிந்தது என்று அவனுக்கே ஆச்சரியமாக இருந்தது. அடித்தவர்கள் அடிப்பதற்காகத்தான் அடித் தார்கள். கொன்று போடுவதற்காக இல்லை.

மோண்டாவில் சில மாதங்கள் முன்பு வரை இருந்த கும்பல் இப்போது இல்லைபோல் தோன்றிற்று. முன்பெல்லாம் அங்குல இடம் காலி இல்லாமல் கீழேயும் மேடையிலும் கடை பரப்பியிருப்பார்கள்.

இப்போது கடைகள் அவ்வளவு நெருக்கமாக இருப்பதாகத் தோன்றவில்லை. பெரிய மைதானம்போல் இருந்த மேடையில் அநேகமாக எல்லாமே காய்கறிக் கடைகள். வெங்காயம், கத்தரிக்காய், மிளகாய், கொத்தவரங்காய். மேடைக்குக் கீழே கீரைக்கடைகள். தகரத்தாலான எண்ணெய் விளக்கில் பருமனான திரி ஏகப்பட்ட புகையுடன் தரும் ஒளியில் விதவிதமான கீரை வகைகள். இரண்டாம் உலக யுத்தம் நடந்த நாட்களில் அரிசி கிடைக்காமல் சோள ரொட்டி செய்து விழுங்கியபோது துணைக்கு இந்தக் கீரை வகை களைத்தான் பயற்றம் பருப்புடன் நீர்க்கச் சமைப்பார்கள். தினம் கீரை சாப்பிட்டுப் பெரியவர்கள் திண்டாடு வார்கள். சிறுவர்களுக்கு எப்படியோ எதைத் தின்றாலும் ஒத்துக்கொண்டுவிடும். அந்த நாட்களில் கீரை தவிர மற்ற காய்கறிகளை அவ்வளவு எளிதில் வாங்க முடியாது. பகல் பதினொரு மணியிலிருந்தே மிலிட்டரி லாரிகளாக அந்த இடத்தில் வழியை அடைத்துக்கொண்டு நிற்கும். மிலிட்டரி காண்டிராக்டர்கள் கிடைக்கும் காய்கறிகள் அத்தனையும் வாரிக் கொட்டிக்கொண்டு போய் விடுவார்கள். என்ன விலை சொன்னாலும் மறுபேச்சுப் பேசாமல் மூட்டை மூட்டையாக எடுத்துச் சென்று விடுவார்கள். அப்படியிருந்தும் கத்தரிக்காய் – அதுவும் ஒரு கையால் சுற்றிப் பிடித்துவிட முடியாத பெரிதான நாகபுரிக் கத்தரிக்காய் – சமயத்தில் அணாவுக்கு இரண்டு சேர் என்று விற்கும். ஒரு ரூபாய்க்கு வாங்கினால் நாற்பது சேர். எண்பது ராத்தல்கள். பெரிய மூட்டையில் வாங்கி அதைக் கூலிக்காரர்கள் வைத்திருக்கும் பெரிய கூடையில் ஏற்றி, வீட்டுக்குக் கொண்டு வந்து கொட்டி, நாளெல்லாம் துண்டு துண்டாக நறுக்கி, வாரக்கணக்கில் வெயிலில் உலரவைத்து வற்றலாக்கி வற்றலைப் பெரிய மண் பானைகளில் திணித்து வைப்பார்கள். இப்போது கொஞ்ச நாட்களாக அக்கத்தரிக்காய் கண்ணில் படுவதில்லை. வெளி யிலிருந்து ஹைதராபாத் சமஸ்தானத்திற்கு அதிகம் பொருள் கள் வருவதில்லை. பொருள்களுக்குப் பதில் வேறு ஏதேதோ வர ஆரம்பித்திருக்கின்றன. ரெஃப்யூஜீஸ். இதற்கு என்ன ஸ்பெல்லிங்?

சந்திரசேகரன் மோண்டாவையொட்டியே சைக்கிளைத் தள்ளிக்கொண்டு போனான். பகல் முடிந்து இரவு துவங்கிய அந்த வேளையில் மோண்டா விசித்திரக் காட்சியாக இருந்தது. பகலில் இடைவெளியில்லாமல் நிறைந்திருக்கும் அப்பரபரப்பு இப்போது அங்கொன்றும் இங்கொன்றுமாகத்தான் மக்கள் வாசனைகொண்டிருந்தது. இருக்கும் ஐம்பது நூறு காய்கறிக்

கடைக்காரர்களும் கீரைக்காரிகளும் சீக்கிரமே போய்விடுவார் கள். ஒரு சில கடைகள்தான் தரையில் பரப்பப்பட்டு இருக்கும். அங்கே சில்லறையாக விற்கப்படும் வெங்காயம், பூண்டு, மிளகாய் வற்றல் மளிகை வகைகள் இருக்கும். ஓயாமல் புகை யும் அந்தத் திறந்த எண்ணெய் விளக்கு வெளிச்சத்தில் பைசாக் கணக்கில் வியாபாரம் நடக்கும். அதுவும் எட்டு, எட்டரை மணி வரைதான். அதன்பிறகு எல்லாரும் கடையைக் கட்டி விட்டு வீட்டுக்குப் போவார்கள்.

வீட்டுக்குப் போவார்களா? அவர்களுக்கு வீடு என்றால் எங்கே, எப்படி இருக்கும்? காய்கறிக்காரர்கள் எல்லாக் காய்கறி களையும் ஒரு கூடையில் போட்டு, அதை வேறு கூடைகளால் மூடி, எல்லாவற்றிற்கும் மேல் ஒரு பெரிய சாக்குத் துணியைப் போர்த்தி, சில சமயங்களில் அக்குவியல் அருகே யாராவது படுத்தும் இருப்பார்கள். மோண்டா மேடை சிறு சிறு குன்று களாக இருக்கும். இப்போதே குன்றுகள் தோன்ற ஆரம்பித்து விட்டன.

சந்திரசேகரன் மேலும் சைக்கிளைத் தள்ளிச்சென்றான். கிரிக்கெட் பூட்ஸ் ஒவ்வொரு அடியெடுத்துவைக்கும்போதும் தவறாத தாளமாக ஒலித்தது. மோண்டா பிரதேசத்திற்குப் பலமாகத்தான் கருங்கல்லாலும் சிமெண்டாலும் தரை போட் டிருந்தார்கள். ஆனால் கட்டை வண்டிகள் தள்ளுவண்டிகள் சென்று சென்று பல இடங்களில் தரை பெயர்ந்திருந்தது. ஒரு பள்ளத்தில் தவறிக் கால் வைத்ததில் அவனுடைய பூட்ஸ் சேறு பூசி வெளிவந்தது.

சந்திரசேகரன் நிதானமாகவே நடந்தான். ஏனோ அடி பட்டும் பதட்டம் ஏற்படவில்லை. அவனை அடிக்க வந்தவர் களின் முகத்தைக்கூடச் சரியாகப் பார்க்கவில்லை. ஆனால் அவர்கள் அவன் முகத்தைப் பார்த்திருப்பார்கள். அவர்கள் நிச்சயம் ரெஃப்யூஜீஸ் இல்லை. சிகந்தராபாத்தில் வந்தடைந் திருக்கும் ரெஃப்யூஜீஸ் அனைவரும் இன்னும் ஒரு பர்லாங்கு தள்ளி ஸ்டேஷன் ரோடில் தட்டித் தடுப்புகளால் சிருஷ்டித்துக் கொண்ட பொந்துகளில் இருக்கிறார்கள். ஆண்களைவிடப் பெண்கள் இருமடங்கு இருப்பார்கள். தடுமாறும் கிழவியி லிருந்து சின்ன பெண்வரை, குழந்தைகள் எண்ணிக்கை சொல்லி முடியாது. இந்தச் சின்ன ஊரில் இந்தச் சின்ன பகுதியிலே இவ்வளவுபேர் இடம்பெயர்ந்து வந்திருக்கிறார்கள். இப்படிப் பட்டதோர் இடத்தில் வந்து ஜீவித்திருப்பது மேல் என்று எண்ணியவர்களுக்கு, அவர்களின் முந்தைய இடம் அவ்வளவு ஒன்றும் வசதியாக இருந்திருக்கப்போவதில்லை. ஆனால்

அது அவர்கள் பிறந்து, வளர்ந்து, பழகிய இடம். பிச்சைக் காரனுக்குக்கூட ஒரு புது இடத்திற்குப் போனால் சங்கடப் படத்தான் வேண்டியிருக்கும். இந்த ரெஃப்யூஜீஸ் எதை நம்பி இங்கு வந்திருக்கிறார்கள்? எந்த நம்பிக்கைகளை இழந்து அவர்களிடத்தை விட்டு வெளியேறியிருக்கிறார்கள்? இப்படித் தானே லட்சக்கணக்கான மக்கள் வடக்கே இடம் பெயர்ந்திருக் கிறார்கள்? முழுக்கிராமங்கள் சூறையாடப்பட்டன. நூற்றுக் கணக்கான பெண்கள் பலவந்தமாக இழிவுபடுத்தப்பட்டுக் கடத்தப்பட்டிருக்கிறார்கள். மக்கள் எல்லா வயதினரும் படு கொலை செய்யப்பட்டிருக்கிறார்கள். திசை தெரியாமல் ஓட ஓட விரட்டப்பட்டிருக்கிறார்கள். சொத்து உடைமைகளை விட்டுத் துரத்தப்பட்டிருக்கிறார்கள். அப்படி ஓடும்போதும் அவர்கள் விட்டுவிடப்படவில்லை. அகதிகள் கூட்டங்கள் தாக்கப்பட்டிருக்கின்றன. அகதிகளை ஏற்றி வந்த ரெயில் வண்டிகள் நடுவழியில் நிறுத்தி வைக்கப்பட்டுப் படுகொலை – சூறையாடல் – கடத்தல் நடந்திருக்கிறது. மக்கள் கூட்டம் கூட்டமாக ரெயில் கூரைமீது பிரயாணம் செய்து ஓடியிருக் கிறார்கள். ஒரு ரயில் பெட்டி இன்னொன்றுடன் இணைக்கப் பட்டிருக்கும் இடைவெளியில் தொத்திக்கொண்டு ஓடி வந் திருக்கிறார்கள். கால்நடையாலேயே ஓடிவந்திருக்கிறார்கள். அப்படியும் தூக்கப்பட்டு, கொன்று குவிக்கப்பட்டு, கண் முன்னாலேயே பெண்டு பிள்ளைகள் பலவந்தம் செய்யப்பட் டிருக்கிறார்கள், கடத்தப்பட்டிருக்கிறார்கள். இவையெல்லாம் பத்திரிகையிலும் ரேடியோவிலும் கேட்ட செய்திகள்தான். நேரில் பார்க்க முடியாமல் வெறும் செய்திகளாக அறியப் படுவது எப்படியோ பிரக்ஞையிலிருந்து விலகித்தான் நிற்கிறது. தனக்கு இங்கே விழுந்த அடிகூட மிகவும் இலேசானதாகப் போனதில் ஆயிரம் மைல்களுக்கப்பால் நடந்த, இன்னும் நடந்துகொண்டிருக்கிற பயங்கரங்களை, பாதகங்களை நிழல் போலத்தான் அறிய முடிகிறது. இங்கே ஏதோ நூற்றுக்கணக்கில் குவிந்திருக்கும் முஸ்லிம் அனாதைகள்போல டில்லியில் ஆயிரக் கணக்கில் லட்சக்கணக்கில் ஹிந்துக்களும் சீக்கியர்களும் குவிந்திருக்கிறார்கள். கேவலமான மிருகங்களாக அடித்துக் கொன்று அவல நிலைப்படுத்தி, பெண்டு – பிள்ளை – பொருட் கள் சூறையாடப்பட்டு மிருகங்களுக்கும் கேவலமான நிலைக்கு இழுத்துத் தள்ளப்பட்ட அந்த ஆத்திரம் – பயம் – பீதி – வஞ்ச – பழிவாங்குமுணர்ச்சி வெடித்துப் பொங்கும் அமானுஷ்ய மனிதக் கடற் புயலில் ஒருவர் 'ரகுபதி ராகவ ராஜாராம் ஈஸ்வர் அல்லா தேரேநாம்' பாடுகிறாராம். இன்னும் அந்த மனிதரை ஒருமுறை பார்க்க முடியவில்லை. அவர் ஏன் இந்த ஹைதராபாத் சமஸ்தானத்திற்கே வருவதில்லை?

சந்திரசேகரனைத் தடுத்து மூன்று மாடுகள் குறுக்கே நின்றன. யாருடைய மாடுகளோ? மோண்டாவில் திரியும் மாடுகள் அனைத்தும் அநகேமாகப் பசு மாடுகள், அல்லது பசுங்கன்றுகள். வேறெங்காகிலும் திரியும் மாடுகளை போலீஸ் ஸ்டேஷன் மாட்டுத் தொட்டியில் அடைத்துப் போட்டாலும் மோண்டாவில் டஜன் கணக்கில் திரியும் இந்த மாடுகளை யாரும் ஒன்றும் செய்ய முடிவதில்லை. ஒவ்வொரு கீரை காய்கறிக் கடையாக இவை சென்று கடையைப் பார்த்துக் கொள்கிறவர்கள் கவனம் சிறிது வேறிடம் திரும்பியிருக்கும் போது வாய் கொள்ளும் அளவுக்கு பீன்ஸ் காயும் உருளைக் கிழங்கும் வாழைப் பழமும் பீர்க்கங்காயுமாக அடைத்துக் கொண்டு போய்விடும். கடைக்காரர்களின் அடியும் விரட்டலும் லட்சியமேயில்லை. அரையணா காலணாவுக்குக் கடைக்காரர் கள் பேரம் பேசிக்கொண்டிருக்கும்போது நான்கணா எட்டணா காய்கறிகளை இவை அரை நொடியில் கொள்ளையடித்துச் சென்றுவிடும். அந்தக் கடைக்காரர்களே அவர்கள் பண்டங் களில் அவர்கள் மனத்தளவில் இந்த மாடுகளுக்காக என்று ஒரு பகுதியை ஒதுக்கிவிட்டிருப்பதுபோலத் தோன்றும். எங் கெங்கோ ஊரார் பண்டங்களைத் தின்று கொழுத்துவிட்டு எவனுக்கோ இவை பால் சுரந்துகொண்டு நிற்கும்.

சந்திரசேகரன் சைக்கிளைப் பிடித்துக்கொண்டே ஒரு மாட்டின் நெற்றியைச் சொறிந்து தர ஆரம்பித்தான். அந்த மாடு அப்படியே முகத்தை நீட்டி அதன் கழுத்தைச் சொறிவதற் குக் காண்பித்தது. அந்த மாட்டைப் பார்த்து மற்ற மாடுகளும் தங்கள் கழுத்தையும் அவன் சைக்கிள் மீது சாய்த்து அவன் அவைகளையும் சொறியக் காத்து நின்றன. சந்திரசேகரனுக்கு விரல்கள் வலித்தன. நகங்களில் எரிச்சல் தோன்ற ஆரம்பித்தது. ஆனால் மாடுகள் விடுவதாக இல்லை. சந்திரசேகரனுக்கு அன்று அவர்கள் வீட்டு எருமை மாட்டை அடித்தது இப்போது துக்கமூட்டுவதாக இருந்தது. ஆனால் எருமை மாடுகளால் இவ்வளவு சொகுசாகக் கொஞ்ச முடியாது, எதைச் செய்தாலும் அசந்தர்ப்பமாகவும் அழகில்லாமலும்தான் செய்ய முடிந்தது. வாலை ஆட்டுவதிலிருந்து பிடிக்க வந்தால் திமிறி ஓடுவது வரை பக்குவம் தோன்றாச் செயல் புரிவதுபோலத்தான் அவை தோற்றம் தந்தன. யாருடையதோ பசுமாடுகள். இங்கே வருடக் கணக்கில் என்னிடம் கொஞ்சி என்னால் கொஞ்சப்பட்டது போல் முகத்தை நீட்டிக்கொண்டு நிற்கின்றன.

“போ, போ,” என்று அதட்டியபடி சந்திரசேகரன் தன் சைக்கிளைத் தள்ளினான். மூன்று மாடுகளும் அரை மனதாக வழிவிட்டன. அவன் சைக்கிளின் கைப்பிடித்தண்டு ஒரு

மாட்டின் வயிற்றின்மீது உரசியபோது அந்த மாடு சிலிர்த்துக் கொண்டது.

மோண்டாவைச் சுற்றி அரண் அமைப்பதுபோல இருந்த கட்டிடங்களில் செயல்பட்ட ரொக்கக் காய்கறி – மளிகை வியாபாரக் கடைகள் அநேகமாக எல்லாம் மூடி இருந்தன. அந்தக் கடைகள் பலவற்றில் விளக்கே கிடையாது. அந்த வியாபாரிகளுக்கு அவ்வளவு நிச்சயம் அவர்கள் வியாபாரம் பகல் பொழுது வெளிச்சத்தைத் தாண்டிப் போக வேண்டி யிருக்காது என்று. ஒரு கடை மட்டும், ஒதுக்குப்புறமாகச் சிறிது உள் தள்ளி இருந்த கடை மட்டும் திறந்திருந்தது. அது ஒரு எண்ணெய்க்கடை. அந்த முன்வெராண்டாவுக்குப் பின் னால் செக்குகளும் அந்தக் கடைக்காரர்களின் வீடும் இருந்தன. அந்தக் கடையில் மட்டும் எண்ணெய் ஒரு சேர் இரண்டு சேராக வாங்கலாம், பீப்பாய்க் கணக்கிலும் வாங்கலாம். கல்லாப் பெட்டிக்கருகில் ஒரு சிறு பையன்தான் இருந்தான். சந்திரசேகரன் அவனிடம் கேட்டான், “உங்க அம்மா எங்கே?”

“உள்ளே.”

“கொஞ்சம் கூப்பிட முடியுமா?”

பையன் உள்ளே இருட்டில் போனான். சிறிது நேரம் பொறுத்து ஒரு தடித்த ராஜஸ்தானி அம்மாள் வந்தாள். அந்தக் குறைந்த வெளிச்சத்தில்கூட அவளுடைய வெண்மை நிற உடை எண்ணெய்ப் பசை அழுக்காக இருந்தது தெரிந்தது.

வந்தவள், “விளக்கு வைத்தாயிற்று, இப்போது வந்தாயே?” என்றாள்.

சந்திரசேகரன், “எண்ணெய் வாங்க வரவில்லை. என் ஜோட்டை இங்கே போட்டுவிட்டுப் போகலாமா? நாளை காலை வந்து எடுத்துக்கொள்கிறேன்,” என்றான்.

அவளுக்குப் புரியவில்லை. சந்திரசேகரன் தன் காலைத் தரையில் உதைத்துக் காட்டினான்.

அவள் அப்போதும் சரியாகப் புரியாதவளாக, “சரி,” என்றாள்.

சந்திரசேகரன் சைக்கிளை அப்படியே நிறுத்தி விட்டுக் கடைக்குள் ஏறிச்சென்றான். செங்குத்தான நான்கு படிகள் ஏற வேண்டியிருந்தது. மேலே சென்றடைந்தவுடன் பூட்ஸைக் கழட்டினான்.

"காலைக் கடிக்கிறதா?" என்று அவள் கேட்டாள்.

"இல்லை. வேகமாக நடக்க முடியவில்லை."

"ஏன் இப்படி இருட்டில் மோண்டாவுக்கு வந்தாய்? அப்பா வரவில்லையா?"

"காலேஜுக்குப் போனேன், நேரமாகி விட்டது."

"சீக்கிரமாக வீட்டுக்குப் போ. இங்கே பக்கத்திலேயே நிறைய பத்மாஷ்கள் இருக்கிறார்கள்."

இதைச் சொன்னவளுக்குத் திடீரென்று சந்தேகம் வந்தது "உன்னை யாராவது அடித்தார்களா?"

சந்திரசேகரன் கையில் பூட்ஸுடன் அவளை ஏறிட்டுப் பார்த்தான்.

"ஆமாம்."

அந்த அம்மாள் பதறிப்போனாள். அவள் குரலின் த்வனி கேட்டு உள்ளேயிருந்து இன்னொருவன் கடைப் பக்கம் வந்தான். அவன், "நீ சும்மா இரு, அம்மா," என்றான்.

"எங்கே அடிச்சாங்கடா? எங்கே அடிபட்டது?" என்று அந்த அம்மாள் சந்திரசேகரனைப் பிடித்துக்கொண்டு கேட்டாள்.

"முதுகிலேதான் இரண்டு அடிபட்டது. அதற்குள் வேறு யாரோ ஓடி வரவே என்னை அடித்தவர்கள் ஓடிப் போய் விட்டார்கள்."

"யார் வந்தார்கள்?"

"ஸமாஜ்காரர்கள்," என்று பெரிய பையன் பதட்டமில்லாமல் சொன்னான்.

இப்போது அந்த அம்மாள் கவனம் சந்திரசேகரனிடமிருந்து அவளுடைய பெரிய பையனிடம் மாறிற்று. பீதியுடன் "உள்ளே போ! நீ உள்ளே போ முதலிலே," என்றாள்.

"நீ சும்மா இரும்மா" என்று அவன் சொல்லி விட்டுச் சந்திரசேகரனைக் கேட்டான், "எங்கே அடிக்க வந்தார்கள்?"

"ஹைஸ்கூல் அருகில்."

"உனக்குத் தெரியுமா அவர்களை?"

"தெரியாது."

அசோகமித்திரன்

"நீ போடா உள்ளே! போடா உள்ளே!" என்று அந்த அம்மாள் கத்தினாள். சந்திரசேகரனைப் பார்த்து, "நீ போ உடனே இந்த இடத்தை விட்டு. இங்கே கலாட்டா கொண்டு வராதே. போய்விடு உடனே!" என்று சொல்லிவிட்டுக் கடை வெளியில் வைத்திருந்த எண்ணெய்த் தகரங்களை உள்ளே நகர்த்தினாள்.

சந்திரசேகரன் அவன் கிரிக்கெட் பூட்ஸ் இரண்டையும் சேர்த்துக் கட்டி சைக்கிளில் மாட்டிக்கொண்டான். அந்த எண்ணெய்க் கடையில்தான் அவன் அப்பா எவ்வளவோ நாட்களாக எண்ணெய் வாங்குகிறார். நடுவில் சில நாட்களுக்கு ரயில்வேயிலேயே ரேஷன் தானியங்களுடன் எண்ணெய் விநியோகித்தார்கள். அங்கே கடலைஎண்ணெய் மட்டும்தான் தந்தார்கள். நல்லெண்ணெய்க்கு எப்படியும் வெளிக் கடைகளுக்குத்தான் போகவேண்டியிருந்தது. இந்த ராஜஸ்தானிக் கடையில்கூட அவன் வீட்டில் மாதம் ஒன்று அல்லது இரண்டு சேர்தான் நல்லெண்ணெய் வாங்க வேண்டிவரும். அந்த ஒரு சேர் இரண்டு சேர் எண்ணெய்க்குக்கூட அப்பா செக்குப் பக்கத்திலேயே உட்கார்ந்துகொண்டு அப்போதே ஆட்டிய எண்ணெயை வாங்கி வருவார். அப்பாவுடன் உட்கார்ந்திருக்கும் சந்திரசேகரனுக்கும் அவன் தம்பிக்கும் அந்த அம்மாள் வெல்லம் தருவாள். அவள் கணவன் எப்போது இறந்தானோ அவள் ஒண்டி மனுஷியாகச் செக்கு வைத்து எண்ணெய்க் கடை நடத்தி அவள் மகனும் பெரியவனாகி இப்போது அவன் ஆர்ய ஸமாஜ் சிலம்பப் பயிற்சிக்குப் போய் வருகிறான். அவன் மீதும் அந்தக் கடை மீதும் யாருக்கோ நிச்சயம் ஒரு கண் இருக்கும். இதுவரை ஒன்றும் நிகழ்ந்துவிடவில்லை.

வெறுங்காலுடன் நடப்பது எவ்வளவோ சுலபமாக இருந்தது. சந்திரசேகரன் ரெஃப்யூஜீஸ் குவிந்திருந்த ஸ்டேஷன் ரோட்டைத் தவிர்த்துச் சுற்று வழியாக சைக்கிளைத் தள்ளிச் சென்றான். எஸ்.பி.ஜி. ஸ்கூல் விளையாட்டு மைதானமும் மைதானத்தின் ஒரு மூலையில் இருந்த செயிண்ட் தாமஸ் சர்ச்சும் அவன் கூடவே வருவதுபோல இருந்தது. செயிண்ட் தாமஸ் சர்ச்சுக்கு இணைந்த பள்ளிக்கூடத்திற்கு எப்படி எஸ்.பி.ஜி. ஸ்கூல் என்று பெயர் வந்தது என்று அவனுக்குப் புரியாததாக இருந்தது. ஒரு காலத்தில் அந்த மைதானத்திற்குச் சுற்றிலும் சுவர் கிடையாது. அப்போது எல்லோரும் மைதானத்தின் குறுக்கே நடந்து மறுபுறம் அடைவார்கள். இப்போது உயரமான சுவர் கட்டி கேட்டையும் பூட்டி வைத்து விடுகிறார்கள்.

மனோகர் டாக்கீஸ், ரெஜிமெண்டல் பஜாரின் மேற்கு எல்லை. மாடியில் சினிமாக்கொட்டகை, கீழே ஏதோ கடைகள்,

வீடுகள், ஏராளமான குடித்தனங்கள். மேலே சினிமா நடந்து கொண்டிருக்கிறது. இன்னும் சிறிது நேரத்தில் காட்சி இடை வேளை வரும். சினிமா பார்க்க வந்தவர்களில் பாதிப்பேர் அவுட் பாஸ் வாங்கிக்கொண்டு வந்து கீழேயிறங்கி டீ குடிக்க வருவார்கள். எதிரே உள்ள கோவர்த்தன் கடையில் பீடா, லஸ்ஸி வாங்குவார்கள். இந்த இடமெல்லாம் இன்னும் அதிகம் மாறவில்லை. பகலில் கடைகளெல்லாம் தூங்கி வழியும். மாலை நேரத்தில்தான் மிகவும் மெதுவாக எழுந்து செயல்பட ஆரம்பிக்கும். தையற்காரக் கடைகளில் கூடத் தையல் மிஷின் கள் மாலை இரவு நேரங்களில்தான் கிச்கிச்சென்று ஒலித்துக் கொண்டிருக்கும். ஐந்தாறு பேர்கள் கொண்டதான பல கூட்டங் கள் அந்த மனோகர் டாக்கீஸ் கட்டிடத்தைச் சுற்றியுள்ள பிரதேசத்தில் கூடிப் பேசிக்கொண்டிருக்கும். இப்போதுகூட ஹரிகோபால் கூட்டம் அங்கே எங்கேயோ இருந்துகொண் டிருக்க வேண்டும். ஹரிகோபாலுக்கு வீடு பக்கத்திலேயே. அவன் எட்டு எட்டரைவரைகூட அரட்டை அடித்து விட்டு உடனே வீட்டுக்குப் போய்விடலாம். ஆனால் எல்லோரும் அப்படியா? இன்னும் கிட்டத்தட்ட ஒரு மைல் தூரம் போக வேண்டும் லான்சர் பாரக்ஸை அடைய. ஹரிகோபால் கண்ணில் படக்கூடாது.

சந்திரசேகரன் தார் ரோட்டிலிருந்து பிரிந்து போகும் ஒரு மண் தெருவில் சென்றான். இங்கே தெரு விளக்குகள் மிகக் குறைவு. ஆனாலும் தெருவையொட்டி நிறைய வீடுகள். ஒரு சில வீடுகளில் மின்சார வசதி இருந்தது. அநேக வீடுகளில் ஹரிக்கேன் விளக்குதான். இருந்தாலும் தெரு வெறிச்சென்று இருட்டாக இருக்காது. செயிண்ட் ஃபிரான்ஸில் கான்வெண்ட் பெண்கள் விடுதியிலிருந்து ஓயாத பேச்சுக் குரல் கேட்டபடியே இருக்கும். அத்தனை பெண்களும் பச்சைப் பாவாடையும் வெள்ளை பிளவுஸுமாகப் போட்டுக்கொண்டு வளவளவென்று பேசிக்கொண்டே இருக்கும். அதற்குப் பக்கத்திலேயே செயிண்ட் மேரீஸ் போர்டிங். அதுவும் அனாதை விடுதி. ஆனால் பையன் களுக்குப் பள்ளி, போர்டிங் இரண்டும் ஒரே காம்பவுண்டில், அனாதைப் பையன்களானாலும் ஒரு சிறுவனும் சாதுவென்று சொல்ல முடியாது. அதிலும் பக்கத்தில் ஐம்பது அறுபது பெண்களைச் சுவர் எட்டிப் பார்த்தால் பார்க்கக்கூடிய நெருக்கத் தில் இருந்தால், அந்தப் பையன்கள் சாதுவாக இருக்க முடியாது. பெண்கள் என்றதோர் தனி உணர்வு இந்தப் பையன்களுக்கு வெகு சீக்கிரமே, மிகக்குறைந்த வயதிலேயே ஏற்பட்டு விடும்.

தனக்கும் இது வந்துவிட்டது. இது ஏற்படுவதற்கு முன்னால் வாழ்க்கை சிக்கலில்லாமல் இருந்தது.

சந்திரசேகரன் குசினி பறச்சேரியையும் கடந்து சென்றான். அவன் சிறுவனாக இருந்து முதலில் அப்பெயரைக் கேட்ட போது ஏதோ வசவு போலத்தான் தோன்றிற்று. ஆனால் அங்கே வசிப்பவர்களே அந்த இடத்தை அப்படித்தான் குறிப்பிட்டார்கள். ஒரே தெலுங்காகவும் ஓரளவுக்கு உருதுவாகவும் உள்ள அந்த ஊரில் அந்த இடம் மட்டும் முழுக்கத் தமிழ். ஆனால் என்ன தமிழ்? அந்தத் தமிழ் சந்திரசேகரனுக்குச் சரியாகப் புரிந்ததில்லை. அந்தச் சேரியில் ஆண்களில் வயது வந்தவர்கள் அனைவரும் தங்களைப் பட்லர்கள் என்று கூறிக்கொண்டார்கள். ஓரிருவர் கார் டிரைவர்கள். ஆண்கள் அதிகம் பேசிக் கொள்ள மாட்டார்கள். ஐந்தாறு பேராகச் சேர்ந்துகொண்டு சீட்டாட்டம் ஆடினால்கூட மிகக் குறைந்த சப்தம்தான் அவர்களிடமிருந்து எழும். அவர்கள் வேலை செய்து வந்த வெள்ளைக்காரர்கள் வீடுகளின் கட்டுப்பாடு அப்படிப்பட்டதாக இருக்க வேண்டும். ஆனால் பெண்கள் அவ்வளவுக்கவ்வளவு தொண்டையை உபயோகப்படுத்துவார்கள். அவர்கள் சண்டையை ஓர் உச்சக்கட்டத்தில் ஆனால் கைகலப்பு இல்லாமல் மணிக்கணக்கில் நடத்துவார்கள். இவ்வளவு சண்டைக்கும் அருகிலேயே ஆண்கள் பீடி குடித்தபடி அமர்ந்திருப்பார்கள். அப்படியே தூங்கியும் விடுவார்கள். அவர்கள் விழித்து எழுந்திருக்கும்போதும் சண்டை ஓயாமல் தொடர்ந்துகொண்டிருந்தால் ஒன்றுக்கு இரண்டாகக் கொட்டாவி விடுவார்கள். ஆனால் அந்த இடத்தில்தான் சேறும் சகதியும் வெங்காயத் தோலும் கோழி எலும்புகளும் நாயும் பன்றியும் இறைச்சி சுடும் நாற்றமும் சண்டையும் காது கொடுத்துக் கேட்க முடியாத வசைச் சொற்களும் சாபங்களும் நிறைந்திருக்கும். அந்தச் சேரியில்கூடச் சந்திரசேகரின் மனத்திற்கு உபாதையளிக்கும் மூன்று நான்கு பெண்கள் இருந்தார்கள். அதில் ஒருத்தியின் பெயர் புஷ்பா என்றுகூட அவன் தெரிந்து வைத்துக்கொண்டிருந்தான்.

சந்திரசேகரன் கீஸ் ஹைஸ்கூலைத் தாண்டிச் சென்றான். இந்த இடத்தில்தான் எவ்வளவு நெருக்கமாகப் பள்ளிக்கூடங்கள்? சிகந்தராபாத்தில் பெண்களுக்காகவென்று இருந்த இரண்டு மூன்று உயர்நிலைப் பள்ளிகளில் கீஸ் ஹைஸ்கூல்தான் பெரியது. செல்வாக்குக் கொண்டது. அந்தப் பள்ளியில் வருடம் தவறாமல் டிக்கட் விற்று நாடகம் போடுவார்கள். வெறும் நாடகமாக இருக்காது. ஒரு தமிழ் நாடகம், ஒரு தெலுங்கு நாடகம், இரண்டு கோஷ்டி நடனங்கள், இரண்டு தனி நடனங்கள், இரண்டு பாட்டு, இரண்டு விகடத் துணுக்கு, ஹெட்மிஸ்டிரஸ்ஸின் சுருக்கமான உரை, பிரதம விருந்தாளியின் விஸ்தாரமான பிரசங்கம் எல்லாம் இருக்கும். சந்திரசேகரன் ஒவ்வொரு

ஆண்டும் நாடகத்திற்குச் சென்றிருக்கிறான். மாறி மாறி அவன் தங்கை அக்காக்களில் யாராவது ஒருத்தி அந்தப் பள்ளியில் படித்து வந்தாள். இதற்கு முன்னாலெல்லாம் அப்படித் தோன்றிய தில்லை. ஆனால் கடைசியாக அந்தப் பெண்கள் நாடகத்திற்குச் சந்திரசேகரன் போனபோது, அவனுக்கு ஏதோ போலிருந்தது. பயம், கூச்சம், எதிர்பார்த்தல், திருட்டுத்தனம், வெட்கம், மகிழ்ச்சி, கிளர்ச்சி, ஆவல் எல்லாம் ஏதோ விசித்திரக் கலவை யில் அவனை நிலைகொள்ளாமல் செய்தன. அவனும் அந்த போர்டிங் பையன்கள் மாதிரி மாறிவிட்டான்.

சந்திரசேகரன் காலைத் தரையில் உதைத்துக் கொண்டான். இப்போதெல்லாம் வழக்கமாகப் பல ஆண்டுக் காலமாகத் தோன்றும் எண்ணங்களுடன் புதியதாக ஒன்று புகுந்துகொண் டிருக்கிறது. பல சமயங்களில் அதற்கு ஒரு உருவமோ தனி அடையாளமோ கிடையாது. அது பெண் சம்பந்தப்பட்டது தான். ஆனால் அந்தப் பெ ்ணுக்கு, அந்த நிலையேற்படுத்தும் பெண்ணுக்கு தனிப்பட்டதொரு தோற்றம் கிடையாது. பெண் வெறும் பெண் அவ்வளவுதான். ஆனால் வெளியே போகும் போது ஒரு பெண்ணைப் பார்த்தால் அவள் அவன் மனத்துள் அவனை ஆட்டிப் படைக்கும் பெண்ணோடு ஒன்றிக்கொண்டு இன்னமும் அதிகமாக உபாதைப்படுத்துகிறாள். இப்படி எவ்வளவு பெண்கள் உபாதைப்படுத்த ஆரம்பித்துவிட்டார் கள்? பக்கத்து வீட்டுப் பியாரி பேகத்திலிருந்து குசினிப் பறச்சேரி புஷ்பா வரை. இவர்கள் பெயர் தெரிந்தவர்கள், பெயர் தெரியாத பெண்கள் எத்தனை? நாஸிர் அலிகானின் தங்கையின் பெயர் கூடத் தெரியாது. இன்று கிரிக்கெட் ஆடப் போனதே அவளுக் காகத்தானோ?

சந்திரசேகரன் தன் வெற்றுக் காலைத் தரையில் பலமாக உதைத்துக்கொண்டான். சைக்கிளைத் தள்ளியபடியே நடக்கை யில் இப்படி அடிக்கடி உதைத்துக்கொள்வது நல்லதில்லை. ஒரு முறை கால் கட்டை விரலில் இரத்தக் காயமே பட்டு விட்டது. இரத்தத்தைப் பார்த்தால்தான் மனம் சமனப்படு கிறது. இப்படி ஒரு குரூர குணம் சமீபத்தில் ஏற்பட்டு விட்டது. இன்று மாட்டை அப்படிக் கண் மண் தெரியாமல் அடித்தது கூட இந்தக் குணத்தின் உத்வேகத்தில்தான். அந்தச் செயல் புரியும்போது அது தெரிவதில்லை. ஆற அமரப் பல மணி நேரங்கள் கழித்துத்தான் புரிகிறது. தானே இரண்டு அடிபட்ட பிறகுதான் தெரிகிறது. நரஸிம்ஹராவ்போல நல்லது கெட்டது என்று தீர்மானமாக எண்ணிக்கொள்ள முடிவதில்லை. இன்னும் நல்லது கெட்டது தெரியவில்லை. அது தெரியாமல் இயங்கும் போது சட்டென்று நரஸிம்ஹராவ் போன்றோர் எதிர்ப்பட்

டால் மனம் ஆட்டம் கொண்டு விடுகிறது. அதுவும் உடனே தெரிவதில்லை. யாரோ ஒருத்தி 'போ, போ! இங்கே கலாட்டா கொண்டு வராதே!' என்று விரட்டிய பிறகுதான் தெரிகிறது.

ஆனால் அந்த எண்ணெய்க்கார அம்மாள் அவனை விரட்ட வேண்டும் என்று அப்படிச் செய்யவில்லை. அசம்பா விதம் ஒன்றும் நடந்துவிட முடியாது என்று தோன்ற வைக்கும் மோண்டாகூட அவ்வளவு பாதுகாப்பான இடம் இல்லை. நாட்டில் எங்கெங்கோ ஏதேதோ மகா பயங்கரங்கள் நிகழ்ந் திருக்கின்றன. அவ்விடங்கள் இந்த மோண்டாவைவிட இன்னும் பாதுகாப்பானதாக எவ்வளவோ ஆண்டுகள் இருந்திருக்கின்றன. திடீரென்று சைத்தான் பிடிக்கும்போது நம்ப முடியாத இடங் களில் நம்பமுடியாத மக்களுக்கு நம்ப முடியாத விபரீதங்கள் நிகழ்ந்திருக்கின்றன. இன்னும் நிகழ்ந்துகொண்டிருக்கின்றன. நான் புஷ்பா கண்ணில் படுவாளாவென்று இந்த இருட்டுச் சந்தில் சைக்கிளைத் தள்ளிப் போகிறேன். பெயர் தெரியாத நாவாபு வம்சப் பெண்ணை மனதில் நினைத்துக்கொண்டு அவள் அண்ணன் நடத்தும் கிரிக்கெட் பிராக்டிஸுக்குப் போகிறேன்.

இல்லை. இல்லை. இல்லை. இல்லை. சந்திரசேகரன் மீண்டும் காலை உதைத்துக்கொண்டான். சைக்கிள் கைப்பிடித் தண்டுமீது முஷ்டியை மோதிக்கொண்டான். இப்போது காலில் நிச்சயம் காயம் பட்டிருக்கும். காயம் பட்டால் அது ஆறும் வரை கிரிக்கெட் பூட்ஸைப் போட்டுக்கொள்ள முடியாது. பூட்ஸ் போட்டுக்கொள்ளாமல் நாஸிர் அலிகான் மீண்டும் கூப்பிட்டால்கூட கிரிக்கட் பிராக்டிஸுக்குப் போக முடியாது. நான்கு நாட்களுக்குப் பலவந்தமாக விடுதலை, மனதைச் சுழற்றி அடித்துக் குழப்பும் அசிங்க உந்துதல்களிலிருந்து விடுதலை.

லான்சர் பாரக்ஸ் காம்பவுண்டில்கூடச் சந்திரசேகரன் சைக்கிளைத் தள்ளியபடியே சென்றான். அங்கே அதற்குத் தேவையில்லை. ஆனாலும் இரண்டு மைல்களுக்கு மேல் ஒரு விதமாகத் தன்னை நகர்த்திக்கொண்டிருந்த பிறகு சில கஜ தூரத்திற்காக அதை மாற்றிக்கொள்வது சரியாகப் படவில்லை. எல்லாருடைய வீடுகளிலும் விளக்கு எரிந்துகொண்டிருந்தது. பன்னிரண்டு, பதினொன்று, பத்து, ஒன்பது – ஜனார்த்தனன் அவன் அண்டர்வேருடன் வாசலுக்கு அவன் பின்புறத்தைக் காட்டிக்கொண்டு நின்றான். எட்டு, ஏழு, மன்னாஸ் வீடு. மாரிஸ் – டெரின்ஸ் – ஜூலி – லாரா. ஜூலி ஏதோ மூலையைப் பார்த்தபடி உட்கார்ந்திருப்பாள். லாரா ஓட்டை கிராமபோனில் ஓட்டை இசைத் தட்டு ஒன்றைப் பாட வைத்துத் தரையில்

மல்லாந்து படுத்தபடி கேட்டுக்கொண்டிருப்பாள். மிஸஸ் மன்னாஸ் தூங்குவாள். மிஸ்டர் மன்னாஸ் குடித்துக்கொண் டிருப்பான். மூன்று, இரண்டு, காஸிம் வீடு, ரேடியோவில் துலுக்கப்பாட்டு அலறுகிறது. ஹைதராபாத் ஒலிபரப்பு நிலையத் திலிருந்துதான். இன்னும் அரை மணியில் ஃபர்மாயிஷ் புரோகிராம் ஆரம்பிக்கும். நம் வீட்டில்தான் கேட்க முடியாது. என்ன கரகரப்பு இருந்தாலும் திருச்சியும் சென்னையும்தான் வைத்துக் கேட்டுக்கொண்டிருப்பார்கள்.

அப்பா இன்னும் வீட்டுக்கு வரவில்லை போலிருக்கிறது. அம்மாதான் வெராண்டாவிலேயே இருந்தாள். "ஏண்டா இவ்வளவு நாழி?" என்று கேட்டாள்.

"நாழியாயிடுத்து," என்று சந்திரசேரகன் பதில் சொன் னான். என்ன பதில் இது? அம்மாவும் கேட்டாள், "ஏண்டா இவ்வளவு நாழீன்னா?"

சந்திரசேகரன் சைக்கிளைச் சுவரில் சாத்தி வைத்துவிட்டு நேரே உள்ளே போய்ப் படியிறங்கிக் கொல்லைப்புறம் சென்று எருமை மாடு கட்டியிருக்கும் இடத்திற்குச் சென்றான். மாடு அந்த இருட்டிலும் அவனைப் பார்த்து அதைக் காட்டிக் கொள்வதுபோல இங்கேயும் அங்கேயுமாக நகர்ந்துகொண்டது. முளையில் அதுவாகச் சுற்றிச் சுற்றிக் குறுக்கிக்கொண்ட கழுத்துக் கயிற்றைச் சந்திரசேகரன் விடுவித்து மீண்டும் நிறைய இடை வெளி விட்டு முளையில் கட்டினான். மாட்டின் முகத்தைக் கட்டிக்கொண்டான். மாடு அவனைச் சாணி வாலால் அடித்தது.

மீண்டும் வீட்டுக்குள்ளே வந்தபோது நல்ல விளக்கு வெளிச்சத்தில் அம்மா அவன் முகத்தைப் பார்த்துவிட்டாள். "ஏண்டா நெத்திகிட்டே புடைச்சிருக்கு?" என்று கேட்டாள்.

"கிரிக்கெட்டுலே அடிபட்டுடுத்து," என்று சந்திரசேகரன் பதில் சொன்னான்.

5

எங்கள் அப்பாவுக்கு அர்பத்நாட்டு பாங்கியில் பணம் போயிற்று என்று நினைத்துக்கொண்டிருந்தேன். அது அர்பத்நாட்டு பாங்கு இல்லை, கொயிலோன் பாங்க். அர்பத்நாட்டு பாங்கில் எங்கள் தாத்தாவுக்குத் தான் பணம் போயிற்று. அர்பத்நாட்டு பாங்கு முழுகியது கொயிலோன் பாங்கு முழுகுவதற்கும் வெகு நாட்களுக்கு முன்னால். தாத்தாவுக்கு எவ்வளவு பணம் போயிருக்கும்? எண்பது ரூபாய் இருக்கலாம். பாங்கில் பணம் போவது எங்கள் வம்சத்தில் இருந்திருக்கிறது.

கொயிலோன் பாங்கு முழுகியதற்கு சர் சி.பி. ராம ஸ்வாமி ஐயர் என்பவர் காரணம் என்று சொல்வார்கள். இதெல்லாம் நடந்து எவ்வளவோ நாட்கள் கழித்து யாராரோ சொல்லிய தகவல்கள்தான். இவர்கள் நேற்று இரவு வைத்த பொடி மட்டையை இன்று காலை ஞாபகமில்லாமல் தேடக்கூடும். நான் சர் சி.பி. ராம ஸ்வாமி ஐயர் படங்கள் சில பார்த்திருக்கிறேன். எப்போதுமே பக்கவாட்டில் எடுத்த புகைப்படங்களாக இருக்கும். தலைப்பாகை வைத்த தலை. கிட்டத்தட்ட இதே மாதிரித் தலைகள் அந்த நாட்களில் ரெயில்வே நிலையங்களில் ஒதுக்குப்புறமாக உள்ளதோர் கொட்டகை யில் ஒரு புறத்தில் வரையப்பட்டு 'ஆண்கள்' அல்லது 'புருஷாள்' என்றும் அதன் கீழ் எழுதப்பட்டிருக்கும். அதே கொட்டகையின் மறுபுறத்தில் ஒரு அம்மாவின் முகத்தைப் பக்கவாட்டில் வரைந்து 'ஸ்திரீகள்' என் றிருக்கும். அப்போதெல்லாம் பட வடிவத்தில் ஆண்மை யைக் காட்டுவதற்கு சர் சி.பி. ராமஸ்வாமி ஐயர் முகந்தான் ஏற்றதாகத் தோன்றியது போலும்.

எங்கள் அப்பாவும் அன்று சிகந்தராபாத்தில் தமிழர்கள் ஏற்றுக்கொண்டிருந்த சீருடை அணிந்து கொண்டுதான் வெளியே போவார். ஷர்ட்டை உள்ளே விட்டுக் கொண்டு சைக்கிள் – கட்டு வேஷ்டி, கோட், குல்லாய் போட்டுக் கொண்டால் ஆபீஸ் போகிறார், வெறும் தலையானால் வேறிடங்களுக்குப் போகிறார் என்று தெரிந்துகொள்ள வேண்டும். எனக்கு நடக்க முடிந்ததிலிருந்து வெவ்வேறிடங்களுக்குக் கணக்கற்ற தடவை என் அப்பாவுடன் சென்றிருக்கிறேன்.

காதில் எண்ணெய் இறங்கிய சிவப்புக் கடுக்கனும் தலையில் உச்சிக் குடுமியுமாக அப்பா காய்கறி அல்லது கடுகு வாங்கி வருகிறேன் என்று கிளம்புவார். நாங்கள் லான்சர் பாரக்ஸ் வீட்டில் வாசம் செய்ய ஆரம்பித்ததிலிருந்து கடுகானாலும் கற்பூரமானாலும் சுமார் இரண்டு மைல் நடந்து சென்று மார்க்கெட்டில்தான் போய் வாங்க வேண்டும். நான் என் தொளதொளா நிக்கரும் டபிள் – பிரெஸ்ட் கோட்டுமாக அப்பா பக்கத்தில் போய் நிற்பேன். நான் மூன்றாவதோ நான்காவதோ படிக்கும்போது தைத்த கோட் அது. வளரும் பையன் என்று தைத்த அந்த கோட்டை ஒன்பதாவது போகும் வரை போட்டுக்கொண்டிருந்தேன். எனக்கு அது பிடித்தது என்றில்லை. ஆனால் அதைப் போட்டுக்கொள்ளாமல் அப்பா வுடன் வெளியே கிளம்ப முடியாது.

பத்தடி செல்வதற்குள் பெரிய சுருட்டைப் புகைத்துக் கொண்டு தான் செல்லமாக வளர்க்கும் குரோட்டன்ஸ் செடிகளுக்குத் தண்ணீர் விட்டுக்கொண்டிருக்கும் ஜாஃபர் அலியைப் பார்த்து 'என்ன மாஸ்டர்?' என்று அப்பா நின்று விடுவார். எங்கள் வீட்டில் எருமை மாடுகள் வந்து சேர்ந்து அவைகளுக்கு குரோட்டன்ஸ் செடிகள் மிகவும் பிடிக்கும் என்று தெரிந்த பிறகு ஜாஃபர் அலியுடன் பேசுவது நின்று விட்டது. ஜாஃபர் அலியுடன் அரைமணி நேரம் பேசி முடி வதற்குள் அடுத்த வீட்டிலிருந்து மிஸ்டர் மன்னாஸ் எட்டிப் பார்ப்பான். அவனைப் பார்த்து 'வாட் மிஸ்டர்?' என்று அப்பா அரை மணி நேரம் பேசுவார். மற்ற நேரங்களில் நேரே உள்ளே போய் ஏதோ வைதுகொண்டே வெங்காயம் உரிக்கும் மிஸஸ் மன்னாஸுக்கு உதவிபுரியப் போகும் நான் அப்பா பக்கத்திலிருக்கும்போது அந்த வீட்டு வாசலிலேயே நின்றுகொண்டு அப்பாவும் மன்னாஸும் அவரவர்களுக்கு முடிந்த அளவு ஆங்கிலத்தைக் குதறிப் போடுவதை இம்மி பிசகாமல் கவனித்து நிற்பேன். மன்னாஸுடைய பெரிய பெண்கள் இருவரும் கண்ணில் தென்பட்டால் நான் அவர்

களுடைய திருஷ்டியையே நிராகரித்ததுபோல நடந்துகொள் வேன். இன்னும் கொஞ்ச தூரம் போனால் கேசவராவ் வருவான். 'ஏமி பாபு' என்று அவனோடு அரை மணி அப்பா நின்றுவிடுவார். அவனை விட்டால் இன்னும் சிறிது தூரத்தில் மாசிலாமணி 'என்ன துரை?' அங்கே கால் மணி. கடைத் தெருவுக்குப் போகும்போது மட்டும் அப்பா பெரிய சாலை களை அதிகம் பயன்படுத்த மாட்டார். சந்து சந்தாகத் திரும்பித் திரும்பித்தான் மார்க்கெட்டை அடைவோம். அநேகமாக ஒவ்வொரு சந்திலும் அப்பா ஏதாவது ஒரு வீட்டைக் காண் பித்து 'பிளேக் வந்தப்போ நாம்ப குடியிருந்தோம், வெள்ளம் வந்தபோது இங்கே குடியிருந்தோம்' என்று காட்டுவார். அங்கு ஏதாவது வயதான கிழவி நின்றுகொண்டிருந்தால் அவளோடு அரைமணி. தான் முன்பிருந்த இடங்களைப் பார்க்க வேண்டும் என்றே அப்பா இப்படிச் சந்து சந்தாகப் போகிறாரோ என்று தோன்றும். மொஹஞ்சதாரோ வாழ்க்கை முறையின் சிறப்பு அவ்வூர்ப் பாதாளச் சாக்கடை அமைப்பில் என்றால் சிகந்தரா பாத் நகரத்தின் கலாச்சாரம் அந்தச் சந்து பொந்துகளில்.

இந்தச் சந்துகள் பலவற்றின் தொடக்கத்திலேயே இடுப்பளவு உயரத்திற்குக் கற்றூண்களைக் குறுக்கே நட்டு வைத்திருப்பார் கள். அதாவது அந்தச் சந்துகளில் வண்டிகளில் யாரும் போகக் கூடாது. அப்படித் தடுப்புகள் வைக்கவில்லை என்றால்கூட மிகச் சில சந்துகளில்தான் வண்டிகள் போக முடியும். சந்துகள் குறுகலாயிருக்கும், சந்தின் குறுக்கே திறந்த சாக்கடைகளாகப் பல இருக்கும்; சந்தே அங்கங்கு இரண்டு மூன்று படிகள் கொண்டு வெவ்வேறு தளங்களில் இருக்கும். இதெல்லாம் இல்லாத மிகக்குறைவான சந்துகளில் மாட்டு வண்டி போக லாம். அல்லது டாங்கா போகலாம்.

டாங்கா எங்களூர் குதிரை வண்டி. இந்த டாங்கா வண்டி யின் விசேஷம் இதில் உட்காருபவர்கள் எல்லாரும் காலைத் தொங்கவிட்டுக்கொண்டு உட்காரலாம். அதாவது அதில் எவ்வளவு பேர் ஏறலாம் என்று குறித்திருந்தபடி ஏறினால். ஆனால் டாங்காவாலாவைத் தவிர இன்னும் குறைந்தபட்சம் ஆறு பேராவது போகவேண்டியிருந்தால்தான் டாங்காவைக் கூப்பிடுவார்கள். முன்னே இருவர் பின்னே இருவர் காலைத் தொங்கப்போட்டுக்கொள்ள நடுவே இருவர் இருக்கும் இடம் தெரியாமல் ஒடுங்கிக் கிடப்பார்கள். எங்கள் வீட்டில் டாங்கா அமர்த்தினால் எனக்கு அப்படித்தான் இடம் கிடைக்கும்.

இந்த டாங்காவைக் கூப்பிடக்கூட எங்கள் வீட்டிலிருந்து ஒருமைல் ஒன்றே கால் மைல் சென்று ரயில்வே நிலையத்தி லிருந்து கொண்டுவர வேண்டும். இல்லாவிட்டால் இன்னொரு

திசையில் சந்து சந்தாகத் திரும்பி மனோஹர் டாக்கீஸ் சென்று அங்கிருந்து டாங்கா அழைத்து வரவேண்டும். டாங்கா அழைத்து வரப் பெரியவர்கள் போக மாட்டார்கள். மிகச் சிறியவர்களை அழைத்துவர அனுப்பிவைத்தாலும் டாங்காக்காரன் நம்பி வரமாட்டான். டாங்காவை அழைத்துவர நான் தான் போக வேண்டும்.

முணுமுணுத்துக் கொண்டே நான் வீட்டைவிட்டுக் கிளம்புவேன். மாரிஸ் 'ஆ – அ – அ – ஆ' என்று ஆலமரத்தில் ஒரு விழுதிலிருந்து இன்னொன்றுக்குத் தாவுவான். பல வருடங்கள் கழித்து அந்த லான்சர் பாரக்ஸை விட்டுப் போக நேர்ந்த போது எவ்வளவோ மனிதர்கள் பொருள்களைப் பிரிய நேர்ந்தது. எனக்கு அந்த ஆலமரத்தை விட்டுச் செல்வதுதான் மிகவும் துன்பம் தருவதாக இருந்தது. ஜாட் பந்தர் விளையாட்டு ஆடப்போய் எத்தனை நாட்கள் இந்தச் சட்டைக்காரப் பையன்களும் துலுக்கப் பையன்களும் என்னை அழ அழ வைத்திருக்கிறார்கள்! எவ்வளவு தடவை வீசி எறிந்த குச்சியை நான் துரத்திச் சுவரேறிக் குதித்துத் தெருவுக்குப்போக நேர்ந்திருக்கிறது! ஆனால் ஆலமரமும் மாரிஸுூம் என்னைக் கவர்ந்திழுப்பதில் என்றும் சக்தி குன்றாதவர்களாகவே இருந்தார்கள். டாங்கா கொண்டு வரப்போகும்போதுகூட ஒருமுறை ஆலமரத்தின் மீதேறி விழுது வழியாகக் கீழிறங்கிய பின்தான் நான் கிளம்பிய காரியத்தைத் தொடர்ந்து போவேன். விளையாடுவதைக் காட்டிலும் எனக்கு முக்கியமான வேலை எதுவாக இருக்கக் கூடும் என்று மாரிஸுூம் மற்ற லான்சர் பாரக்ஸ் சகாக்களும் என்னை வியப்போடும் சந்தேகத்தோடும் பார்ப்பார்கள்.

லான்சர் பாரக்ஸிலிருந்து கூப்பிடுகிறார்கள் என்றாலே டாங்காக்காரர்களுக்கு ஊக்கமாக இருக்காது. சிலர் பதிலே சொல்லாமல் இருந்து விடுவார்கள். ஒருவன் மட்டும் எங்கே போக வேண்டும், என்ன கூலி என்று கேட்பான். எனக்குத் தெரிந்த உருதுவில் நீ என்ன கூலி கேட்கிறாய் என்று நான் கேட்பேன். அவன் என்ன சொன்னாலும் சரி என்று அழைத்து வருவேன். வீடு வந்து சேர்ந்தவுடனே ஒரு நல்ல இடமாகப் பார்த்து ஒளிந்து கொள்வேன்.

காரணம் என் அம்மாவோ அப்பாவோ டாங்காக்காரனை எவ்வளவு கூலி என்று கேட்பார்கள். அவன் எட்டணா என்றால் இரண்டணா என்பார்கள். அவன் என்னை அழைத்து வந்த பையன் எங்கே என்பான். இவர்கள் இரண்டரையணா என்பார்கள். அவன் என்னை அழைத்து வந்த பையன் எங்கே என்பான். ஏகப்பட்ட வாக்குவாதத்திற்குப் பிறகு மூன்றணாவுக்கு ஒத்துக்கொள்வான். அல்லது என் வீட்டாரையும் குறிப்

பாக என்னையும் உரக்க வைதுகொண்டபடியே திரும்பிப் போவான். என் அப்பா அம்மாவும் ஏண்டா நீ கூலி பேசினாய் என்று என்னைத் திட்டுவார்கள். அவர்களுக்கு டாங்கா அழைத்து வருபவனின் சங்கடங்கள் பற்றி ஒன்றுமே தெரியாது.

ஒரு மைலிலிருந்து டாங்கா அழைத்து வருவது நாங்க ளெல்லோரும் மூன்று மைல் தள்ளியிருக்கும் கர்பாலா மைதானத்திலுள்ள 'டெண்ட்' சினிமாவில் ஓடும் தமிழ்ப் படத்தைப் பார்க்கத்தான். சிகந்தராபாத்தில் ஒழுங்கான கொட்டகைகளில் வருடத்திற்கு ஒருமுறை அல்லது இரு முறைதான் ஏதாவது தமிழ்ப்படம் வரும். எந்தத் தெலுங்குப் படமும் நான்கு மாதம் ஆறு மாத்திற்குக் குறைந்து ஓடாது. ஹிந்தி அல்லது உருதுப் படங்கள் முதலில் ஹைதராபாத்தில் வெளியிடப்பட்டு, பிறகு சிகந்தராபாத்துக்கு வந்து ஓரிரு மாதங்கள் ஓடும். தமிழ்ப் படங்கள் ஒரு வாரம் ஓடும். இரண்டு வாரங்கள் ஓடியது எனக்குத் தெரிந்து இரண்டு படங்கள். ஒன்று, மங்கம்மா சபதம். இரண்டு, ஸ்ரீ வள்ளி. மங்கம்மாவில் வசுந்தரா. வள்ளியில் அப்போது இருபதும் எட்டாத குமாரி ருக்மணி. நல்ல வயதானவர்கள்கூடக் கூச்சத்தை உதறிவிட்டு இந்த இருவர் பற்றியும் நிறையப் பேசித் தீர்த்துக் கொள்வார் கள். டெண்ட் கொட்டகையில் முழுக்க முழுக்கத் தமிழ் சினிமாதான். எதையோ நம்பி சிகந்தராபாத்தில் கொட்டகை போட்டு ஆறு மாதத்தில் அறுபது எழுபது தமிழ்ப்படங்கள் காண்பித்து, இரண்டு டிக்கட் விற்றால் இருபது பேரை இனாமாக உள்ளே விட்டு, யாக்கை நிலையாமையின் தற்காலச் சின்னமாக உள்ள அரசு அதிகாரத்தைப் பெற்றவர்களும் அவர்கள் குடும்பங்களும் குறித்த நேரத்திற்கு அரை மணி தள்ளி வந்து சேர்வதற்காகக் காத்திருந்து முதல் ஆட்டத்தைப் பத்தரை மணிக்கு முடித்து இரண்டாம் ஆட்டத்தைப் பத்து நாற்பதுக்கு ஆரம்பித்து 20,000 அடி நீளமுள்ள படத்தை 18,000 ஆகக் குறைத்து காண்பித்துப் பொழுதை முடித்துக் கொள்வார்கள். முதலாட்டமோ இரண்டாவதோ நாங்கள் போகும்போது டாங்காவில் போனாலும் வீடு திரும்பும்போது நடைதான். ஈ காக்கையும் காணக்கிடைக்காத அந்த நேரத்தில் சிகந்தராபாத் சாலைகளில் ஓர் ஊர்வலமாக மூன்றரை மைல் நடப்பதற்குள் முப்பது நாய்களையாவது பரபரப்படைய வைத்துச் சுற்று வட்டாரத்தில் இருப்போர் தூக்கத்தைக் கெடுத்துவிட்டு வீடு போய்ச் சேர்வோம். படம் நடுநடுவில் அறுந்துபோய்த் தடைபடுவது சர்வசாதாரணம். ஒரு முறை மட்டும் அறுபட்டுப் போகிற மாதிரி இருந்து, படம் தலை கீழாகத் தெரிந்து அப்புறம் குப்பென்று நெருப்பும் பிடித்துக் கொண்டது. நாங்கள் எல்லோரும் அலறிப் பிடித்துக்கொண்டு

வெளியே ஓடினோம். அரை மணி நேரம் கழித்து சினிமா மீண்டும் துவங்கியது. நாங்கள் எல்லோரும் அடுத்த மேல் வகுப்பில் உட்கார்ந்துகொண்டு எரிந்தது போக மிஞ்சியிருந்த படத்தைப் பார்த்தோம். அந்தப் படம் சேலம் மாடர்ன் தியேட்டர்ஸ் தயாரித்த ‘சுபத்திரா’ என்னும் படம். பத்து இலட்சம் ரூபாய் செலவில் எடுக்கப்பட்டது என்று விளம்பரம். யுத்தக் காலத்தில் படங்களின் நீளம் அரசாங்க உத்தரவால் குறைக்கப்பட்டது. அந்தக் குறைந்த நீளப் படத்தையும் நெருப்புப் பற்றிக்கொண்டுபோய் ஒரு பகுதியே நாங்கள் பார்த்தோம்.

இப்போது நினைத்துப் பார்க்கும்போது ஆச்சரியமாக இருக்கிறது. எப்படி இரவு பத்துப் பதினொரு மணிக்கு முன்னெச்சரிக்கையோ பாதுகாப்போ எதுவுமின்றி மிகமிக அசட்டுத்தனமான நடையில் வீட்டுக்குத் திரும்பிய எங்களுக்கு விபத்தேதும் நேராமல் இருந்தது என்று. என் அக்கா ஒருத்தி அவள் பாட்டுக்குத் தனியாக எல்லோருக்கும் முன்னால் விறுவிறு என்று போவாள். அவளிடமிருந்து ஒரு பர்லாங்கு தூர இடைவெளியில் நானும் என் அப்பாவும். எங்கள் இருவரிடமிருந்து இன்னொரு பர்லாங்கு இடைவெளியில் என் வேறு சகோதரிகள், தம்பி. அவர்களிடமிருந்து அரை மைல் இடைவெளி விட்டு எல்லோருக்கும் பின்னால் எங்கள் அம்மா. நேர்ச் சாலை என்றால் நாங்கள் ஒருவருக்கொருவர் பார்வையில் இருப்போம். ஆனால் சிகந்தராபாத்தில் ஐம்பது கஜ தூரத்திற்கு நேர்க்கோடான சாலையோ தெருவோ கிடையாது. இவ்வளவிற்கும் ஒருமுறை பிரிட்டிஷ் பிரதிநிதி ஒருவரின் உத்தரவுப்படி கிங்க்ஸ்வே என்னும் பிரதானச் சாலையொன்று நூல் இழுத்துப் பிடித்த நேர்க்கோடாக அமைக்கத் திட்டமெல்லாம் போட்டார்கள். கிங்க்ஸ்வே சாலை வேலை இறுதியாக முடிந்தபோது அதில் ஒன்றரை மைலுக்குள் பதினொரு வளைவுகள் இருந்தன. நேர்க்கோடாக இருந்தால் பாதிக்கப்பட்டிருக்கக்கூடிய வீட்டுக்காரர்கள் பிரிட்டிஷ் பிரதிநிதிக்கும் விஞ்சியவர்களாகி விட்டார்கள். அந்த நாளிலேயே ஒரு வளைவுக்குப் பத்தாயிரம் ரூபாய் என்றார்கள்.

இந்த வளைவுகளின்போதோ வீடு சீக்கிரம் போய்ச் சேர வேண்டுமே என்று குறுக்குப் பாதைகள் என்றறியப்பட்ட சந்துகளில் நுழையும்போதோ மற்றவர்கள் மறைந்து விடுவார் கள். சந்து வழியாகச் சென்றால் சீக்கிரம் வீடுபோய்ச் சேர்ந்து விடுவோம் என்பதும் வெறும் மாயையே. இருந்தும் பதினொரு மணியளவில் சந்து சந்தாகத் திரும்பித் திரும்பியே எங்கள் நீண்ட பிரயாணத்தைத் தொடர்வோம்.

ஒவ்வொரு சந்துக்குள் திரும்பும்போதும், "அப்பா, இது ரொம்ப நீளம்ப்பா," என்பேன்.

"சரி, இதை வெட்டிவிடச் சொல்லலாம்," என்று அப்பா சொல்வார்.

அடுத்த சந்தின்போதும், "அப்பா, இது ரொம்ப தூரம்," என்பேன்.

"இதையும் வெட்டிவிடச் சொல்லலாம்."

நாங்கள் ஒவ்வொரு சந்தாக வெட்டிவிடத் தீர்மானித்த படி முன்னேறுவோம். நீளத்தைக் குறைப்பது பற்றிப் பேசாத நேரத்தில் அப்பா என் அக்கா, அம்மா எல்லோரையும் அவர்கள் சேர்ந்து வராமல் தனித் தனியாக வருவதற்காக 'இவர்களுக்குப் புத்தியிருக்கா? இவர்களுக்கு மூளை இருக்கா?' என்று என்னைக் கேட்டபடி வருவார். எனக்குப் புத்தி மூளை பற்றி அவ்வளவு தெளிவான எண்ணம் இல்லாததாலும் அப்பா கேட்கும்போதே பதில் தேவையில்லை என்பது தொனிக்கக் கேட்டதாலும் விசேஷமாகப் பதில் ஒன்றும் தராமல் கூடவே போவேன். வெகு நாட்கள் கழித்து ஊர் ரஜாக்கர்கள் ஆர்ப்பாட்டத்தில் ஆட்டங்கண்டிருந்த நாட்களில்கூட எங்கள் ஊர்வலம் சிகந்தரா பாத் சாலைகள் வழியே சென்றிருக்கிறது. என்னைத் தெருவில் ஒரு முறை நிறுத்தி வைத்து அடித்ததற்கு இரு நாட்கள் முன்பு கூட இந்த ஊர்வலம் நடந்திருக்கிறது. ஆனால் அது தமிழ் சினிமா பார்ப்பதற்குச் சென்றல்ல. தெலுங்கு சினிமா. 'கொல்லபாமா.' இதில்தான் அஞ்சலிதேவி முதன்முதலாக நடித்து நாட்டியமாடித் தெலுங்குப் பிரதேசத்தையும், அதற்குப் பின் தமிழ்நாட்டையும் ஒரு கலக்குக் கலக்கினாள்.

'கொல்லபாமா' ஆறு மாதத்திற்கும் மேல் பாரமவுண்ட் சினிமா என்னும் கொட்டகையில் ஓடியது. இது உறுதியான நிரந்தரமான சினிமாக் கொட்டகை. நாங்கள் டிக்கெட் வாங்கிப் பார்த்த படங்கள் மிகக் குறைவு. யாரையாவது தெரியுமோ தெரியாதோ, நாங்களெல்லோரும் ஏதாவது ஒரு வெராண்டா முனையில் நின்றுகொண்டு காத்திருக்க எங்கள் அப்பா மானேஜர் அறைக்குச் சென்று அவனிடம் அரை மணி நேரம் பேசுவார். ஆரம்பத்தில் மிக உஷாராகவும் தயக்க மாகவும் இருந்த தோரணை மாறி அந்த மானேஜர் அவ னாகவே வெளியே வந்து எங்களை மேல் வகுப்புகள் எதிலா வது உட்காரச் செய்வான். பலமுறை இடம் காலியில்லாமல் தனி நாற்காலிகளாக நான்கைந்து கொண்டுவரச் சொல்லி எங்களுக்கு உட்கார ஏற்பாடு செய்திருக்கிறான். நாங்களும் எந்தப் படமும் ஆரம்பத்திலிருந்து பார்த்தது கிடையாது.

இந்த மாதிரி எதற்கும் 'பாஸ்' வாங்கிச் செல்வது எங்கள் அப்பா ரயில்வேயில் வேலை செய்ததால் உண்டான பழக்கம் என்று சொல்லவேண்டும். நாங்கள் ரயிலுக்கு டிக்கெட் வாங்கிப் பயணம் செய்தது கிடையாது. அப்படி வாங்கித்தான் ஆக வேண்டும் என்றாலும் பி.டி.ஓ. என்பதைக் கொண்டு மூன்றில் ஒரு பங்கு கட்டணம்தான் தருவோம். இந்த பாஸுக்காக வென்றே ஆண்டுக்கு ஒரு முறை பல ஆயிரம் மைல்கள் நீண்ட ஒரு சுற்றுப் பிரயாணம் மேற்கொள்வோம். பாஸில் எந்த இடத்திலிருந்து எந்த இடம் செல்ல என்பதோடு எந்த இடங்கள் வழியாக என்று குறிக்க ஓரங்குல இடைவெளி இருக்கும். இந்த 'வழியாக' என்பதுதான் நாங்கள் வேவ்வேறு இடங்களில் இறங்கி ஏறுவதற்கான அனுமதி. அப்பா வாங்கும் பாஸில் அந்த ஓரங்குலம் போதாமல் பாஸின் மேலே கீழே பக்கவாட்டிலெல்லாம் நாங்கள் இறங்கும் இடங்கள் குறிக்கப் பட்டிருக்கும். இரண்டு மாத காலத்தில் இருபது இடங்களுக்குச் சென்று போதும் போதுமென்றாகி ஊர் திரும்புவோம். எனக்கு நினைவு தெரிந்து ஒரு முறைதான் திருடன் வீட்டுப் பூட்டை உடைத்துச் சில சாமான்களைத் தூக்கிப் போயிருக்கிறான். ஆனால் மாடு விஷயம் அவ்வளவு எளிதாகத் தீர்க்கக்கூடியதா யில்லை.

நாங்கள் வெளி ஊருக்குக் கிளம்புவதற்கு ஒரு மாதம் முன்னரே மாட்டை யாரிடம் விட்டுச் செல்வது என்று கேள்வி எழும். பால் வியாபாரம் செய்பவர்கள் யாரிடமாவது விட்டுப் போனால் மாட்டுக்குத் தீனி ஒன்றும் வைக்காமல் பட்டினி போட்டே கெடுத்து விடுவார்கள். ஒருமுறை எங்களுடைய மாடு ஒன்று அப்படிச் செத்துப் போய்விட்டிருக்கிறது. வீட்டில் பாலுக்காக மாடு வைத்திருப்பவர்களிடம் விட்டுப் போகலாம் என்றால் ஒரு மாடு அதிகமானால்கூடப் பொறுப்பும் சங்கட மும் பெருகும் என்று முடியாது என்று தீர்மானமாகச் சொல்லி விடுவார்கள். ஆதலால் ஊருக்கு வெளியே கிராமம் எதிலாவது ஒன்றில்தான் பணமும் கொடுத்து ஒப்படைத்துவிட்டு வர வேண்டும். இதற்கு நாங்கள் ஏற்பாடு பண்ணியிருப்பவன் ஒன்று நாங்கள் ஊருக்குக் கிளம்ப ஒரு மணி நேரம் இருக்கும் வரை வரமாட்டான்; அல்லது நாங்கள் கிளம்புவதற்கு ஒரு வாரம் முன்பே மாட்டை ஓட்டிப் போகிறேன் என்று வந்து விடுவான். முன்பொருமுறை ரயிலையே தவற விட்டதை மனதில் கொண்டு நானும் அப்பாவுமாகக்கூட ஒருமுறை மாட்டைப் பல மைல்கள் தள்ளியுள்ள கட்கேசர் என்னும் கிராமத்திற்கு ஓட்டிச் சென்றிருக்கிறோம். அப்பாவிடம் வாக்கிங் ஸ்டிக். என்னிடம் ஒரு குடையும் ஒரு குச்சியும். போகும் வழியில் என்ன பாபு, என்ன துரை, என்ன மாஸ்டர்

அசோகமித்திரன்

எல்லாம் இருக்கும். மாடு சர்வ சுதந்திரமாகப் பள்ளம்மேடு எல்லாம் தேடிச்சென்று இழுத்தடிக்கும். பத்துப் பனை ஓலைக் குடிசைகள் உள்ள கிராமத்தை அடைந்து நாங்கள் தேடிப்போன மல்லைய்யாவையோ சாயனாவையோ கண்டுபிடித்து மாட்டை ஒப்புவிப்பதற்குள் அரை நாள் ஆகிவிடும். திரும்பி வரும்போது ரயிலில் வந்து விடுவோம். ஆமாம், பாஸ்தான்.

ரயில்வே பாஸை சினிமாக் கொட்டகைக்காரர்கள் அங்கீகரிப்பதுபோல நிஜாம் கஸ்டம்ஸ்காரர்கள் லட்சியம் செய்ய மாட்டார்கள். சிகந்தராபாத் ஸ்டேஷனை விட்டு வெளியே வந்தவுடனேயே ஒரு ஒதுக்குப்புறமான பழைய கட்டிடம். அதில் சுங்கப் பரிசீலனை அமைந்திருந்தது. நாங்கள் ஆறேழு பேரும் ஆறேழு பெட்டிகளுமாக அடைந்திருந்த டாங்கா அங்குபோய் நிற்கும். மாதக்கணக்கில் ஊர் ஊராகச் சென்று வந்த எங்களுக்கு அந்தப் பத்துப் பதினைந்து நிமிஷம் வயிற்றைக் கலக்குவதாக இருக்கும். மத்தியகால வாழ்க்கையே நீடிப்பதாக அறியப்படும் நிஜாம் சமஸ்தானத்தில் கூட அந்த நாளில் ஒரு பெண்மணிதான் சுங்கப் பரிசோதகராக இருந்தாள். எவ்வளவோ ஆண்டுகளுக்கு, ஒவ்வொருமுறை நாங்கள் வெளியூர் சென்று வீடு திரும்பும்போதும் எங்கள் பெட்டி – கூடை – பைகளைத் துருவித் துருவிப் பார்த்திருக்கிறாள். அவள் பொறுக்கி எடுக்கும் ஒவ்வொரு புதுப் பண்டத்தையும் நாங்கள் நிஜாம் சமஸ்தானத்திற்குள்ளேயே வாங்கினதாகச் சொல்வோம். ஜனாப் ஜின்னாவின் சகோதரி பாத்திமாவை நினைவூட்டும் தோற்றம் கொண்ட அந்த அம்மாள் அவ நம்பிக்கையோடு எங்களைத் திரும்பப் பார்த்து முணுமுணுத்த பிறகு ஒரு சீப்பு மலைப்பழம் அல்லது இரு மாம்பழங்களை எடுத்து வைத்துக்கொண்டு 'போகலாம்' என்பாள். அந்தச் சுங்கச் சாவடியில் யாரும் சுங்கம் கட்டி நான் பார்த்ததே யில்லை. அந்த அம்மாளும் காலை, மாலை, சூரிய சந்திரர்கள் போல அதே பதவியில் அதே இடத்தில் தொடர்ந்து இருந்து கொண்டேயிருந்தாள். இந்தியா சுதந்திரம் அடைந்து இந்தியா வுக்கும் நிஜாமுக்கும் ஒரு மாதிரியான யுத்தநிலை ஓராண்டு நீடித்து, அதன் பின் இந்தியத் துருப்புகள் ஹைதராபாதைக் கைவசம் கொண்ட பின்புகூடச் சில மாதங்களுக்கு அந்தச் சுங்கச்சாவடி அம்மாள் பழ உணவு மேற்கொள்வோருக்கு உற்சாகமளிக்க முடியாதபடி பிரயாணிகளின் பெட்டி படுக்கை களைத் தோண்டித் துருவிக்கொண்டிருந்தாள்.

பொதுவாகவே ஒரு சுதந்திரச் சிட்டுக் குருவி போலச் செயல்படும் எங்கள் அப்பா ஒருமாதிரி குன்றிப் போய்க் காணப்பட்டால் அது இந்தச் சுங்கச் சாவடியிலும் அது போன்று

முழுக்க முழுக்க நிஜாம் அரசான இலாக்காகளிலும்தான். இவ்விடங்களில் உருது தவிர வேறு மொழியே பயன்படாது. எந்த அதிகாரியையும் ஒரு குறிப்பிட்ட நேரத்தில் காணலாம் என்று நிச்சயமாகக் கொள்ளவே முடியாது. நிஜாம் அரசு காரியாலயத்தார்களே 'மொகலாய் தர்பார்' என்று தங்களைச் சொல்லிக்கொள்வார்கள். அப்பதத்திற்கு வேறு என்ன அர்த்தங்கள் இருந்தாலும் குறித்த நேரத்தில் ஒன்றும் நேராது என்பது தான் முதற்பொருளாக இருக்கும். நிஜாம் அரசு அலுவலகங்களில் நூற்றுக்கு எண்பது பேர் முஸ்லிம்களாக இருப்பார்கள். முஸ்லிமல்லாதவர்கள் இருபது பேரும் முல்கிகளாக இருப்பார்கள். அதாவது ஹைதராபாத் சமஸ்தானவாசி என அங்கீகரிக்கப்பட்டவர்கள். ரயில்வேயில் முஸ்லிம்கள் மிகக் குறைவு. அலுவல் நடத்தப்படும் மொழி ஆங்கிலம், வேலை செய்வோர் இந்தியாவின் வெவ்வேறு பிரதேசங்களிலிருந்து பிழைப்புத் தேடி ஹைதராபாத் வந்தவர்கள். அந்த நாளில் நிஜாம் ரயில்வே தமிழர்களுக்கும் வேறு மொழியினருக்கும் அளித்த வேலை வாய்ப்பு வேறு எந்த ஒரு நிறுவனமும் தந்திருக்காது. ரயில்வேக்காரர்களுக்கு நிஜாம் அரசுக் காரியாலயங்கள் மீது இளப்பமான எண்ணம். ஆனால் நிஜாம் பிரதேசத்தில் வசித்து வந்து அரசுக் காரியாலயங்களை முழுக்க முழுக்கத் தவிர்த்துவிட முடியாது. அப்போது உருது தெரிந்தவர்களைத் தேடிப் போய் மனு எழுதிக்கொண்டு – எண்கள்கூட உருதுவில் அச்சிட்டிருக்கும் – நிஜாம் கோர்ட் ஸ்டாம்புகளை வாங்கி ஒட்டி, பதினொரு மணி காரியாலயத்திற்குப் பதினொரு மணிக்குப் போய்ப் பகல் இரண்டு மணி வரை காத்திருந்து இவர்கள் சொன்னது அவர்களுக்குப் புரியாமல் அவர்கள் சொன்னது இவர்களுக்குப் புரியாமல் செயலிழந்து வருவார்கள். ரயில்வேயில் வேலை பார்க்கிறவன் என்றாலே வெளிநாட்டிலிருந்து வந்து கொள்ளையடித்துப் போகிறவன்போல நடத்தப்படுவான். எங்கள் அப்பாவுக்கு நிஜாம் அரசுக் காரியாலயங்களில் பல மகிழ்ச்சியற்ற அனுபவங்கள் ஏற்பட்டிருக்க வேண்டும். எதிரே சிங்கம் தோன்றி வாயைப் பிளந்து உறுமினால்கூட எங்கள் அப்பா உடனே 'நான் ரயில்வே சர்வெண்ட்' என்பார். இவரிடம் மொகலாய் தர்பார்காரர்கள் எப்படி அன்பாக இருந்திருக்க முடியும்?

6

டிரீம்லாண்ட் சினிமாக் கொட்டகையில் ஒரே கூட்டம். டிக்கெட் கொடுக்கத் தொடங்கும்வரை ஒழுங்காக நின்றிருந்த கியூ வரிசை ஒரு விநாடியில் குவியலாக மாறி டிக்கெட் ஜன்னலைத் தாக்கியது. மாரிஸ் இருந்தால் கூட்டத்தினுள் நெளிந்து முன்னேறி ஜன்னலை அடைந்தவுடன் மற்றவர்கள் தோள் மேல் கொப்பளித்து எழுந்து டிக்கெட் வாங்கிக்கொண்டு விடுவான். சந்திரசேகரன் டிக்கெட்டே பெறாமல் கொட்டகைக்குள் நுழைந்தான். ஏனோ யாரும் தடுக்கவில்லை. தன்னந்தனியனாக இருந்த அவனுக்கெனக் காட்சி பிரத்யேகமாகத் தொடங்கியது. படம் ‘பேதிங் பியூடி’. ஐந்தே முக்காலடி உயரமுள்ள எஸ்தர் வில்லியம்ஸ் நிறைய நீச்சலடித்த பிறகு ஒழுங்காக உடை உடுத்துக்கொண்டு திரையை விட்டுச் சந்திரசேகரனிடம் வந்து நின்றாள். அவளுடைய பல் வரிசையில் மேல் பற்கள் இரண்டு ரவையளவு பெரிதாக இருந்தது அவளை விசேஷமாக மாறுபடுத்திக் காட்டியது. அவள் அன்பாகத்தான் ஏதோ கேட்டிருக்க வேண்டும்.

“நீ பேசுவது எனக்குப் புரியவில்லை,” என்று சந்திரசேகரன் சொன்னான்.

“என்னைப் பிடிக்கிறதா உனக்கு” என்று அவள் இப்போது தெளிவாகக் கேட்டாள்.

அதற்குப் பளிச்சென்று ஆங்கிலத்தில் பதில் சொல்லத் தெரியாமல் சந்திரசேகரன் நின்றான்.

அவள் புன்முறுவலுடன் அவன் கையைப் பற்றித் திரைக்கு அழைத்துச் சென்று ஒரு நீச்சல் குளத்தில் இறங்கினாள். சந்திரசேகரனின் உடல் உதறத் தொடங்கியது.

சந்திரசேகரன் விழித்துக்கொண்டு படுக்கையில் உட்கார்ந்த போதும் அவன் உடல் உதறிக்கொண்டிருந்தது. அவனுக்கு அக்கனவு வெட்கத்தையூட்டியதோடு பயமாகவும் இருந்தது. சமீபகாலமாகத்தான் இப்படிச் சம்பந்தமில்லாமல் கனவுகள். இதை நிறுத்தித் தொலைக்க முடியாதா? யாரிடம் போய்ச் சொல்லி இதற்குத் தீர்வு காண்பது?

சந்திரசேகரன் எழுந்து நின்றான். இருட்டில் வீட்டின் உட்புறம் மங்கிய நிழலாகத் தெரிந்தது. மேலே நட்சத்திரங்கள் தெரியாமல் இருந்ததால்தான் கூரை என்று ஒன்றிருப்பதை ஊகிக்க முடிந்தது.

சந்திரசேகரன் வீட்டு வெளிக் கதவுக்கு வந்தான். வீட்டின் உயரத்திற்கேற்பக் கதவுகளும் மிக உயரமாக இருந்தன. மேல் தாழ்ப்பாள் சுமார் இரண்டடி நீளம்கூட இருக்கலாம். அதை இறக்கிக் கதவைத் திறக்க விசேஷ யத்தனங்கள் கொள்ள வேண்டும். ஆனால் அவனுக்குத் திறந்தவெளிக்குப் போய்த் தான் ஆகவேண்டும் போலிருந்தது.

அரை குறை மேகங்களுக்கு மத்தியிலிருந்து இறங்கிய மங்கிய நிலவு பூமிப்பரப்பின் மீதிருந்த பொருள்களின் வெளி உருவத்தை மட்டும் பிரித்துக்காட்டுவதாக இருந்தது. இலே சாகப் பனி படர்ந்திருந்தது. லான்சர் பாரக்ஸும் அதன் சுற்றுப்புறமும் உறக்கத்தில் ஆழ்ந்திருந்தன. எங்கோ தூரத்தில் துலுக்கப் பாட்டு, சரியான துலுக்கக் குரலில் ஒலித்துக் கொண்டிருந்தது. அது ஏதாவது துலுக்க ஹோட்டலாக இருக்கும். கிராமபோன் தட்டு வைத்துக் கொண்டிருக்கிறான். ஜோரா பேகமோ அமீர்பாய் கர்நாடகியோ உள்நாக்குத் துடிக்கக் கத்திக் கொண்டிருக்கிறாள்.

சந்திரசேகரனுக்கு உடலில் தனித்தனியாகப் பல இடங்கள் வலித்துக்கொண்டிருந்தது. தொடை. மூன்று முறை கிரிக்கெட் பந்து தாக்கி இருந்தது. அவ்வளவிற்கும் கால்பாதுகாப்புத் தடுப்புகள் கட்டிக்கொண்டிருந்திருக்கிறான். ஆனால் எப்படி யும் சில அங்குலப்பரப்புக்குத் தற்காப்பு இல்லாமல் தான் போய்விடும். அந்த இடமெல்லாம் அடி. அப்புறம் அந்த ரஜாக்கர்கள். அவர்கள் நிஜமாகவே ரஜாக்கர்கள் தானா? அவர்கள் அடித்தது தோள்பட்டை மீது. எப்படி அவ்வளவு நெருக்கத்தில் அடித்ததை இந்தக் குறைந்த அளவு வலியோடு தப்பித்துக்கொள்ள முடிந்தது? பெரிதாக அடிபடவில்லை என்றாலும் வலிக்கிறது. அப்புறம் பொதுவாகவே கால் வலிக் கிறது. மூன்று நான்கு மணி நேரத்தில் சைக்கிளில் அவசர மாகவும் எதிர்க் காற்றிலும் பதினைந்து மைல் கடந்திருக்கிறான்.

கடைசி மூன்று மைல் சைக்கிளுக்கு விளக்கில்லை என்று தள்ளிக்கொண்டு வந்திருக்கிறான். பன்னிரண்டு ரூபாய்க்கு மரத்தடி சக்கிலியன் தைத்த கிரிக்கெட் பூட்ஸ் கிரிக்கெட் விளையாடத்தான் லாயக்கு. பிணமாகக் கனக்கும் அந்த பூட்ஸைக் காலில் கட்டிக்கொண்டு அரைமைல் நடந்தால் கூட வலிக்கும். இன்றைக்கு நிறையவே நடந்ததில் அந்த வலி, விலாவிலும் கொஞ்சம் வலிக்கிற மாதிரி இருக்கிறது. என்ன காரணமாக இருக்கலாம்? மாட்டின் கொம்பு பட்டிருக்க வேண்டும்.

உடல்வலி மனத்தின் சிக்கல்கள் குழப்பங்களிலிருந்து கவனத்தை வேறுபுறம் இழுத்ததில் ஓர் ஆறுதல் இருந்தது. சந்திரசேகரன் தொடையைத் தேய்த்துக் கொண்டான். எங் கெங்கோ வலியிருந்தும் முழுக் கவனமும் வலியிலேயே முழுகிக் கிடக்கும் அளவுக்கு வலியில்லாததில் மனம் சீக்கிரமே உடல் வலியிருந்தது விடுபட்டு விட்டது. மீண்டும் கனவு ஏற்படுத்திய கூச்சம். நாஸிர் அலிகான், சைக்கிள் ஸ்டாண்டு காவல்காரக் கிழவன், டாங்க்பண்ட் எதிர்க்காற்று, நரஸிம்ஹராவ், ரெஃப்யூஜீஸ் நடைபாதைச் சமையல்; போலீஸ் அதிகாரி வீட்டுக் குண்டுப் பெண்மணி, அவளுடைய கழுத்திலும் கையிலும் ஓடும் பச்சை நரம்புகள் . . .

திறந்த வெளியில் நின்றதில் இருளின் குறைந்த அளவு வெளிச்சத்திற்குப் பழக்கப்பட்டு முன்பு வெறும் நிழலாய்த் தெரிந்த பொருள்களைக் கண் தனித்தனியாகக் காண ஆரம்பித் தது. எதிரே ஒரு அரசமரம். அதற்குப் பின்னால் பாரக்ஸ் காம்பவுண்டு சுவர். அதைத் தாண்டிச் சாலை. இப்பக்கம் ஒன்றையொட்டி ஒன்றாக வீடுகள். சமபூமியான மைதானம். ஏராளமான விழுதுகள் தொங்கும் ஆலமரம். இதெல்லாவற்றை யும் நாற்புறச் சாலைகளிலிருந்து தனியாகப் பிரித்து வைக்கும் காம்பவுண்டு சுவர்கள். சாலைகள். சாலை விளக்குகள். அப்படிச் சில பங்களாக்கள், இப்படிச் சில. எங்கோ தூரத்தில் துலுக்கப் பாட்டு. திரும்பத் திரும்பக் கேட்ட பாட்டுதான். பக்கத்து வீட்டு காஸிம் ரேடியோவில் இது நிறைய முறை அலறியிருக் கிறது. இப்போது பியாரி பேகம் தூங்கிக்கொண்டிருப்பாள்.

இந்தப் பியாரி பேகம் வேறு. இவ்வளவு நாட்கள் ஒரு குண்டுப் பெண் என்ற அறிதலோடு சரி. ஆனால் சமீப காலத்தில் அதோடு நிற்பதில்லை. அவள் குண்டாக இருந்தா லும் இரண்டாம்முறை பார்வையை இழுத்தாள். அவள் அழகாக இருக்கிறாள். அவள் அவனைப் பரிச்சயமுள்ளவனாகப் பார்க்கிறாள். முகத்தைத் திருப்பிக் கொள்வதில்லை.

பக்கத்து வீட்டில் பியாரி பேகம் மட்டும் இல்லை. சமீப காலமாக அந்த வீட்டில் இரண்டு மூன்று புதுக்குடும்பங்கள் வந்து தங்கியிருந்தன. உல்லாசமாக. விடுமுறைக்கு வருகிற மாதிரியான விருந்தாளிகள் இல்லை. ஷோலாப்பூர் அருகிலிருந்து வந்தவர்கள் என்று மட்டும் தெரியும். காஸிம் வீடு இல்லை யென்றால் இவர்களும் ஸ்டேஷன் ரோடு ஓரத்தில் தட்டி களால் ஆன கொட்டகையில்தான் தங்க வேண்டியிருக்கும். இவர்களும் முஸ்லிம்கள்தான். நாஸிர் அலிகானும் முஸ்லிம் தான். ஆனால் இருவருக்குள் எத்தனை வித்தியாசம்?

சந்திரசேகரனுக்கு நாஸிர் அலிகானிடம் சரியாக விடை பெற்றுக் கொண்டு வராதது வருத்தமாக இருந்தது. இனிமேல் நாஸிர் அலிகானாக ஒவ்வொரு முறையும் கிரிக்கெட் பயிற்சிக்கு வா என்று அழைத்துக்கொண்டிருக்க மாட்டான். அவனாகத் தான் போக வேண்டும். இன்றைய கேலிக்கூத்திற்குப் பிறகு இன்னொருமுறை அந்தப்பக்கம் போகத்தான் தோன்றுமா?

சந்திரசேகரனுக்கு அழுகை வருகிற மாதிரி இருந்தும் வாய்விட்டு அழமுடியவில்லை. சிறிது நாட்களாக நினைப்பதை வாய்விட்டுச் சொல்லமுடியவில்லை. வாய்விட்டுச் சிரிக்க முடியவில்லை. வாய்விட்டு அழ முடியவில்லை. பழைய நண்பர் கள் விலகிப் போகிறார்கள். அவன் வீட்டருகிலேயே வசித்து வருடக்கணக்காய்த் தெரியும் டெரின்ஸையும் மாரிஸையும் பார்த்துப் பேசி மாதக் கணக்கில் ஆகிறது. புதிதாக நண்பர் களாகிறவர்களுடன் முதல் இரண்டு மூன்று நிமிடங்களுக்குப் பிறகு என்ன பேசுவதென்று தெரியாமல் சங்கடப்பட வேண்டி யிருக்கிறது.

சந்திரசேகரன் வாசல் கதவை வெளியிலிருந்து தாழ்ப்பாள் போட்டான். தன் வீட்டு காம்பவுண்டு கேட்டையும் சரியாகச் சாத்தினான். எதிரிலிருந்த அரச மரத்தை நோக்கி மெதுவாக நடந்தான். மரத்திலிருந்து உதிர்ந்து உலர்ந்திருந்த சிறு சிறு கிளைத் துண்டுகள் அவன் காலடிபட்டு நொறுங்கின. அவன் சமித்து என்று அதை நிறையப் பொறுக்கியிருக்கிறான். அவன் வீட்டுக்கு வரும் சாஸ்திரிகளிடம் கட்டுக் கட்டாகச் சேகரித்துக் கொடுத்திருக்கிறான். சாஸ்திரிகள் புதிதாக அழைத்து வந்த ஜோசியர் சந்திரசேகரனின் ஜாதகத்தைப் பார்த்து விட்டு, வழக்கம்போல எல்லா ஜோசியர்களையும் போலல்லாமல், இவன் அமோகமாக இருப்பான் என்றெல்லாம் சொல்ல வில்லை. அந்த ஜோசியர் அவன் வீட்டில் யாருடைய ஜாதகத் தைப் பார்த்தாலும் உதட்டைப் பிதுக்கிவிட்டுச் சூள் கொட்டிய பிறகுதான் ஏதாவது சொன்னார். அவருக்குச் சனீசுவரன் என்று அம்மா பெயர் வைத்திருந்தாள். இருட்டில் வந்தால்

அசோகமித்திரன்

அவரைப் பார்க்கக்கூட முடியாது. சனீசுவரன் கறுப்பாகத்தான் இருப்பார் போலிருக்கிறது. எனக்கு ஏழரை நாட்டுச் சனியன். ஏழரை நாடு என்றால் என்ன? நான் ஏழரை நாடுகள் போய் வருகிறவரை சனீசுவரன் என்கூட இருப்பாரா? இப்போது கூடச் சனீசுவரன் என்கூட இருக்க வேண்டுமே, எங்கே இருக்கிறார்?

சந்திரசேகரன் சுற்று முற்றும் பார்த்தான். அவன் வீடும் அதை ஒட்டியவாறிருந்த வரிசையும் மல்லாந்து படுத்துறங்கும் கும்பகர்ணனாகத் தோற்றமளித்தது அவன் நின்றவிடத்திலிருந்து பின்வரிசை வீடுகள் தெரியவில்லை. ஆனால் அதற்கும் பின்னாலிருந்த சர்ச்சின் கோபுரம் மட்டும் விறைத்து நின்றது. இன்று மாலைகூட அங்கே அவன் போய்விட்டு வந்திருக்கிறான், மாட்டைத் தேடி.

வலது புறத்தில் மேடும் பள்ளமுமாக வெகுதூரத்திற்குக் கட்டாந்தரை. எட்டி இரண்டு மூன்று கட்டிடங்கள். கிறிஸ்துவக் கல்லறை. நூறு வயதிற்கும் மேற்பட்ட ஆங்கிலப் பிசாசுகள் அங்கு உலவிக்கொண்டிருக்கும். பகல் வேளையிலேயே அங்கு பயமாக இருந்தது. இப்போது ஏன் அரை மைல் தள்ளி இருக்கும் அந்த இடம் கண்ணுக்குத் தெரிகிறது? சனீசுவரன் கூடவே இருப்பதாலோ?

இந்தப் பக்கம் ஆலமரம் இவ்வளவு தூரத்திலிருந்து. பார்த்தால்தான் மரத்தின் முழு உருவமும் தெரிந்தது. இவ்வளவு பெரிய மரமா? ஒரு குன்றுபோல இருந்தது. அதில் செக்கச் செவேலென்று காய்க்கும் பழங்களை இப்போது பார்க்க முடியவில்லை. அவை சிவந்த பிறகு வெடித்துக் கீழே விழுகின்றனவா அல்லது காகங்களால் கீழே தள்ளப்பட்ட பின் பழுத்துப் பிளந்துகொள்கின்றனவா? எது எப்படியானாலும் அந்த முழுமரமும் இப்போது பிரம்மாண்டமான சாம்பல் நிறத்திரையில் கரி கொண்டு வரைந்த மாதிரி இருக்கிறது. ஓர் அசைவு காணோம். சப்தமே போடாமல் ஃபோட்டோ சிந்தஸிஸ் நடந்துகொண்டிருக்கிறது. மரம் பிராணவாயுவை வெளிப்படுத்திக்கொண்டிருக்கிறது.

சரசரவென்று ஒரு சப்தம். கண் முன்னால் ஒரு பாம்பு சந்திரசேகரனைக் கடந்து சென்றது. அவன் பார்வையைக் காந்தம்போல் இழுத்தவண்ணம் வெகு வேகமாகச் சென்றது. அதிகம் நெளியக்கூட இல்லை. வெகுதூரம் போனபிறகுதான் அவன் கண்களுக்குத் தெரியாமல் இருட்டோடு ஐக்கியமாயிற்று.

பாம்பு. இது மாதிரியாகக் கனவுகள் வரத் தொடங்கிய காலத்திலிருந்து இப்படிப் பாம்புகளும் கண்ணுக்குத் தென்பட

ஆரம்பித்திருக்கின்றன. இந்த வீட்டிற்கு வந்து எட்டு வருடங்கள் ஆகப்போகிறது. இவ்வளவு நாட்கள் ஒரு பாம்பைப் பார்த்ததில்லை. இந்தச் சில மாதங்களுக்குள் மூன்று பாம்புகள் குறுக்கிட்டுவிட்டன. நாகம். நாகரத்தினம்.

நாகரத்தினம், அவளையும் ஒரு முறைக்கு இருமுறையாகப் பார்க்காமல் இருக்க முடியவில்லை. பார்த்தால் துன்பப்படாமல் இருக்க முடியவில்லை. தன்னைவிட வயதானவர்களைப் பற்றியெல்லாம் இப்படி நினைக்கலாமா? இப்படி நினைப்பதற்கு வயதென்று ஒன்றிருக்கிறதா?

ஆனால் நாகரத்தினம் ஒருத்திதான் அவன் லயிப்புடன் பார்த்த பெண்களில் பதில் கவனம் தந்தாள். ஆனால் அவளுடைய கண்ணோரத்தில் ஜுவலிக்கும் சிரிப்பில் 'அடப் போடா, அரை டிக்கட்' என்கிற பாவனை இல்லை என்று நம்ப முடியுமா? அவளைப் பற்றி யார் யாரோ உதிரியாக நிறையச் சொல்லியிருக்கிறார்கள். ஆனால் ரங்கராமானுஜன் தான் கோர்வையாகச் சொல்லியிருக்கிறான். அது அவள் மேல் வெறுப்பு, துவேஷம் என்பதினால் இல்லை. ஏனோ அவனை அவள் அதிகமாக லட்சியம் செய்யவில்லை. இதற்கு விசேஷ காரணங்கள் இருக்கலாம். இல்லாமலும் போகலாம். ஒருவேளை ரங்கராமானுஜன்தான் அவள் கவனத்தைப் பெற அளவுக்கு மீறிச் செய்த சேஷ்டைகளினால் இருக்கலாம். அப்படிப் பார்த்தால் நிறையப் பையன்கள் இன்னமும் கோணங்கியாக நடந்து கொண்டிருக்கிறார்கள். ரங்கராமானுஜன் நாகரத்தினத்தைப் பார்த்துச் சொக்கியிருந்தான். சிகந்தராபாத்தில் பாதிப் பேர் அவளைப் பார்த்துச் சொக்கியிருப்பார்கள். ரங்கராமானுஜனுக்கு அவளைப் பற்றி ஏதாவது பேசிக்கொண்டேயிருக்க வேண்டும். அவளை நேரடியாக அவனுக்குத் தெரியாது. யாரைப் பற்றியாவது நல்லது தெரிய அவர்கள் நெருங்கித் தெரிந்தவர்களாக இருக்க வேண்டும். அப்படியில்லாதபோது அவதூறுகள்தான் பேசக் கிடைக்கும். நாகரத்தினம் பற்றிக் கிடைத்த அவதூறுகள் எல்லாவற்றையும் ரங்கராமானுஜன் தன் மனதில் திரும்பத் திரும்ப அலசிப் பார்த்திருக்கிறான். அதனால்தான் மற்றெல்லாரையும்விட அவனால் அவளைப் பற்றிச் சில முடிவுகளைக் கூற முடிந்தது. இப்போது எங்கேயிருக்கிறானோ? சரியான முகவரிகூடக் கொடுக்காமல் ஊருக்குப் போய்விட்டானே. போனவன்தான் போனான், ஒரு கடிதமாவது போடக் கூடாதா?

சந்திரசேகரன் இழப்புணர்ச்சி மிகுந்து இன்னும் சோர்ந்தவனானான். ரங்கராமானுஜன் அவனுடன் அன்போடு இருந்ததற்கு நாகரத்தினம் ஒரு தூண்டுதலாக இருந்திருக்கலாம்.

ஆனால் முழுக்க முழுக்க அவளுக்காகத்தான் என்றும் கூறி விட முடியாது. இரண்டு பேரும் எவ்வளவு நாட்கள் ஊரைச் சுற்றியிருக்கிறார்கள். எவ்வளவெல்லாம் பேசிப் பகிர்ந்து கொண்டிருக்கிறார்கள். கிரிக்கெட் ஆட்டத்திற்கு அவனை இழுத்து வந்ததே ரங்கராமானுஜன்தான். ரங்கராமானுஜன் இருந்தவரை ஆட்டம் வரவேயில்லை. மட்டையைத் தூக்கிக் கொண்டு சென்றால் நான்கு பந்துகளுக்குள் அவுட் ஆகி விடுவான். போலிங் போடச் சொன்னால் பந்து அதன் இஷ்டத்திற்கு எங்கெங்கோ விழுந்து ஓடும். இதெல்லாம் பரவாயில்லை. ஆனால் ஃபீல்டிங்கில் கூடவா இவ்வளவு மோசமாக இருப்பது? சந்திரசேகரன் பந்தைப் பிடிப்பான் என்று யாரும் எதிர்பார்ப்பதுகூடக் கிடையாது. அந்த அளவுக்கு அவனுடைய திறமை எல்லாருக்கும் தெரிய வந்திருந்தது. ஆனால் ரங்கராமானுஜன் ஊருக்குப் போனான், சந்திரசேகர னுக்கு என்னவோ ஆகிவிட்டது. எவ்வளவோ அன்புடனும் பொறுமையுடனும் ரங்கராமானுஜன் சொல்லிக் கொடுத்ததெல் லாம் அவன் இருந்தபோது கைவராமல் அவன் ஊருக்குப் போனவுடன் ஒவ்வொன்றாகச் சந்திரசேகரனிடம் குதித்தோடி வந்தன. இப்போது பந்து கண்ணுக்கு நன்றாகத் தெரிந்தது. அதனுடன் பேசலாம் போலிருந்தது. அதை அதட்டி மிரட்ட லாம் என்று தோன்றிற்று. அப்படிச் செய்யவும் முடிந்தது. லான்சர் பாரக்ஸ் பின்வரிசை கிருஷ்ணஸ்வாமியின் தம்பி கோகு என்பவன் முன்பெல்லாம் சந்திரசேகரன் மட்டை யெடுத்துக்கொண்டு விக்கெட் அருகே வரும்போதே குறும்பாகச் சிரிப்பான். இப்போது அதே கோகுவுக்குத் தாழ்வு மனப் பான்மை வந்து விட்டது. அவர்கள் கிரிக்கெட் குழுவுக்குச் சந்திரசேகரன் காப்டனானதில் யாருக்கும் முணுமுணுப்புக் கிடையாது. முணுமுணுப்பு இருந்திருக்கலாம். ஆனால் காப்ட னாவதற்குச் சந்திரசேகரனைவிடப் பொருத்தமானவன் யார் என்றால் அவர்களும் தயங்குவார்கள். இந்த மூன்று மாதங்களில் ஆடிய ஏழு மாட்சுகளில் ஐந்தில் வெற்றி. இரண்டு டிரா. சந்திரசேகரன் மட்டும் மொத்தம் முந்நூற்றுப் பதினெட்டு ரன்கள் எடுத்திருந்தான். ஒரு தடவைதான் முப்பதுக்குக் கீழே. மற்றதிலெல்லாம் நாற்பது, ஐம்பது. ஒரு முறை எழுபத்தேழு கூட. இதைப் பார்க்க ரங்கராமானுஜன் இல்லை! அவனிருந் தால் அவன்தான் காப்டனாக இருப்பான். ஆனால் அவன் தலைமையில் ஆடி இப்படி நிறைய ரன்கள் எடுத்தால் எவ்வளவு பெருமையாக இருக்கும். எல்லாருக்கும் முன்னால் அவன் குடும்பம் சிகந்தராபாத்தை விட்டு ஓடிப்போய் விட்டது. ஒருவேளை ரஜாக்கர்களுக்குப் பயந்து என்றில்லாமல் அவன் அப்பாவுக்கே வேறு ஏதாவது ஊருக்கு மாற்றலாகியிருக்கலாம். எப்படியோ அவன் போய்விட்டான்.

இப்போது துலுக்கப் பாட்டும் ஓய்ந்துவிட்டது. எங்கும் நிசப்தம். சுவர்க்கோழிகூடக் கிடையாது.

சந்திரசேகரன் நின்றவிடத்திலிருந்து நாற்புறமும் திரும்பித் திரும்பிப் பார்த்தான். அந்த இடமே மிகவும் விரிந்திருப்பதாகத் தோன்றிற்று. வீட்டை மட்டும் பார்த்தால் வீடு மிகவும் தொலைவில் இருந்தது. ஆனால் ஓர் அகண்ட கண்ணோட்டமாகப் பார்த்தால் எல்லாம் பொருத்தமாக இருந்தது. உலகமே அவன் காலடியிலிருந்து கிளம்பி எல்லாத் திசைகளிலும் சரிந்து வழிந்து போவது போலிருந்தது. திடப்பொருளாக இல்லாமல் ஒரு மிகப் பெரிய பலூன்மீது வரைந்த சித்திரம்போல பலூனின் உருவ மாற்றத்திற்கேற்ப அதுவும் நீண்டு வளைந்து படுத்துச் சுருங்குவது போலிருந்தது. வேகமாக வீசும் காற்றில் ஒரு ராட்சத நீர்க்குமிழியின் மேற்பரப்பு சிலிர்த்து அமுங்கி நீள்வது போலிருந்தது. அவனே ஆகாயம்வரை உயர்ந்து விட்டது போலிருந்தது. கையை நீட்டினால் நட்சத்திரங்களைப் பிடித்து விடலாம்.

அவன் வேண்டாம் வேண்டாம் என்று மனதாரக் கெஞ்சிக்கொண்டிருக்கும்போதே மீண்டும் எல்லாம் பழைய படியாயிற்று. அதே வீடு. அதே மரங்கள். அதே சர்ச், அதே கல்லறை. அந்தக் காட்சி இங்கிலாந்து கிராமப்புறத்தை ஓவியமாக வரைந்து தொங்கவிட்ட மாதிரி இருந்தது. கிராமப்புறக் காட்சி என்றாலே விசாலமான நிலப்பரப்பில் உதிரி உதிரியாக இரண்டு மூன்று கட்டிடங்கள், வயல், வெற்றிடம், ஓடை, தூரத்தில் மலைச்சாரல். ஒரு நாய், ஒரு மாடு எங்காவது இருக்கலாம். மனிதன் மட்டும் கண்ணில் தென்படக் கூடாது. இந்த நேரத்தில் இந்த லான்சர் பாரக்ஸையும் தன்னையும் சேர்த்துச் சித்திரம் வரைந்தால் அது கிராமப்புறமாக இல்லாது போய்விடும்.

சந்திரசேகரன் ஆலமரத்தை நோக்கி நடக்க ஆரம்பித்தான். எல்லாரும் இருக்கும்போது வீட்டிலேயே இருட்டாக இருக்கும் இடத்திற்குப் போகப் பயம் தோன்றும். ஆனால் அந்த நிசி வேளையில், வெட்டவெளியில் போகும்போது பயம் தோன்றவில்லை. பயம் தோன்றவில்லை என்றும் கூறமுடியாது. பயத்தையும் மீறி ஏதோ ஒன்று அவனை அலைய வைக்கிறது. பயம் எதற்காக? உயிர்போய்விடும் என்பதற்காகவா? முதலில் உயிர் என்றால் என்ன என்று தெரிந்த பிறகு அல்லவா உயிரை இழக்கப்போவது பற்றிப் பயப்பட முடியும்? ஆனால் பயம் இருந்தது ஏதோ அற்பக் காரணங்களுக்காக இல்லை. பெரிய, உறுதியான, சத்தியமான காரணத்திற்காகப் பயம் இருந்தது. அந்தப் பயம் இருப்பது புலனாவதும் திடீரென்று பார்க்கும்

பெண்கள் எல்லாம் அவனைப் பிழிந்தெடுப்பதற்கும் சம்பந்தம் இருக்கிறது! அவனுள் இன்னொரு உயிரோ ஆவியோ தண்ணீரோ புகுந்துகொண்டிருக்கிறது. அது அவனைப் பயப் படச் செய்கிறது. கனாக் காணச் செய்கிறது. இப்போது நள்ளிரவில் ஊரடங்கிக் கிடக்கும் நேரத்தில் மரங்களை நோக்கிச் செல்லச் செய்கிறது. அரசமரம் எப்படியோ தெரியாது, ஆலமரம் அவனுக்குத் தீவிரமான நினைவுகள் கொண்டது. எண்ணற்ற மணிநேரம் ஆட்டத்தில் ஆழ்ந்து ஈடுபட்டதை அப்படியே திரும்பக் கொண்டு தருவது இந்த ஆலமரம். அவன் அது மேல் ஏறி உட்கார்ந்து நேரம் கடக்க இடம் தந்திருப்பது. அந்த விதத்தில் அது வீடு போன்றது. வீட்டில் பேச வேண்டிய நிர்ப்பந்தம். ஏதாவது செய்துகொண்டிருந்தால் மட்டுமே வீட்டோடும் வீட்டிலிருப்பவரிடமும் உறவுகொள்ள முடியும் வாய்ப்பு. ஆனால் இந்த ஆலமரம் எந்த நிபந்தனை களும் போடாது. அதற்காக இந்த ஆலமரத்தை அவ்வளவு உயர்த்தியாகக் கருத முடியுமா? அதற்கு என்ன அக்கறை நான் எப்படி நாசமாய்ப் பாழாய்க் குட்டிச்சுவராய்ப் போனால்?

திடீரென்று மத்தாப்புச் சரமாகத் தெளித்துக் கொண் டிருந்த எல்லா மன அலைகளும் அப்படியே ஓய்ந்து போயின. ஆலமரத்தடியில் ஓர் உருவம் நின்றுகொண்டிருந்தது.

சந்திரசேகரன் மேற்கொண்டு போவதா என்று தெரியாமல் சிறிது நேரம் அப்படியே நின்றான். அந்த உருவம் மண்டியிட்டு அதன் முகத்தை இரு கைகளாலும் மூடிப் பிடித்துக்கொண் டிருந்தது.

சந்திரசேகரனின் குழப்பம் ஒரு கணத்தில் விலகிப் போயிற்று. அவன் ஆலமரத்தை நோக்கி மீண்டும் நடந்தான். அந்தப் பெண் அவனைப் பார்த்துவிட்டதற்கு எந்த அறிகுறி யும் காணமுடியவில்லை. சந்திரசேகரனும் முடிந்தவரை சப்தமெழுப்பாமல் சென்றான்.

“ஜமீலி.”

அவள் திடுக்கிட்டாள். ஆனால் உடனே அவனை அடை யாளம் கண்டுகொண்டு. “சந்து,” என்றாள். அப்புறம், “வாட் யு டூயிங் ஹியர் மேன்,” என்று கேட்டாள். மூக்கை உறிஞ்சிக் கொண்டாள். அது ஜமீலி இல்லை. மன்னாஸுடைய இரண்டா வது பெண் லாரா. சந்திரசேகரனுக்கு ஆச்சரியமாக இருந்தது. ஜமீலியிடம் அவனுக்கேற்பட்டிருந்த அந்தரங்கம் லாராவிடம் கிடையாது. ஆனால் அவள் தனியாக ஓரிடத்தில் உட்கார்ந்து கொண்டு அழக்கூடியவளல்ல என்று மட்டும் அவன் தீர்மான மாகச் சொல்வான். இன்று அவள் அவளுடைய அக்கா

மாதிரியே அழுதுகொண்டிருக்கிறாள். உருவத்தில்கூட இன்று அவளுடைய அக்காவைத்தான் முதலில் நினைவூட்டினாள்.

"என்ன ஆயிற்று?"

"ஒன்றுமில்லை. ஒன்றுமில்லை." அவள் தன்னைக் கட்டுப் படுத்திக்கொண்டு விட்டாள்.

"உனக்கு ஏதாவது ஒத்தாசை செய்ய வேண்டுமானால் சொல். செய்கிறேன்."

"என்னை இப்படிப் பார்த்ததை யாரிடமும் சொல்லக் கூடாது."

சந்திரசேகரன் தயங்கினான். "இங்கு இன்னும் யாராவது இருக்கிறார்களா?"

இல்லையென்று லாரா தலையை ஆட்டினாள். பிறகு எழுந்து அவள் வீட்டுப் பக்கம் போகத் தொடங்கினாள். சந்திரசேகரன், "லாரா," என்று மெதுவாகக் கூப்பிட்டு, அவளுடைய கையைப் பிடித்தான். அவள் நின்றவிடத் திலிருந்தே அவனைத் திரும்பிப் பார்த்தாள். இருட்டில், ஆல மரத்தடி நிழலில் இருவர் முகமும் சரியாகத் தெரியாமல் தான் இருந்தது.

லாரா, "சந்து," என்றாள். அப்படியே அவனைக் கட்டிக் கொண்டு மீண்டும் அழத் தொடங்கினாள். சந்திரசேகரன் அவளை இறுகக் கட்டிக்கொண்டு முதுகைத் தடவிக் கொடுத் தான். இதே மாதிரி அவளுடைய அக்காவிடமும் அவனுக்கு நேர்ந்திருக்கிறது. ஜூலி அழுததற்கு அவனுக்குக் காரணம் தெரியும். அவளை மணந்துகொண்டு இங்கிலாந்துக்கு அழைத்துச் செல்வதாயிருந்த வெள்ளைக்கார சோல்ஜர் ஒன்றும் தகவலே தராமல் போய்விட்டான். அவனிடமிருந்து நல்ல தகவல் வரும் என்று தொடர்ந்து நம்பிக்கொண்டு, அந்த நம்பிக்கைக்கு ஆதாரம் இல்லை என்பதையும் படிப்படியாக உணர்கையில் வேறு ஏதும் செய்யத் தோன்றாமல் சந்திரசேகரனிடம் அழு திருக்கிறாள். அவளாவது பெரியவள். லாராவும் இப்போதே அம்மாதிரிச் சிக்கல்களில் மாட்டிக்கொண்டிருக்கிறாளா? அவனுக்குத் தெரிந்தமட்டில் லாரா ஒரு பெண்ணாகவே நடந்து கொண்டதில்லை. இப்போது நட்டநடுநிசியில் தனியாக ஆலமரத்தடியில் அழுதுகொண்டிருக்கிறாள்.

லாரா அழுகையை நிறுத்திச் சந்திரசேகரனின் முகத்தை ஏறிட்டுப் பார்த்தாள். அந்த இருட்டிலும் அவளுடைய விழிகள் தெரிந்தன என்பதைத் தவிர அவை என்ன தெரிவிக்கின்றன என்று தெரியவில்லை. சந்திரசேகரன் ஒரு ஊகத்தில் அவ

ளுடைய கன்னத்தைத் துடைத்தான். அவை ஈரமாகத்தான் இருந்தன.

லாரா சிறிதுநேரம் அவனை உற்றுப் பார்த்தவண்ணம் இருந்தாள். பிறகு தன்னை விடுவித்துக் கொண்டாள். அவளுடைய வீட்டிற்குள் அவள் சென்று மறைந்த பிறகு சந்திரசேகரன் சட்டையை ஒழுங்குபடுத்திக் கொண்டான். மட்டரக முகப்பவுடரின் வாசனையை லாரா அவன்மீது விட்டுச் சென்றிருந்தாள்.

லாரா சென்றபிறகு ஆலமரத்தடியில் தனியே நின்றுகொண்டிருக்கச் சந்திரசேகரனுக்கு ஏதோ போலிருந்தது. முதல் தடவையாக அவனுக்கு நிஜமாகவே பயமாக இருந்தது. லான்சர் பாரக்ஸில் இருப்பவர்களுக்கு அன்றைய உண்மையான உலகத்தோடு தொடர்பு கிடையாது. இல்லாவிட்டால் நடுராத்திரியில் ஒருவன் கிரிக்கெட் நினைவாலும் ஒருத்தி அவளை ஏய்த்துவிட்டுப் போனவன் நினைவாலும் தூக்கம் வராமல் ஆலமரத்தடிக்கு வரமாட்டார்கள். எப்படிச் சொல்லி வைத்தபடி இருவரும் ஒரே நேரத்தில் மரத்தடிக்கு வந்து சேர்ந்தார்கள்! இதை யாராவது பார்த்தாலோ கேள்விப் பட்டாலோ இல்லாததையெல்லாம் கற்பனை செய்துகொள்வார்கள். ஊரில் நிறையப்பேர் தூங்கிக்கொண்டிருப்பார்கள். தூக்கம் வராமலும் அவதிப்பட்டுக்கொ ண்டிருப்பார்கள். பயம், கிலி. ஊர் காலியாகிக் கொண்டிருக்கிறது; பெண்டு பிள்ளைகளை ஹைதராபாத் சமஸ்தானத்திற்கு வெளியே ஏதாவது இடத்திற்கு அனுப்புகிறார்கள். எவ்வளவு நாட்களுக்கு என்று அனுப்ப முடியும்? இப்போது அவன் வீட்டிலேயே அப்படி அனுப்ப வேண்டும் என்றால் யார் யாரை அனுப்ப முடியும்? எங்கு அனுப்ப முடியும்? அப்புறம் மிஞ்சியிருப்பவர்களை ரஜாக்கர்கள் அடித்து நொறுக்கினால் பரவாயில்லையா? ரஜாக்கர்கள் எத்தனை நாட்களுக்கு இந்த மாதிரித் தடியையும் கத்தி கபடாவையும் தூக்கிக் கொண்டு அலைந்து கொண்டிருப்பார்கள்? சிகந்தராபாத்தின் நடைபாதைகள் என்றென்றும் நாக்பூர் ரெஃப்யூஜீஸ் குடித்தனம் செய்யும் இடங்களாக மாறிவிடுமா?

இன்று இரவு தூக்கத்திலிருந்து விழித்துக் கொண்டதிலிருந்து முதல் முறையாகச் சந்திரசேகரனுக்கு மனம் சாதாரண நிலைக்குத் திரும்பியதாகத் தோன்றிற்று. இந்த நிலையில் எழுந்த குழப்பங்கள் எளிதில் தீர்ந்து போய் விடக்கூடியதாக இல்லை. அவனை மீண்டும் இரண்டுபேர் கழியெடுத்து மண்டையில் நாலு போடு போட்டால்கூடச் சரியாயிருக்கும் என்று தோன்றிற்று. தூக்கம் கண்ணைச் சுழற்றியது.

II

1

கொஞ்சம் நாட்களாக இரவில் மட்டும் மழை பெய்கிறது. மழை பெய்ததே காலையில் எழுந்து வெகு நேரத்திற்குப் பிறகுதான் தெரிய வருகிறது. இந்த ஊர் மழையே அந்த மாதிரி. கொஞ்சம் கொஞ்சமாகத்தான் மழை பெய்யும். முந்தின இரவு மழை பெய்தது நேற்று காலையில் பூட்ஸைப் போட்டுக்கொள்ள எடுத்தபோது தான் தெரியவந்தது. இந்த மாதிரி வராண்டாவில் டிரெல்லிஸ் பக்கத்தில் பூட்ஸைப் போட்டுவிட்டுப் போகக் கூடாது என்றுதான் நேற்றுத் தீர்மானம் செய்து கொண்டது. அல்லது இரவு படுக்கப் போகுமுன்பாவது செருப்பு பூட்ஸை எல்லாம் கொஞ்சம் பாதுகாப்பான இடத்தில் ஒதுக்கி வைத்திருக்கலாம். செய்யவில்லை. இப்போது பூட்ஸ் மறுபடியும் ஊறிப்போய்க் கனக்கிறது.

சந்திரசேகரன் பூட்ஸைப் போட்டுக்கொண்டபின் டிரவுசரைப் போட்டுக்கொண்டான். காஸிம், வெங்கட் ராவ், ஜாஃபர் அலி, மன்னாஸ் என்று லான்சர் பாரக்ஸில் அவனுக்குத் தெரிந்து டிரவுசர் போடுகிறவர்கள் எல்லா ரும் அப்படித்தான் செய்தார்கள். இதனால் குனிந்து பூட்ஸ் நாடாவை முடிந்து கொள்கையில் டிரவுசர் கசங்காது. என்னதான் சாமர்த்தியமாக கிளிப் மாட்டிக் கொண்டாலும் டிரவுசர் அணிந்து கொண்டு சைக்கிளில் அரை மணிநேரம் சென்றால் முழங்கால்களருகில் டிரவுசரில் பலூன் மாதிரி உப்பிவிடும். இந்த பலூன் போகவே போகாது. டிரவுசர் மடிப்பு இடுப்பிலிருந்து நேராக வந்து முழங்காலருகில் ஒருமுறை வளைந்து திரும்பிக் கீழே இறங்கும். இன்றைக்கு சைக்கிள் இல்லை. இந்த ஒரு வாரத்தில் மூன்று முறை இந்த சைக்கிளால் நிறைய இடைஞ்சல். ஊர் நிலவரம் சிறிது அமைதியாகிற

வரை சைக்கிள் வேண்டாம் என்று அப்பா அம்மாகூடச் சொன்னார்கள். வேண்டாம் என்றுதான் தோன்றுகிறது.

சந்திரசேகரன் பாடப் புத்தகக்கட்டை எடுத்துக்கொண்டு கிளம்பினான். வெயில் சுளீரென்று அடித்தது. பூட்ஸ் சீக்கிரம் உலர்ந்துவிடும்.

வரிசையாகப் பன்னிரண்டு வீடுகளிலும் வாசலில் யாரும் நின்றுகொண்டிருக்கவில்லை. ஆனால் இது கானல் நீர் போன்றது. திடுதிடுவென்று பள்ளிக்குப் போகிறவர்கள், ஆபீஸுக்குப் போகிறவர்கள், அவர்களை வழியனுப்புகிறவர்கள் என்று வந்துவிடுவார்கள். அப்போது நிம்மதியாக நம் வழி போகமுடியாது. அவர்களைப் பார்த்து, புன்முறுவல் செய்து ஏதாவது கேள்விகள் கேட்டால் திக்கித் திண்டாடிப் பதில் சொல்லிவிட்டுத்தான் மேற்கொண்டு முன்னேற முடியும். அப்படிப் பிரயாசைப் பட்டால்கூட விளைவு ஏதோ அசட்டுக் காரியம் செய்துவிட்ட மாதிரிதான்.

சந்திரசேகரன் வயிற்றை வாயில் வைத்துக்கொண்டு வேகமாக நடந்தான். மன்னாஸ் வீட்டிலிருந்து ஏகப்பட்ட சத்தம் வந்து கொண்டிருந்தது. டெரின்ஸும் அவன் அம்மாவும் உரக்கக் கத்திக்கொண்டிருக்கிறார்கள். ஐயோ, லாராகூட நிற்கிறாள்.

சந்திரசேகரன் முகத்தை உறைய வைத்துக்கொண்டு விரைந்தான். வேறு விபத்து ஒன்றும் நேராமல் சாலையை அடைந்தான். அகன்ற சாலை தரும் அனாமதேயப் பாதுகாப்பில் ரயில்வே நிலையத்தை நோக்கி நடந்தான். அங்கே போய்த்தான் கல்லூரிக்கு பஸ் ஏறவேண்டும்.

சிகந்தராபாத் ரயில் நிலையம் கருங்கல் கோட்டையாகக் காணப்பட்டது. கட்டிடத்தின் முன்னே இருந்த ஜனநடமாட்டம் பொம்மைகளானது போலிருந்தது. நிலையத்தின் முன்புறம் விசாலமான திறந்த வெளிக்குத் தடுப்புச் சுவரிட்டு நுழைவாயில்கள் அமைத்திருந்தார்கள். அத்திறந்த வெளியில் ஓர் ஓரமாக நம்பர் ஏழுகொண்ட தகடு மாட்டிக்கொண்டு ஒரு ஆல்பியன் பஸ் உதறிக்கொண்டே நின்றது. அதன் எஞ்சினைக் காலையில் கிளப்பினால் இரவில்தான் நிறுத்துவார்கள் போலிருக்கிறது. அந்த வட்டாரத்திலேயே டீஸல் வாசனை மேலோங்கி இருந்தது. சந்திரசேகரன் பஸ் படிக்கட்டுக்குச் சென்றான். பஸ் நிரம்பியிருந்ததோடு அது கிளம்பும் போது ஏறிக்கொள்வதற்காகப் பத்துப் பதினைந்து பேர் வெளியே நின்றுகொண்டிருந்தார்கள். பஸ் உள்ளே பார்வை

யிட்டு ஓரிழை உற்சாகம் குறைந்தவனானான். நாகரத்தினம் இல்லை.

பஸ் டிரைவர், கண்டக்டர் இருவரும் சேர்ந்து வந்தார்கள். பஸ் முனகிக்கொண்டே நகர ஆரம்பித்தது. விசாலமான படிக்கட்டில் பதினைந்து பேர்களுக்குக் குறையாமல் தொத்திக் கொண்டிருந்தபடியால் பஸ் கோணலாகச் சாய்ந்து முன்னேறி யது. ஹான்ஸலையும் கிரடலையும் இந்த பஸ்ஸில் கொண்டு போய்க் காட்டில் விட்டால் பஸ் வழிநெடுக விட்டுச் சென்ற டீசல் புகையைக் கொண்டே அவர்கள் திரும்ப வீடு வந்து விடுவார்கள்.

பஸ் எடுத்த எடுப்பிலேயே மனோகர் டாக்கீஸ் அருகே தான் நின்றது. அங்கு வழக்கமாக ஏறுபவர்கள் ஏறினார்கள். வழக்கமில்லாத ஏதோ புதியவர்கள் இறங்கினார்கள். பஸ் கிளம்பி கிளாக் டவர் போய் நின்றது. மினர்வா டாக்கீஸ் போய் நின்றது. ராம்கோபால் சிலை போய் நின்றது. ராணி கஞ்ச் போய் நின்றது. அடுத்து இன்னும் குறைந்தது ஒரு மைல் தூரத்திற்கு நிற்கவேண்டியதில்லை என்ற ஆசுவாசத்தில் டாங்க்பண்ட் மீது ஊர்ந்தது.

சந்திரசேகரன் பஸ்ஸில் தொத்திக்கொண்ட இடத்திலிருந்து ஹுசேன் சாகர் ஏரியைப் பார்க்க முடியவில்லை. ஆனால் ஏரிப் பரப்பிலிருந்து அடித்த காற்று அவனைத் தவிர்க்கவில்லை. பாரபட்சமில்லாமல் எல்லோர் மீதும் வீசிற்று. ஒவ்வொரு முறை நிஜாமின் பிரதம மந்திரி மாறிய போதும் இந்த டாங்க் பண்ட் கரையும் மாறியிருக்கிறது. அவர்களுக்கு ஹைதராபாத் வந்த உடனேயே கண்ணில் படுவது இந்த ஒரு மைல் நீள முள்ள ஏரிக்கரைதான். எல்லாருக்கும் அதை இன்னும் அழகு செய்ய வேண்டும் என்ற எண்ணம். சுவர். சுவரை இடித்து இரும்புவேலி. இரண்டொரு இடங்களில் உயரமாகக் கட்டி யிருந்த சிறு பால்கனிகளில் மாற்றம். அது உயரமாக இருக்க வேண்டாம். நடைபாதைக்குச் சமமாகவே இருக்கட்டும். மீண்டும் இடித்துத் தள்ளு. மிர்ஸா இஸ்மெயில்தான் அதைச் செய்ய உத்தரவிட்டது. மிர்ஸா இஸ்மெயிலுக்கு இந்திய சமஸ்தான நகரங்களை அழகுபடுத்துவதில் ஒரு தனிப்பிரியம். மைசூர் ரொம்ப அழகாக இருக்குமாம். இங்கே ஹைதரா பாத்தை அதிகம் மாற்றம் செய்வதற்குள் பிரதமர் பதவி போயிற்று. அப்புறம் சட்டாரி நவாபு. சட்டாரி நவாபுக்கு மாட்டுக் கொம்புபோலப் பெரிய மீசை. அந்த மீசையில் ஒரு பாதியை காஸிம் ரஸ்வி ஆட்கள் பிய்த்து விட்டார்கள். பாவம், மிகவும் வலித்திருக்கும். அந்த நவாபும் மாறி இப்போது

லெய்க் அலி பிரதம மந்திரி. டில்லியில் மவுண்ட்பாட்டன். சர்தார் படேல். இந்திய சுதந்திரம். போபால். ஜுனகட். டில்லி செங்கோட்டைமீது மூவர்ணக்கொடி. டி.கே. பட்டம்மாளின் 'ஆடுவோமே பள்ளுப் பாடுவோமே'. இங்கே 'ஜாயின் இண்டியன் யூனியன் டே'. இந்தியாவுடன் சேர்த்துவிடு. சுல்தான் பஜாரில் விடியற்காலையில் யாரோ இந்தியக் கொடியைப் பறக்கவிட்டுப் போய்விட்டார்கள். போலீஸ்காரர்களுக்குக் கலக்கம். என்ன செய்வது? இறக்கு கீழே. ரஜாக்கர்கள். ரெஃப்யூஜீஸ். ஆஜாத் ஹைதராபாத் ரஹேங்கே லால்கிலாபர் சலேங்கே. டில்லி சலோ நரஸிம்ஹராவ் ரத்தத்தில் கையெழுத்துப் போடு என்கிறான். அப்பாடா, ஹுசேன் சாகரைத் தாண்டியாயிற்று. இன்னும் ஐந்து நிமிஷத்தில் கல்லூரி போய்ச் சேர்ந்துவிடலாம்.

பஸ் ஃபதே மைதான் வந்துநின்றதும் சந்திரசேகரனும் இன்னும் இருபது முப்பது பேர்களும் இறங்கினார்கள். பஸ் கிளம்பிப் போய்விட்டது. நிஜாம் கல்லூரியின் பிரின்சிபால் கேட்டிலேயே நின்றுகொண்டிருந்தார். அவருடைய அறையில் அசைக்க முடியாத பீமசேனராகத் தோற்றம் அளிப்பவர், இங்கே வெட்ட வெளியில் மிகச் சாதாரணப் பிறவி போலத் தான் காணப்பட்டார். நிஜாம் கல்லூரி கேட் அருகிலும் வெளிச்சுவரையொட்டிய நடைபாதையிலும் வந்து சேர்ந்து கொண்டிருந்த மாணவர்களை 'உள்ளே போங்கள், உள்ளே போங்கள்', என்று சொல்லிக்கொண்டிருந்தார் அவர். அருகே துணையாக சைக்கிள் ஸ்டாண்டுக் கிழவன் நின்று கொண் டிருந்தான். அவனிடம் மட்டும் இரண்டணா கொடுத்தால் "வெளியே போகலாம்" என்று அனுமதி கொடுத்துவிடுவான். ஹைதராபாத் இரண்டணா நாணயம் இதற்கு மிகவும் சௌகரியமானது. அரை அங்குல விட்டம்கூட இல்லாத தேசலான, சின்னஞ்சிறிய நாணயம்.

சந்திரசேகரன் கேட்டுக்கு வெகுதூரத்திலே தயங்கி நின்று கொண்டிருந்தான். அந்த இடத்தை முச்சந்தியாக மாற்றும் நாம்பள்ளி போகும் சாலை அதிக ஆள் நடமாட்டமில்லாமல் ஃபதே மைதானத்தை அணைந்து சென்று வளைந்து மறை வாகிற்று. முச்சந்தி நடுவில் பெரிய அரசமரம். வீடு திரும்ப பஸ் ஏற அந்த மரத்தடியில்தான் போய் நிற்க வேண்டும். அகலமான சிமெண்ட் சாலைகளும் பல நூற்றாண்டுகளுக்கு நிற்கக்கூடும் உறுதியான கட்டிடங்கள் நிறைந்த அந்த இடத்தில் ஒரு பெரிய மரம். அந்த மரத்தை வெட்டி விடுங்கள் என்று எந்தப் பிரதம மந்திரியும் சொல்லவில்லை. இன்று அந்த மரத்தடியில் ஒரு போலீஸ் இன்ஸ்பெக்டரும் இரு போலீஸ் காரர்களும் நிற்கிறார்கள்.

ஒன்பது ஐம்பத்தைந்துக்குக் கல்லூரியில் அடிக்கும் மணி கேட்டது. இப்போது பிரின்சிபால் உள்ளே போனார். வெளியே சந்திரசேகரனும் இன்னும் ஏழெட்டுப் பேரும்தான். இவர்கள் எல்லாரையும் சாலை மறுபுறத்தில் மரத்தடியில் நின்றுகொண்டிருந்த போலீஸ் இன்ஸ்பெக்டர் கவனித்துக்கொண்டே இருந்தான். எதிரும் புதிருமாக இரு பஸ்கள் வந்து நின்றன. மீண்டும் அந்தப் பிரதேசத்தில் கூட்டம் நிறைந்தது.

சந்திரசேகரனுக்கு ஆச்சரியமாக இருந்தது. இவர்கள் இவ்வளவு நேரம் எங்கு ஒளிந்துகொண்டிருந்தார்கள்? பைஜாமா வெள்ளை ஜிப்பா அணிந்த இருவர் ஃபதே மைதான காம்பவுண்டு சுவரிலிருந்து குதித்துச் சாலையில் இறங்கினார்கள். சாலையைக் கடந்து நிஜாம் கல்லூரிப் பக்கம் வருவதற்குள் ஆளுக்கொரு காந்திக் குல்லா அணிந்து கொண்டு விட்டார்கள். 'வந்தே மாதரம்!' என்று கத்தினார்கள்.

அவர்கள் கத்தினது உண்மையில் பத்தடிக்குக் கூடக் கேட்காது. ஆனால் அரச மரத்தடி போலீஸ் இன்ஸ்பெக்டர் திடுக்கிட்டான். காந்திக் குல்லா இளைஞர்கள் இருவரும் 'ஹிந்துஸ்தான் ஜிந்தாபாத்! போலீஸ் ஜுலும் முர்தாபாத்!' என்று கத்திக் கொண்டு நடைபாதைக் கூட்டத்தை நோக்கி முன்னேறினார்கள். இப்போது அவர்கள் குரல் அவ்வளவு ஈனஸ்வரமாக இல்லை.

போலீஸ் இன்ஸ்பெக்டர் போலீஸ்காரர்களுக்கு உத்தரவிட்டு மூவருமாக அவசரமாகச் சாலையைக் கடக்க முற்பட்டார்கள். ஆனால் அப்போது வரிசையாக, ஒன்றன் பின் ஒன்றாக, மூவர் மோட்டார் சைக்கிள்களில் பாய்ந்து கொண்டிருந்தார்கள். அவர்களுக்காக அந்த போலீஸ்காரர்கள் நிற்க வேண்டியிருந்தது. அதற்குள் அந்தக் காந்திக் குல்லாக் காரர்கள் நடைபாதைக் கூட்டத்தையடைந்து 'வீ வாண்ட்' என்று கத்தினார்கள். சந்திரசேகரனும் மற்றவர்களும் "மொர்ஜர்!" என்று பதிலுக்குக் கத்தினார்கள்.

"வீ வாண்ட்–?"

"– மெர்ஜர்!"

"போலீஸ் ஜுலும்–"

"– முர்தாபாத்!"

சாலையைக் கடந்து போலீஸ் இன்ஸ்பெக்டரும் போலீஸ்காரர்களும் ஓடியோடி வந்தார்கள். நடைபாதைக் கூட்டம் நுண்ணியமாகக் கனமிழக்க ஆரம்பித்தது. போலீஸ்

இன்ஸ்பெக்டர் கோஷம் துவங்கிய காந்திக் குல்லாக்காரர் களை அணுகிய நேரம் கூட்டம் நன்கு விலகியே இருந்தது.

சந்திரசேகரன் அந்தக் காந்திக் குல்லாக்காரர்கள் முகத்தைக் கவனித்தான். அவர்கள் முகத்தில் பயம் இருக்கத்தான் செய்தது. அதேபோலப் போலீஸ் இன்ஸ்பெக்டர் முகத்திலும் கலவரச் சாயை இருந்தது. அவன் அவர்கள் இருவர் கையையும் பிடித்துக் கொண்டு, "உஹூஹூம், உஹூஹூம்," என்றான். அவர்கள் ஏதோ புரிந்ததுபோல மௌனமாக இருந்தார்கள். இன்ஸ்பெக்டர் போலீஸ்காரர்களை வைதான். அவர்களில் ஒருவன் எங்கோ ஓடினான்.

இன்ஸ்பெக்டர் நடைபாதைக் கூட்டத்தை நோக்கி, "டிஸ்பெர்ஸ், டிஸ்பெர்ஸ், பிளீஸ்" என்றான். அவன் சொல் வதற்கு முன்பே அவன் சொன்னதற்கு இணக்கம் காண்பிப்பது போலக் கூட்டம் விலக்கம் நிறைந்து கூட்ட இயல்பு குறைந்த தாயிற்று. பிரிந்து ஒருவர் இருவராக அந்தப் பத்துப் பதினைந்து பேரும் காந்திக் குல்லாக்காரர்களையும் போலீஸ்காரர்களை யும் பார்த்தவண்ணமிருந்தார்கள்.

அந்தக் காந்திக் குல்லாக்காரர்கள் நிஜாம் கல்லூரியைச் சேர்ந்தவர்களல்ல. அவர்களின் ஒருவன் அடிக்கடி கைக்குட்டை கொண்டு முகத்தைத் துடைத்த வண்ணமிருந்தான். அந்த இருவரும் அங்கே சாலையில் ஒரு தீர்மானமில்லாத நிலையில் வெயிலில் காத்திருப்பதில் மிகுந்த சங்கடம் கொண்டவர்களா யிருந்தார்கள். போலீஸ்காரர்கள் சங்கடம் அவர்கள் சங்கடத் திற்குக் குறைந்ததாக இல்லை.

கடைசியில் இன்பெக்டரால் விரட்டப்பட்ட போலீஸ் காரன் ஒரு சைக்கிள் ரிக்ஷாவை அழைத்து வந்தான். இன்ஸ்பெக்டர் இரு காந்திக் குல்லாக்காரர்களையும் அதில் ஏறச் சொன்னான். அவர்கள் ஏறினார்கள். இதற்குள் ஒரு போலீஸ்காரன் எங்கிருந்தோ ஒரு சைக்கிளை இன்ஸ்பெக்ட ருக்குக் கொண்டு தந்தான். அது இன்ஸ்பெக்டருடையதாக இருக்க வேண்டும். இன்ஸ்பெக்டர் சைக்கிளில் ஏறிக் கொண்டு புறப்பட்டான். அவனைப் பின்பற்றி சைக்கிள் ரிக்ஷா சென்றது. அந்த இரு போலீஸ்காரர்களும் எங்கோ சாய்த்து வைத்திருந்த அவர்களுடைய சைக்கிள்களையும் எடுத்துக்கொண்டு ரிக்ஷா வைப் பின்தொடர்ந்தார்கள். இன்ஸ்பெக்டர் திரும்பிக் குல்லா வைச் சுட்டிக்காட்டி, "நிகால்தோ" என்றான். மறுபேச்சுப் பேசப்படாமல் குல்லாய்கள் கழட்டப்பட்டன.

சந்திரசேகரனுக்கு இது அரைத் தூக்கத்தில் எழுதப்பட்ட நாடகம்போலத் தோன்றியது. பரபரப்பாக ஒன்றைச் சாதிக்க

வென ஏதோ செய்யத் தொடங்கி அந்தத் தொடக்கச் செய லுடன் நிறுத்திக்கொண்டு ஓடிவிடுவதுபோல இருந்தது. என்ன காரணமோ சத்யாகிரகிகள், போலீஸ்காரர் இரு தரப்பினருமே குழப்பிக் கொண்டிருப்பதுபோலப் பட்டது.

முதல் பீரியடு போய்விட்டது. சயன்ஸ் வகுப்புகள் எல் லாமே காலரி உள்ள இரு ஹால்களில்தான் நடக்கும் இந்த ஹால்களுக்கு ஒரே வாசற்படி. அது லெக்சரர் டேபிளுக்கு நேர் எதிரே. ஆங்கிலம் நடக்கும் ஸாலார்ஜங் ஹாலுக்கு ஏழெட்டு வழிகள் – முன்னால், பின்னால், பக்கங்களில். அட்டெண்டன்ஸ் போனாலும் பாடமாவது போய்க் கேட்க லாம். முதல் பீரியடை ஆங்கிலம் என்று வைத்தால் எவ்வளவு சௌகரியமாயிருக்கும் – அதுவும் வெளியே இன்று நடந்தது போல் தினமும் நடக்க இருக்கும்போது.

ஏழெட்டு நாட்களாக ஏதாவது ஒன்று நடக்கத்தான் செய்கிறது. தினமும் என்றில்லாவிட்டாலும் இன்றுபோல் என்றாவது இந்தச் சம்பவங்களில் சம்பந்தப்படும்படியாகி விடுகிறது. அன்றைக்குக் கல்லூரியில் உள்ளேயிருந்தவனைப் ‘போ, போ. கேட் கிட்டே வேடிக்கை பாரு,’ என்று ஹரி கோபால் விரட்டினான். அவனையும் கூடவாடா என்றால் நான் பார்த்தாகி விட்டது என்றான். அங்கே நிற்கவிடவில்லை. விரட்டினான். போனால் அங்கே கேட் அருகே நான்கு பெண்கள் – அவர்களைப் பெண்கள் என்று கூற முடியாது – பெண்மணிகள், அம்மாள்கள். நடைபாதையிலிருந்து யார் கேட் அருகே வந்தாலும் ஏதோ சொல்லிக்கொண்டிருந்தார் கள். அது சரியாகக் கேட்கவும் இல்லை. கேட்ட ஓரிரண்டு சொற்களும் என்ன பாஷை என்று தெரியவில்லை. சந்திர சேகரன் வெளியே வந்து சிறிது நேரம் இருந்துவிட்டு உள்ளே போகப்போனபோது அந்தப் பெண்மணிகளில் இருவர் அவ னிடம் ஏதோ தர அணுகினார்கள். அவன் இயல்பாகக் கையை நீட்டினான். அவர்கள் ஒரு கண்ணாடி வளையலை அவன் கையில் வைத்துச் சிரித்தார்கள். அங்கு பக்கத்திலிருந்த ஐந்தாறு பேரும் சிரித்தார்கள். அவன் கல்லூரிக்குப் போவதற்கு அவர்கள் பரிகசிக்கிறார்கள். ஹைதராபாத் இந்திய யூனியனுடன் சேர வில்லை. சுவாமி ராமானந்த தீர்த் சிறையில் இருக்கிறார். காசிம் ரஸ்வியின் குண்டர்கள் மாகாணமெல்லாம் அமர்க்களம் செய்து வருகிறார்கள். ஆகாய விமானங்கள் மூலம் ரகசியமாக ஆயுதங்கள் அந்தக் குண்டர்களுக்காகவும் நிஜாமின் படை களுக்காகவும் வெளிநாடுகளிலிருந்து ஹைதராபாத்திற்குக் கடத்தப்பட்டுக் கொண்டுவரப்படுகின்றன. இவன் காலேஜுக் குப் போகிறானாம், காலேஜ்!

சந்திரசேகரனுக்கு அந்த வளையலை என்ன செய்வதென்று தெரியவில்லை. தூர எறிந்தால் அவர்களை அவமதிப்பதாகும். பையில் போட்டுக்கொண்டால் கேலியை வாங்கிப் பையில் போட்டுக்கொண்டதற்குச் சமம். அவன் அவர்களிடமே வளை யலைத் திருப்பி நீட்டினான். அவர்கள் சிரித்தார்கள். அவன் ஒருத்தியிடம் கொடுத்துவிட்டு உள்ளே ஓடினான். அதன் பிறகு வகுப்புக்குப் போகாமல் அப்பெண்மணிகளைத் தூரத் திலிருந்து கவனித்தபடி நின்றான். அவர்கள் அட்டகாசமாகப் பேசிச் சிரித்துக்கொண்டு வரும் மாணாக்கர்களிடம் வளை யலை நீட்டவில்லை. அதேபோலக் காரில் வருபவர்களிடமோ அல்லது துடபுடல் உடை அணிந்து வருபவர்களிடமோ வளையல் தரவில்லை. அப்படி என்றால் வாழ்க்கையில் தத்தளித்துக் கொண்டிருப்பவர்களுக்கும் திருப்பிப் பதில் தரமுடியாத சாதுக்களுக்கும்தான் சத்யாகிரஹமும் பள்ளி மறுப்பும்: அவர்கள் தான் அவர்களுக்கென்று இருக்கும் சிறிதையும் தியாகம் செய்துவிட வேண்டும். அப்படிச் செய்யாவிட்டால் அவர் களைக் கேலி செய்யலாம், நிர்ப்பந்தப்படுத்தலாம், பலவந்தம் செய்யலாம்.

முதல் பீரியடு முடிந்து மணி அடித்தபோது சந்திரசேகரன் நிம்மதியேற்பட்டுத் தன் மற்ற வகுப்பினருடன் சேர்ந்து கொண்டான்.

2

அங்கு மூவாயிரம் நாலாயிரம் தமிழர்களே வாழ்ந்து வந்த அந்த நாளில் நான் ஒரு பாடகனாக அறிமுகம் செய்யப்பட்ட விவரமும் குறிப்பிடத்தக்கது. அரிச்சுவடி, வாய்ப்பாடு, கில்லி தாண்டுல், மரமேறுதல், பம்பரம் விடுதல், பட்டம் பறக்க விடுதலுடன் என் சங்கீதப் பயிற்சியும் என்னிச்சையில்லாமல் நேர்ந்ததொன்றாகும். என் சகோதரிகளுக்குப் பத்துப் பாத்திரம் தேய்ப்பதை எங்கள் அம்மா வலுக்கட்டாயமாகக் கற்றுக் கொடுத்தது போல அவர்களுக்குப் பாட்டுக் கற்பிக்க ஆழ்வார் என்பவர் வந்து சேர்ந்தார்.

ஆழ்வாரை அப்போது பார்த்தாலே அறுபது எழுபது வயதானவர் என்றுதான் சொல்லத் தோன்றும். அவருடைய குடுமி பெரிய சுமையாகத் தொங்கியது அவருடைய தலையாட்டத்தைக் குறைக்கத்தான் என்றும் சொல்வார்கள். பெரிய பையைத் தூக்கிக்கொண்டு காலை ஏழு மணியிலிருந்து எட்டு மணிக்குள் எங்கள் வீட்டையடைந்து அவரே ஒரு பாயையும் விரித்துக் கொண்டு உட்கார்ந்து விடுவார். அவர் வந்து கால்மணி யான பிறகு என்னுடைய பெரிய அக்கா ஆர்மோனி யத்தைக் கொண்டு வைத்துப் போய் விடுவாள். இன்னும் ஒரு கால்மணி நேரம் கழித்து என் சின்ன அக்கா ஒரு செம்பு நிறையக் குடிநீர் வைத்துப் போவாள். இன்னுமொரு கால்மணி நேரத்தில் எங்கள் அம்மா அவருக்கு ஒரு தம்ளர் காபி கொண்டு வந்து கொடுப் பாள். அவர் காபி குடித்துச் சாவகாசமாக வெற்றிலை பாக்கு போட்டுக்கொண்ட பிறகு என் அக்காக்கள் இருவருக்கும் பாட்டுப் பயிற்சி ஆரம்பமாகும். சரிகம பதநிசவை முடிப்பதற்குள் இரண்டு மூன்று முறை

குறுக்கிட்டு இருவரையும் ஒரே சுருதியில் பாட வைக்க அவர் பெரும்பாடு படுவார். இருவருக்கும் ஒரே சுருதி கவனம் வந்து சரிமாகரிசரிகரிச வருவதற்குள் என் பெரிய அக்காவுக்கு அசட்டுச் சிரிப்புப் பிடித்துக்கொண்டுவிடும். யாருக்கும் காரணமே புலப்படாமல் இருந்தாலும் அவள் அடிக்கொரு தடவை பீறிட்டுச் சிரிக்க, அவள் சிரிப்பைப் பார்த்துச் சின்ன அக்கா சிரிக்க, இரண்டு பேரையும் பார்த்து ஆழ்வார் கோபித்துக் கொள்ள, கடைசியாக என் அம்மா வந்து இரண்டுபேர் முதுகிலும் நான்கு அறை சாத்த, வீடு அல்லோலகல்லோலப் படும். ஒன்பதேகால் ஒன்பதரை மணிக்குப் பாட்டை நிறுத்தி அவசரம் அவசரமாகச் சாதத்தை விழுங்கி நாங்கள் எல்லோ ரும் பள்ளிக்கூடத்திற்குப் போகையில் ஆழ்வார் மெதுவாக அவருடைய அடுத்த சிஷ்யை வீட்டுக்குப் போவார். அது இரண்டு மைல் மூன்று மைல் தள்ளிக்கூட இருக்கும். அவர் எப்போது தன் வீட்டுக்குப் போவார், சாப்பிடுவார், தூங்கு வார், குடும்பக் காரியங்களைக் கவனிப்பார் என்று யாருக்கும் தெரியாது. எல்லா நேரத்திலும் எங்காவது ஒரு வீட்டில் அவர் சரிகமபதநிச சொல்லிக் கொடுத்துக் கொண்டிருப்பார். மாயா மாளவ கௌளத்திற்கு ஒரு அதிதேவதை இருந்தால் அவருடைய இடைவிடாத வழிபாட்டிற்கு அத்தேவதை அவருக்கு மறுமையில் நற்கதி தந்துவிடும் என்பதில் சந்தேக மில்லை. இம்மையில் அவர் இப்படித் தினம் வீடு வந்து பாட்டுச் சொல்லித் தருவதற்கு மூன்று ரூபாய்க்கு மேல் சம்பளம் கிடையாது. நவராத்திரி நாட்களும் ஆழ்வார் வந்து பாட்டுச் சொல்லித்தரும் வேளையைத் தவிர வேறு எப்போதும் என் அக்காக்கள் அவர் சொல்லிக்கொடுத்த பாட்டுக்களைப் பாடி நான் கேட்டதில்லை. ஆனால் நான் பாடுவேன். என் மற்ற தம்பி தங்கைகள் பாடுவார்கள். எங்கள் அப்பாகூட எப்போதோ ஒரு சமயம் சரிமாகரி முனகியதைக் கேட்டிருக் கிறேன்.

அந்த ஊரில் இன்னொரு பாட்டு வாத்தியார் இல்லாத காரணத்தால் ஈடு இணையற்றிருந்த ஆழ்வாருக்கும் திடீரென்று ஒரு போட்டி முளைத்தது. சுந்தர பாகவதர் என்று பெயர் சொல்லிக்கொண்டு ஜரிகை அங்கவஸ்திரமும் கிருதா கிராப்பு மாக ஒருவர் சிகந்தராபாத்துக்கு வந்து சேர்ந்தார். ஆழ்வார் சாஸ்திரோக்தமாக சரிகமபதநிசவில் ஆரம்பித்து அந்த ஆரம்பப் பாடங்களிலேயே மாதக் கணக்கிலும் வருடக் கணக்கிலும் சுழன்றுகொண்டிருக்கையில் இந்த சுந்தர பாகவதர் எடுத்த எடுப்பிலேயே பாட்டுக்களாகக் கற்றுக் கொடுத்தார். ஸ்தூல அர்த்தமில்லாத வெறும் சரளி வரிசையே கேட்டுக்கொண் டிருந்தவர்களுக்குத் திடீரென்று ஒருவர் 'நின்னருள் இயம்ப

லாகு(ே)மா' என்று பாடினால் அது தேவாமிர்தமாக இருந்தது. அந்த ஊர் வந்து ஒரு மாதத்திற்குள் சுந்தர பாகவதர் இருபது வீடுகளில் பாட்டுச் சொல்லித்தர நியமிக்கப்பட்டார்.

சுந்தர பாகவதர் தினம் வரமாட்டார். வாரத்தில் மூன்று அல்லது இரண்டு நாட்கள்தான். சம்பளம் ஐந்து ரூபாய்க்குக் குறைந்து இல்லை, எங்கள் வீட்டில் அவர் பதினைந்து ரூபாயில் பேரம் ஆரம்பித்துக் கடைசியில் மாதம் ஏழு ரூபாய்க்குக் கற்றுக் கொடுக்கச் சம்மதித்தார். அவர் கண்கள் பெரிதாக, எப்போதும் சிறிது சிவந்த மாதிரியே இருக்கும். ஆள் வரும் போதே எங்காவது எதையாவது இடித்து நகர்த்திக்கொண்டு வருவார். பாடம் ஆரம்பிப்பதற்கு முன்னால் ஜமக்காளத்தையோ பாயையோ போட்டால் அவர் அதை எடுத்து ஒருமுறை படாரென்று உதறிவிட்டு விரிப்பார். ஆர்மோனியம் வாசிக்கும் போது அவர் கட்டைகளை அழுத்தும்போது சங்கீத ஒலி களோடு அந்தக் கட்டைகள் இடிக்கும் சப்தமும் கேட்டுக் கொண்டிருக்கும். அபாரத் தன்னம்பிக்கையின் உருவமாகக் காட்சியளித்த அவர் எங்கள் ஊர்த் தமிழர்களின் கலையுணர் வைத் தட்டி எழுப்பினார். தட்டி எழுப்பி அதல பாதாளத் திற்குத் தள்ளிவிட்டார் என்றும் சொல்வார்கள். அப்படிச் சொன்னவர்களில் ஒருவர் ஆழ்வார். “என்ன இவன் பாட்டுக்கு செண்ட் தடவிண்டு கீர்த்தனத்தை எல்லாம் கும்மிப் பாட்டு மாதிரிக் குழந்தைகளுக்குக் கத்துக் கொடுத்தா குழந்தைங்க போற வழி எது? ஒரு அடிப்படை வேண்டாம்? தெருவுலே போறவளை நிறுத்தி வைச்சு இப்படிப் பாடுடீ பாட்டுன்னு நாலு தடவை சொன்னா அவளுந்தான் திருப்பிப் பாடுவா. அதுவா சங்கீதம்? சரசுவதி தேவி கண்ணாலே தண்ணி விட்டு அழமாட்டா . . .”

ஆழ்வார் போய் சுந்தர பாகவதர் வந்து இரண்டு மாதத் திற்குள் எங்கள் வீட்டில் எல்லோரும் ‘ஸ்ரீராமா பாதமா நீ கிருப ஜாலினே' என்று பாடிக்கொண்டிருந்தோம். ஆர்மோனி யத்தை ஒரு கையால் அசுர பலத்துடன் வீசி அழுத்தி இன் னொரு கை விரல்களால் ஸ்வரக்கட்டைகளைத் தாக்கி பாகவதர் ப – த – நி – த – மா – பா – த – மா – நீ – கி – ரு – ப – என்று துரித காலத்தில் முழுத் தொண்டையோடு கத்த என் இரு அக்காக் களும் பதிலுக்குக் கத்த அதைப் புதிதாகப் பார்க்க நேரிட்ட யாருக்கும் முதலில் என்ன நடக்கிறது என்றே புரியாது. என்ன தான் ஒருவருக்கு அபாரக் கற்பனைத் திறன் இருந்தாலும் சங்கீதப் பயிற்சியை மத்திய வரலாற்றுக் கால சாகசப் போட்டி களோடு இணைத்து நினைக்க முடிந்தாலொழிய சுந்தர பாகவதர் சிகந்தராபாத்தில் சங்கீதம் கற்றுக் கொடுத்த வைபவத்தை

அவ்வளவு எளிதாகத் தெரிந்துகொள்ள முடியாது. தெரிய வைக்கவும் முடியாது.

ஒரு ஆறு மாத காலம் சக்கை போடுபோட்டு ஆழ்வாரை மூலையில் ஒதுக்கித் தள்ளிய சுந்தர பாகவதர் திடீரென்று ஒருநாள் ஊரைவிட்டே போய்விட்டார். பால்காரன், மளிகைக் கடை, வீட்டு வாடகை எல்லாம் பாக்கி. அவரைத் தேடிக் காத்திருந்து அலுத்துப்போய் மீண்டும் பல குடும்பங்கள் ஆழ்வாரையே பாட்டு வாத்தியாராக மறு நியமனம் செய்து கொண்டார்கள். ஆழ்வாருக்கு நேர்ந்த சௌகரியம் அவருடைய சம்பள விகிதம் உயர்ந்தது. முன்புபோல் அவர் மணிக்கணக்கில் ஒரு வீட்டில் காத்துக் கிடக்க மாட்டார். அவரும் வாரத்திற்கு மூன்று முறைக்குமேல் பாடம் நடத்த முன்வரவில்லை.

எங்களூர் சங்கீதமும் சுந்தர பாகவதர் வழியுமில்லாமல் ஆழ்வார் வழியுமில்லாமல் ஒரு வீட்டிற்கு ஒரு விதமாக மாறி வந்தது.

இந்தச் சங்கீதத்தைப் பாடித்தான் 'சந்துரு நன்னாப் பாடறானே' என்று நான் பெயர் வாங்கினேன். நல்ல பாட்டு நல்லதல்லாத பாட்டு என்றெல்லாம் எனக்குச் சுயமாகத் தெரிந்துகொள்ள முடியாத வயது, சூழ்நிலை. ஆதலால் நானும் என் மனதில் நன்றாகப் பாடுகிறேன் என்றுதான் நினைத்துக்கொண்டிருந்தேன். அந்தக் காலத்து பில்கோ ரேடியோவில் ஏகப்பட்ட கரகரப்புடன் இரவுவேளை மட்டுமே கேட்கும் சென்னை ஒலிபரப்பில் கேட்கும் எளிதான மெட்டுகளைத் திரும்பப் பாடுவேன். சாகித்யங்களை ஒருமுறை கேட்பதனால் மட்டும் நினைவில் வைத்துக்கொள்ள முடியாது. அதிலும் பல பாடகர்கள் சொற்களை முழுங்கி, திரித்துச் சிதைத்துப் பாடுவார்கள். முசிறி சுப்பிரமணியர் ஒரு காங்கிரசுப் பிரசாரப் பாட்டுப் பாடி கிராமபோன் தட்டுக் கொடுத்திருக்கிறார். நான் அந்தப் பாட்டை 'உதவி புரியுது உலகு கடல்' என்று பாடிக்கொண்டிருந்தேன். ரொம்ப நாள் கழித்துத்தான் தெரிந்தது அது 'உதவி புரிவது நமது கடன்'. என்று.

தெலுங்கும் உருதுவுமே அதிகம் பழக்கப்பட்டவர்களாக ஹெட்மாஸ்டர்கள் இருந்த எங்கள் பள்ளிக்கூடத்திற்குத் திடீரென்று தமிழ்நாட்டிலிருந்து ஒரு சரியான தமிழ்ப் பிரியரை ஹெட்மாஸ்டராகப் போட்டார்கள். பார்க்கப் போனால் எங்கள் பள்ளிக்கூடத்தை நிறுவிய குடும்பமே தமிழ்க் குடும்பந் தான். ஆனால் இரண்டு அல்லது மூன்று தலைமுறையாக நிஜாம் சமஸ்தானத்தில் வாழ்ந்து நிஜாம் அரசுச் சேவை புரிந்து அந்த வம்சமே ஒரு விநோதக் கலவையான மொழி பேசும். எங்கள் பள்ளி ஹாலில் ஸ்தாகபர்கள் போஷகர்கள்

உருவப் படங்கள் பெரிய பெரிய அளவில் வண்ணப்படங் களாக மாட்டப்பட்டிருக்கும். திரும்பித் திரும்பி சோமசுந்தர முதலியார், ஹனுமந்த ராவ் என்ற பெயர்கள் வரும். திவான் பகதூர், ராவ் பகதூர், ராவ் சாகிப் பட்டம் இல்லாமல் ஒரு பெயரும் காணமுடியாது. தலைக்கு ஏராளமான ஜரிகை கொண்ட தொப்பி அல்லது தலைப்பாகை. மீசை, விபூதி, சந்தனம், குங்குமப் பொட்டு, பாக்கெட் கடிகார செயின். ஒருவர் குதிரைமீது அமர்ந்திருப்பது போன்ற தோற்றம். ஒருவருக்கு மட்டும் 'சர்' பட்டம். அவர் படத்தில் அவருடைய இடுப்பிலிருந்து கத்தி ஒன்று தொங்கும். நான் அந்தப் படத்தின் முன்னால் நின்று பல நிமிடங்கள் அந்தக் கத்தியின் சிந்தனை யில் மூழ்கியிருந்திருக்கிறேன்.

என்னதான் தமிழர்கள் ஸ்தாபித்த பள்ளியானாலும் ஆயிரம் மாணவர்களில் நூறுபேர் தமிழர் இருந்தால் அதிகம். அந்த நூறு மாணவர்களையும் தனித்தனியே கண்டு பரிச்சயம் செய்துகொண்டார் புதிதாக வந்த ஹெட்மாஸ்டர். அந்தப் பள்ளியில் ஹெட்மாஸ்டரை பிரின்சிபால் என்றுதான் அழைத்தார்கள்.

புது பிரின்சிபால் அதுவரை இல்லாத பழக்கங்களை ஏற்படுத்தினார். பள்ளிக்கூடம் தொடங்க மூன்றாவதுமணி யடித்தவுடன் வெளி கேட்டுகளைப் பூட்ட வைத்தார். பள்ளி விடுவதற்கு ஐந்து நிமிடம் முன்னால்தான் மீண்டும் அவற்றைத் திறக்க வைத்தார். ஒவ்வொரு வாரமும் பிரார்த்தனைக் கூட்டத் தின் போது ஒரு ஆசிரியரை உரையாற்ற வேண்டும் என்று ஏற்பாடு செய்தார். ஒவ்வொரு வாரமும் ஒரு வகுப்பு 'ஜனகண மன' பாடவேண்டும் என்று உத்தரவிட்டார். எல்லாவற்றிற்கும் மேலாக ஒரு தமிழ் மன்றம் நிறுவினார், இந்தத் தமிழ் மன்றக் கூட்டங்களுக்கு எல்லா மாணவர்களும், அதாவது தெலுங்கு உருது மாணவர்கள்கூட, வரவேண்டும் என்று உத்தரவிட்டார். முதல் கூட்டம் ஒரு நாள் பிற்பகல் மூன்று மணிக்குத் துவங்கி யது. அதாவது அன்று கடைசி பீரியடு கிடையாது.

நானும் என் வகுப்பு மாணவர்களுடன் பெரிய ஹாலில் ஜமக்காளத்தில் உட்கார்ந்துகொண்டேன். எல்லாரும் நெருக்கி யடித்துக் கொண்டுதான் உட்கார வேண்டும். அந்த ஹாலுக்கு ஒரே ஒரு மின் விசிறி. மேடைக்கு உயரே மட்டும். ஆனால் அந்த வயதில் எங்களுக்குப் புழுக்கம் ஒரு பொருட்டாக இருந்தது கிடையாது.

நான்கு மணிக்குத்தான் பிரின்சிபால் வந்தார். கூடவே பள்ளிக்கூட கமிட்டியின் தலைவர், செகரட்டரி இருவரையும்

அழைத்து வந்தார். ஒருவர் ஜரிகைத் தொப்பி. இன்னொருவர் தலைப்பாகை. பிரின்சிபால் தலை வெறும் கிராப் மட்டும்.

பிரின்சிபால் முதலில் ஜரிகைத் தலையணிக்காரர்களை வரவேற்றுப் பேசினார். எங்களூரில் அந்த மாதிரி தமிழ் பேசி நாங்கள் கேட்டது கிடையாது. எங்கள் தமிழ் வாத்தியார்களே கூட அப்படிப் பேச மாட்டார்கள். ஜல்தி வா என்றுதான் அழைப்பார்கள். பேஜாராப் போச்சு என்று அலுத்துக் கொள் வார்கள். முண்டா கொடுக்கு என்று கோபிப்பார்கள். முதல் தேதியன்று ஜீதம் வாங்கிக் கொள்வார்கள்.

பிரின்சிபால் பள்ளியின் ஸ்தாபகர்கள், போஷகர்கள், அன்றைய நிர்வாக கமிட்டியின் தலைவர், செகரட்டரி எல்லாருக்கும் பாராட்டுகள் தெரிவித்த பிறகு, "இப்போது கடவுள் வாழ்த்து," என்று கூறி நிறுத்தி, "சந்திரசேகரன்!" என்று கூப்பிட்டார்.

தரையில் உட்கார்ந்திருந்த பல நூறு மாணவர்கள், சுவ ரோரமாக நின்றுகொண்டிருந்த சில டஜன் ஆசிரியர்கள், மேடைமீது உட்கார்ந்த மூவர் அனைவரும் பல கண நேர நிசப்தத்தை அனுபவித்தார்கள். பிரின்சிபால் மீண்டும் "சந்திர சேகரன்!" என்று அழைத்தார்.

நானே சுற்றிப் பார்த்தேன். யாரைக் கூப்பிடுகிறார் என்று அறியப் பல சிறு உடல்கள் அசைந்தாலும் யாரும் எழுந்திருக்க வில்லை. ஒரு மூலையில் நின்றுகொண்டிருந்த எங்கள் தமிழ் பண்டிட் நான் உட்கார்ந்திருந்த திசைநோக்கி, "உன்னைத் தான் சந்திரசேகரன்," என்றார். நான் என் பக்கத்தில் சுற்றிப் பார்த்தேன்.

ஆனால் என் பக்கத்திலிருப்பவர்கள் என் இடுப்பையும் முதுகையும் குத்தினார்கள். தமிழ் பண்டிட் விருவிரு என்று என்னிடம் வந்து, "போ, போய்ப் பாடு," என்றார். நான் எழுந்து நின்றேன். பண்டிட், "போ," என்று பிடித்துத் தள்ளி னார். நான் மேடை நோக்கி ஒரு முடிவுறாப் பயணம் மேற் கொண்டேன்.

அன்று நான் அணிந்திருந்த ஷர்ட் மிகவும் சிறியது. இடுப்பு வரைதான் இருந்தது. அதன் பக்கவாட்டிலுள்ள இரு பிளவுகள் வழியாக என் இடுப்பும் அதில் ஒரு தொள தொளா நிக்கரை நான் சுற்றிச் சுற்றி இறுக வைத்திருப்பதையும் எல்லாரும் பார்க்கலாம். பார்த்தார்களோ தெரியாது. நான் என் ஷர்ட்டை இழுத்துப் பிடித்தவண்ணம் மேடை நோக்கி ஊர்ந்தேன். நிக்கர் ரொம்பப் பெரியது. அதன் கால்கள் இரண்டும் கோபியர் கள் பாவாடை மாதிரி படபடவென்று அடித்துக்கொண்டன.

அந்த பிரமாண்ட நிக்கர் கால்கள் வழியாகக் குளிர்ந்த காற்று வீசியடித்து என் அடிவயிற்றுப் பாகத்தை அப்படியே மரத்துப் போக வைத்த மாதிரி இருந்தது.

நான் மேடையையும் அடைந்து விட்டேன். ஒரு படியில் கால் வைத்து மேடைமீது ஏற வேண்டும். அந்தப் படியில் கால் தடுக்கியது. என் தலையிலிருந்த நல்லெண்ணெயில் சிறிதாவது செகரட்டரியின் டிரவுசரில் பூசப்பட்டிருக்க வேண்டும்.

நான் மேடைமீதிருந்து கீழே பரவிக்கிடந்த மனிதக் கடலைப் பார்வையிட்டேன். ஒவ்வொரு ஜோடிக் கண்ணும் என்னைக் கிழித்துக் குதறிக்கொண்டிருந்தது. கிருஷ்ணசாமியின் கண்கள் விஷத்தைக் கக்கிக்கொண்டிருந்தன. அவனுடைய தம்பிகள், தெரிந்தவர்கள், தெரியாதவர்கள், பார்த்துத் தெரியாதவர்கள், இதுவரை பார்த்தேயிராதவர்கள், என் வகுப்பிலேயே என் பின் பெஞ்சில் உட்கார்ந்துகொண்டு என்னைப் பட்டாணிக் கடலை கொண்டு அடிக்கும் பல்வந்த் சிங் – அவனுடைய தலைமயிர் அவனுடைய தலைப்பாகையிலிருந்து சிந்திக் காதோர மாக வழிந்து தொண்டையை அடையப் பார்த்தன. அவன் என்னையே முறைத்துப் பார்த்தவண்ணம் இருக்கிறான். என் னுடைய இக்கட்டைக் கண்டு பரிதாபமா, என்னுடைய திடீர் முக்கியத்துவத்தைக் கண்டு பொறாமையா, நட்பு எதிர்பார்ப்பா, கேலியா – அந்தக் கடல் கொந்தளித்துக்கொண்டிருந்தது. நான் மேடை விளிம்புமீது நின்றுகொண்டு இன்னும் முழுகாமல் தத்தளிக்கிறேன். முழுகிவிட்டால் எவ்வளவு நன்றாக இருக்கும்?

“பாடு, ஏதாவது சாமி மேலே பாடு,” என்றார் பிரின்சிபால். அகலமான முகம். அவருடைய அந்த முகத்தில் மீசை கொடிய காடாக இருக்கிறது. நிச்சயம் அதில் பயங்கர விலங்குகள் இருக்கும். சிங்கம், புலி, மலைப்பாம்பு.

“பாடு பையா.”

செகரட்டரி, சேர்மன், பிரின்சிபால் எல்லாரும் காத்திருக் கிறார்கள். எனக்காகக் காத்திருக்கிறார்கள். என்னைப் பிடித்து இந்தச் சங்கடத்தில் இழுத்துப் போட்டது யார்? எந்தக் கொடூர சத்ரு இந்த பிரின்சிபாலிடம் நான் பாடுவேன் என்று சொல்லி யிருக்கிறான்?

இதிலிருந்து நான் மீளவே முடியாது. அதாவது நான் பாடாமல் இந்தச் சந்தர்ப்பத்தை ஒரு முடிவுக்குக் கொண்டு வந்து அழிக்க முடியாது. இந்தக் கணம் மணிக் கணக்காகவும் யுகக் கணக்காகவும் அப்படியே நீடித்து நிற்கும். நானும் அழியாமல் நின்றுகொண்டேயிருப்பேன். எனக்கு ஏன் கண்கள்

இருக்கின்றன? ஏன் காது கேட்கிறது? ஏன் நினைவு தெரிகிறது? மொழி புரிகிறது?

“எவ்வளவு நேரம்பா? நீ சாமி பாட்டு பாடமாட்டே?” என்று பிரின்சிபால் கேட்டார். செகரெட்டரி சொன்னார். “சினிமாப் பாட்டுத்தான் பாடத் தெரியுமோ என்னவோ?” அந்த மூன்று பேரும் சிரித்தார்கள். நான் சிறிது விறைப்புக் குறைந்து கால் மாறி நின்றேன். பாட்டு. என் தலையில் அப்போது எகிறிக் குதித்த பாட்டு ஸ்ரீ ராம பாதமா.

ஏனோ அதைப் பாடத் தோன்றவில்லை. அந்தப் பாட்டை சுந்தர பாகவதர் – ஹார்மோனியம் – என் அக்காக்கள் தவிர வேறுயாரும் எங்கும் எப்படியும் பாட உரிமை இருப்பதாகத் தெரியவில்லை. படார் படாரென்று பாகவதர் தொடையில் தாளம் போடுவார். அதோடு தொடையையே உயர்த்தி உயர்த் தித் தரையில் மோதுவார். பரம துரித காலத்தில் அடித் தொண்டை தெறிக்க என் அக்காக்கள் பாட்டை எரிமலை யாகப் பீறிட்டுப் பொழிவார்கள். ஒருவேளை பிரின்சிபால் ஹார்மோனியம் போட்டால் நான் அதைப் பாடலாம்.

ஆனால் நான் பாடினேன். நான் அந்தக் கணத்தின் கணம்வரை நினைத்துப் பார்க்காத, முதலடி பாடும்வரை என்ன பாட்டு என்றுகூடச் சரியான உணர்வு இல்லாமல் பாடினேன். செகரட்டரி சரியாகத்தான் சொல்லியிருந்தார். அது ஒரு சினிமாப் பாட்டுத்தான். நான் அந்த சினிமா பார்த்ததில்லை. அந்த சினிமா எங்களூருக்கு வருவதற்குப் போதிய பழைமையடையவில்லை. எங்கள் ரேடியோவில் கேட்டு நான் தப்பும் தவறுமாகத் தெரிந்து கொண்ட பாட்டு. “எந்தன் இடது தோளும் கண்ணும் துடிப்பதென்ன?” சகுந்தலை துஷ்யந்தனைச் சந்தித்த பிறகு பாடிய பாட்டு என்று நினைக் கிறேன். ஸ்ரீ ராமா பாதமாவை ஒதுக்கித் தள்ளிப் பள்ளித் தமிழ் மன்றத் திறப்பு விழாவின்போது என் மண்டையில் புகுந்து கொண்ட பாட்டு ‘எந்தன் இடது தோளும் . . ?’

அவசரம் அவசரமாகப் பாடி, தவறான சொற்களை உபயோகித்து, அதுகூட முடியாத நேரத்தில் பாட்டையே விழுங்கி முனகி ஒருவாறு பாட்டின் இறுதிக்கு வந்து கீழே இறங்கினேன். நான் திரும்ப என் இடத்திற்குப் போகும்போது ஒரு துரும்பு விழுந்தால்கூடக் கேட்கும் நிசப்தம் நிலவியது. யாருக்குமே நான் மேடையில் என்னதான் புரிந்தேன் என்று புரியாமல் போயிருக்க வேண்டும்.

செகரட்டரி எழுந்து பேச ஆரம்பித்தார். நான் என் வகுப்பு, என் இடம் தெரியாமல் ஏதோ ஒரு மாணவக் குவியல்

மத்தியில் யார் யாருடைய தொடையையும் காலையும் மிதித்து நசுக்கிக் குந்தியபடி உட்கார்ந்திருந்தேன். அந்தப் பையன்கள் உஸ் உஸ்ஸென்றும் என்னைப் பிடித்துத் தள்ளியபடியும் இருந் தார்கள். நான் பிரமை பிடித்த நிலையில் எதுவும் செய்யத் தோன்றாமல் அதே நேரத்தில் என் உணர்வும் இல்லாமல் எதையோ செய்தவண்ணமுமிருந்தேன்.

செகரட்டரி அவருடைய அரைமணி நேரப்பேச்சில் முழுக்க முழுக்க என்னுடைய ‘சாமிப்பாட்’டைப் பற்றித் தான் பேசினார். பாவம், அது ஒரு சினிமாப் பாட்டு என்று அவருக்குத் தெரியாமல் போய்விட்டது. அப்படித் தெரிந்து கூறுவாரும் இல்லை. எனக்கேகூட அப்போது அது சினிமாப் பாட்டு, இந்த சினிமாவில் இந்த சந்தர்ப்பத்தில் இந்தப் பாத்திரம் பாடுகிறது என்றெல்லாம் தெரியாது. செகரட்டரி ஏனோ வெகுவாக அப்பாட்டைப் பாராட்டினார். அவர் தமிழ்ப் பாட்டே கேட்டிருக்க மாட்டாரோ என்னவோ. சினிமாப் பாட்டு என்று சொன்னாரே தவிரத் தமிழில் ‘சகுந்தலை’ சினிமா ஒன்று தென்னாட்டில் அமர்க்களப்பட்டுக் கொண் டிருப்பது தெரியாமல் இருக்கலாம். எம்.எஸ்., ஜி.என்.பி. என்பவை அவர் மூளையில் வெறும் ஆங்கில அரிச்சுவடியில் வரும் எழுத்துக்களாக மட்டுமே பதிவாகலாம்: இதனாலெல்லாம் தான் அவர் என் பாட்டைப் பாராட்டினார் என்று வைத்துக் கொள்ள வேண்டும். அவர் ஆலோசனை தந்தார் : இவ்வளவு நல்ல கடவுள் வாழ்த்தில் இடது கண் இடது தோள் துடிப்பது பற்றியே இருக்கிறது. இது ஆண்கள் பள்ளிக்கூடம். ஆதலால் இந்தப் பாட்டில் அந்த வரியை மட்டும் ‘எந்தன் வலது தோளும் கண்ணும் துடிப்பதென்ன’ என்று மாற்றிக் கொண் டால் இன்னும் சிறப்பாக இருக்கும்.

செகரட்டரியின் பாராட்டுக்குப் பல நீண்ட கால எதிரொலிகள் இருக்கும் என்று நான் எதிர்பார்க்கவில்லை. உண்மையில் அன்று முழுக்க நான் ஏதோ பிசாசு அடித்தவன் போலக் கண்களைக் கொட்டாமல் பார்வையை எதன்மீதும் நிலைகுத்த முடியாமல் அல்லாடிக் கொண்டிருந்தேன். என் வீட்டில் என்னை மிளகு கஷாயம் விழுங்க வைத்தார்கள். எங்கள் வீட்டில் யாருக்கு என்ன உடம்புக்கு வந்தாலும், வயிற்றுவலி, சுளுக்கு, மண்டையில் அடி, எதுவானாலும் மிளகு கஷாயம் போட்டுத் தந்துவிடுவார்கள். ஐந்தாறு நாட்கள் கழித்து பிரின்சிபால் அழைப்பதாக கங்காராம் வந்து சொன் னான். கங்காராம் பள்ளிக்கூடத்து வாட்சுமென். அந்தப் பள்ளிக்குப் பணியாளர்களாக இருந்த மூன்று நான்கு பேர் களில் அவன் ஒருவன்தான் சற்றுப் பார்ப்பதற்கு நோயாளியாக

இல்லாதமாதிரி தோற்றம் கொண்டவன். ஒரு வகையான மராட்டிய உருதுவைத் தவிர அவனுக்கு வேறெந்த மொழியும் வராது. கங்காராம் சொன்னதைப் புரிந்துகொண்டு நான் பிரின்சிபால் அறையில் போய்நின்றபோது மாலை பள்ளிக் கூடம் விட்டுக் கால்மணிக்கும் மேலாகி விட்டது. அவ்வளவு பெரிய கட்டிடங்களும் விளையாட்டு மைதானங்களும் ஆளரவம் இல்லாமல் நிசப்தமாக இருந்தன. பிரின்சிபால் அறையில் இல்லை.

நான் அங்கு நின்றுகொண்டு ஒவ்வொரு அங்குலத்தையும் ஆராய்ந்தேன். எப்போதோ பரிசாக வாங்கிய கேடயங்கள், வெள்ளிக் கோப்பைகள், வாழ்த்து மடல்கள் போன்ற பல பொருள்கள் அலமாரிகளில் பழுப்புநிறமேற்றிக் கொண்டு பொறுமையாய்க் கிடந்தன. சுவரில் ஐந்தாறு பூகோளப் படங்கள் – உலகம், இந்தியா, இங்கிலாந்து, நிஜாம் சமஸ்தானம். அப்புறம் உடற்கூற்றுப் படங்கள். ஒரு மனிதனை மேல் தோலை உரித்து அவன் நரம்பு தசைகள் தெரிகிறமாதிரி. ஒரு எலும்புக் கூடு. நான்கைந்து தனி எலும்புகள். ஒரு மூலையில் மூன்று நீளமான பிரம்புகள். அப்புறம் புத்தகங்கள், நோட்டுப் புத்தகங்கள். நாங்கள் வாத்தியார்களுக்குக் கட்டுரை எழுதிக் காண்பித்தால் வாத்தியார் கள் பிரின்சிபாலுக்குக் கட்டுரை எழுதிக் காண்பிக்க வேண்டும். பிரின்சிபால் நிறையத் தப்புக்குறி அந்தப் புத்தகங்களில் போட வேண்டும். சிவப்பு மையால் தாறுமாறாகக் கோடு கிழித்துப் பக்கங்களைக் கசக்கி நோட்டுப் புத்தகங்களை மூலையில் விசிறியடிக்க வேண்டும். அதுதான் நியாயம் . . .

“வாட் டூ யூ வாண்ட்?” என்று குரல் கேட்டு என் உச்சந் தலை வறண்டு போயிற்று. நான் திரும்பினேன். பிரின்சிபால் உள்ளே வந்திருந்தார்.

“வாட் டூ யூ வாண்ட்? வாட்ஸ் யுவர் நேம்?” என்று மீண்டும் கேட்டார்.

நான், “கங்காராம்,” என்றேன். நான் சொல்ல நினைத்தது அந்தப் பெயரோடு நின்று விட்டது.

ஆனால் அவர், “நீ சந்திரசேகரன் இல்லை? நீதானே பிரேயர் பாடினே?” என்று கேட்டார்.

“எஸ் ஸார்,”

“உன்னை நேத்திக்கே கூட்டாரச் சொன்னேனே?”

“கங்காராம் இப்போதான் ஸார் சொன்னான்.”

"நம்ப ஸ்கூல்லே இன்னும் யாராரு பாடத் தெரிஞ்சவங்க தெரியுமா?"

"என்ன ஸார்?"

"பாடத் தெரிஞ்சவங்க – பாட்டுப் பாடத் தெரிஞ்சவங்க?"

எனக்குக் கேள்வி விளங்கச் சிறிது நேரம் ஆயிற்று. "ஜகன் பாடுவான் ஸார். ஜகன்னாதன். ஸ்கவுட் ஒவ்வொரு காம்ப்ஃபயரிலேயும் அவன்தான் ஸார் பாடுவான்."

"என்ன பாட்டு?"

"தெலுங்கு, உருது எல்லாம் பாடுவான், ஸார்."

"தமிழ் இல்லையா?"

"அவன் தெலுங்குப் பையன், ஸார்."

"எனக்குத் தமிழ்ப் பாட்டுப் பாடத் தெரிஞ்சவங்கதான் வேணும்."

"தமிழ்ப் பாட்டு ரொம்பப் பேருக்குத் தெரியாது, ஸார்.

"வரதாச்சாரி பிள்ளை பாடுவானாமே?"

"யார் ஸார் அது?"

"உனக்குத் தெரிஞ்சவங்க யாரும் கிடையாதா?"

"நம்ம தமிழ்ப் பண்டிட் பாடுவார், ஸார்."

"தமிழ் பண்டிட்டா?" பிரின்சிபால் சிரித்து விட்டார். "பாட்டா அது?"

நான் பேசாமல் இருந்தேன். திருக்குறளாயிருந்தாலும் திரிகடுகமாயிருந்தாலும் அவர் எல்லாச் செய்யுளுக்கும் ஒரே மாதிரி ராகம் போட்டுப் பாடுவார். எனக்கு அது நன்றாகத் தான் இருந்த மாதிரி தோன்றியது.

"நம்ம தமிழ்ப் பையங்கள்ளா சேர்ந்து ஒரு டிராமா போடணும்," என்றார் பிரின்சிபால்.

நான் வழக்கம்போலப் பேசாமல் இருந்தேன். என் உடனடி கிரகிப்புக்கு உட்பட்ட பொருளாக பிரின்சிபால் பேசவில்லை.

"இந்த ஸ்கூல்லே இதுவரை ஒரு வாட்டிகூடத் தமிழ் டிராமா போட்டதில்லையாம். தெலுங்கு போடறாங்க. இங்கிலீஷ் கூடப் போடறாங்க. தமிழ் போடறதே இல்லையாம். இனிமே வருஷா வருஷம் ஒண்ணோ ரெண்டோ நம்ம போடணும்."

எனக்குச் சம்பந்தமே இல்லாத பேச்சைக் கேட்க வேண்டி யிருப்பதுபோல நின்றுகொண்டிருந்தேன்.

"இந்த வருஷம் கர்ணன் டிராமா போடணும். என்கிட்ட புஸ்தகம் இருக்கு. கர்ணன், அவன் அம்மா, கிருஷ்ணன் மூணு பேர்தான் பாடறவங்க. உன்னைக் கர்ணன் அம்மாவாப் போட் டாலும் கர்ணனுக்கும் கிருஷ்ணனுக்கும் பசங்க வேண்டும். குள்ளமாயிருக்கே உனக்கு ஆம்பளை வேஷம் தரமுடியாது."

எனக்குச் சம்பந்தம் வந்துவிட்டதோடல்லாமல் பெரும் அபாயத்திலிருப்பதையும் உணர்ந்தேன். ஒரு பாட்டு எப்படியோ பாடிவிட்டு வந்துவிட்டேன். எப்படி அடுத்தடுத்து நிறையப் பாட்டுகளை மேடையில் பாடப் போகிறேன்? அதுவும் பெண் வேஷம் போட்டுக்கொண்டு? எனக்கு என் வீட்டுக்காரர்களோடு இந்தப் பிரபஞ்சத்தில் என்னைப் பிடிக்காதவர்கள் அழ வைப்ப வர்கள் எல்லோருடைய ஞாபகமும் வந்தது. எங்கள் லான்சர் பாரக்ஸில் மட்டும் நான் பெண் வேஷம் போட்டுக்கொண்டு நாடகமாடும் விவரம் தெரிந்துவிட்டால் வேறு வினையே வேண்டாம். நான் நடுங்கினேன்.

"நீயும் தெரிஞ்சா சொல்லு. நானும் ஒவ்வொரு கிளாஸாப் போய்ப் பாக்கறேன்," என்று பிரின்சிபால் சொன்னார். அப்புறம் "சுந்தரம் ஒழுங்கா வரானா?" என்று கேட்டார்.

"யார் ஸார்?"

"அதான் பாட்டுக்காரன் சுந்தரம்."

அப்போதுதான் சுந்தர பாகவதருக்கு சுந்தரம் என்றும் பெயரிருக்கக் கூடும் என்று எனக்குத் தெரிந்தது. அதோடும் இன்னொன்றும் தெரிந்தது. எனக்குப் பாட வரும் என்று யார் பிரின்சிபாலிடம் சொன்னது என்று.

எங்கள் ஸ்கூலில் தமிழ் டிராமா போட்டு நிறைய டிக்கெட் டும் விற்றோம். சிகந்தராபாத் தமிழ் இனம் முழுதுமே 'கர்ண'னைப் பார்க்கக் கூடிற்று. இரண்டு நாட்கள் டிராமா நடத்தி முதல் நாள் எனக்கு வெள்ளைப் புடவை கட்டினார்கள். இரண்டாம் நாள் கறுப்புப் புடவை கட்டினார்கள். விதவையாக என்னை வேஷம் போட வைத்தது பரிதாபம் ஏற்படுத்துவதற்குப் பதிலாகப் பலத்த கேளிக்கைச் சூழ்நிலையைத்தான் உருவாக்கியது. நான் மேடையில் தோன்றிய போதெல்லாம் சிரிக்காதவர்கள், சிரிக்க மாட்டாதவர்கள் எல்லாம் சிரித்தார்கள். என் அம்மா மட்டும் சிரிக்காமல் என் கண்ணைச் சந்திக்காமலும் நாடகத் தைப் பார்த்தாள். நான் ஐந்து முறை மேடையில் தோன்றினேன். நுழைவு வெளியேறுதல் இரு தடவையும் பாடிக்கொண்டே

அந்தச் செய்கையைப் புரியவேண்டும். அதைத் தவிரக் காட்சி நடக்கும்போது ஒரு காட்சிக்கு ஒரு பாட்டு விகிதம். ஒருமுறை நானும் கர்ணனும் பாட்டிலேயே சம்பாஷணை நடத்தினோம் 'நீ மகன். நீ என் மகன். நீதான் என் மகன்' என்று நான் ஆரம்பிக்க அவன், 'நீ தாய், நீ என் தாய், நீதான் என் தாய்' என்று பாடித் துரியோதனனைக் கைவிட முடியாது என்று சொல்லி, அர்ச்சுனனைத் தவிர வேறு பாண்டவர் யாரிடமும் போரிடுவதில்லை என்று உறுதி கூறி நாகாஸ்திரத்தை ஒரு முறைக்கு மேல் பிரயோகிப்பதில்லை என்றும் சத்தியம் செய்து கொடுத்தான். நான் (பாடிக்கொண்டே) அவன் இறந்த பிறகு அவன் பிணத்தின் மீது விழுந்து கதறுகிறேன் என்று வாக்குக் கொடுத்தேன். அதைப் பூர்த்தி செய்வதுதான் மிகவும் கடினமா யிருந்தது. 'மைந்தா நீ மாண்ட பின் மாநிலத்தில் வாழ மாபாவி யானேனடா' என்ற பல்லவியில் துவங்கி பிலகரி ராகத்தில் பாடுவதுபோல அழுவது அசாத்தியமாக இருந்தது. இரண்டாம் நாள் வெள்ளைப் புடவை கறுப்புப் புடவையான மாதிரி இந்தப் பாட்டையும் நான் மாற்றிப் பாடினேன், அல்லது அழுதேன்.

இதன் விளைவு நான் நிஜாம் கல்லூரியில் சேர்ந்தபோது பதினெட்டே மாணவர்கள் கொண்ட தமிழ்ப் பிரிவு டமில் அசோசியேஷன் துவக்க விழா கொண்டாடி என்னைப் பாட வற்புறுத்தி 'அம்பா மனங்கனிந்து கடைக் கண் பார்' பாட்டுக்கு ஒத்திகை நடத்தினால் நான் விழாவன்று மேடையில் விடுதலை, விடுதலை பாடினேன். அதற்கடுத்த நாள்தான் ஹைதராபாத் நகரமெல்லாம் 'ஜாயின் இண்டியன் யூனியன் டே' ஆர்ப்பாட் டம் நடந்தது. அது நடந்த ஒரு வாரத்தில் இந்தியா சுதந்திரம் அடைந்தது. ஹைதராபாத் பிரதேச காங்கிரஸ் தடை செய்யப் பட்டு பம்பாயில் இயங்கியது. ஜயப்பிரகாஷ் நாராயணன்தான் முக்கிய ஆலோசகர். போலீசுக்குத் தெரியாமல் ஹைதராபாத் வந்திருந்த ஹைதராபாத் காங்கிரஸ் தலைவர் காசிநாத் வித்யா என்பவர் முன்னால் என்னை நரஸிம்ஹராவ் என்றொரு தெலுங்குப் பையன் நிறுத்தினான். நான் பாடிய பாட்டைத் தெலுங்கில் மொழிபெயர்த்துச் சொன்னான். அவர் அப்பாட்டு நிஜாம் சமஸ்தானம் முழுவதிலும் புரட்சி கீதமாகப் பாடப் பட வேண்டும் என்றார். நான் ஒரு புரட்சியாளனாகச் சிலரால் நினைக்கப் பெற்றேன்.

3

ஸாலார்ஜங் ஹாலில் புரொபஸர் ரங்காவின் ஷேக்ஸ்பியர் வகுப்பு தொடங்கியது. இரண்டாவது ரிச்சர்டு, "ஓல்ட் ஜான் ஆஃப் காண்ட்" என்று இரண்டாவது ரிச்சர்டு பேசத் தொடங்குகிறான். ரங்காவுக்கே மாணவர் கள் வைத்த பெயர் ஓல்ட்ஜான் ஆஃப் காண்ட். ரங்கா வகுப்பு தொடங்கும்போது ஒரு சிறு சலசலப்பு இருக் கிறது. அப்புறம் அடங்கி விடுகிறது. கடைசி வரிசைகளில் சிலர் மேஜைமீது சாய்ந்து தூங்க ஆரம்பித்து விடுகிறார்கள்.

சந்திரசேகரன் கடைசி வரிசையில்தான் உட்கார்ந் திருந்தான். வகுப்பு நடத்தும்போது முன் வரிசைகளில் இருப்போர் சிலரைப் பார்த்து அவர்களிடம் நேரிடை யாகப் பேசுவதுபோல ரங்கா வகுப்பை நடத்துவார். போலிங்ப்ரூக்கும் மோப்ரேயும் அவர் வாயிலாக அந்தச் சில மாணவர்களைத் தத்தளிக்க வைப்பார்கள். அதன் காரணமாக முன் வரிசைகளில் பல நாற்காலிகள் காலி யாக இருக்கும். சந்திரசேகரனைப்போலப் பலர் அவசர மாக ஓடி வந்து பின்வரிசை நாற்காலிகளைப் பிடித்துக் கொள்வார்கள். ரங்கா இம்மாதிரி விஷயங்களில் மாணவர் களை அதிகம் தொந்தரவு கொடுக்காதவர். ஆஜர் பட்டியல் எடுத்து முடிந்தவுடன் வகுப்பின் மீதமிருக்கும் சுமார் ஐம்பத்தைந்து நிமிடங்களுக்கு 'ரிச்சர்டு செகண்ட்' புத்தகத்தை வைத்துக்கொண்டு நடிப்புச் சாயல் தோன்றப் படித்துக்கொண்டு போவார். ஆறு வகுப்புகளாக முதலா வது அங்கம் நடக்கிறது. ஒவ்வொரு நாளும் முதலி லிருந்து படிப்பார். "ஓல்ட் ஜான் ஆஃப் காண்ட்..."

ரங்காவின் குரல் தவிர வேறு சப்தம் ஏதும் கிடை யாது. ஸாலார்ஜங் ஹாலை ஒட்டிக் கல்லூரி அலுவலகம் இருந்தது. அங்கிருந்து டைப் அடிக்கும் ஓசை மட்டும்

இலேசாகக் கேட்டவண்ணம் இருந்தது. அவ்வப்போது வெளியே சாலையில் மோட்டார் ஹாரன் ஒலி.

சந்திரசேகரனுக்குப் பக்கத்திலிருந்த மஸூதும் எதிரே இருந்த அன்வர் அலிகானும் சுகமாகத் தூங்கிக்கொண்டிருந் தார்கள். இரண்டு பேருடைய ஷேர்வானியும் தடவிப் பார்க்கச் சபலமெழுப்பும் துணியால் தயாரிக்கப்பட்டவை. ஆங்கில வகுப்புக்கள் நடக்கும்போது மட்டும் இப்படியொரு சுபிட்ச மான சூழ்நிலை. விஞ்ஞானம், சரித்திரம் என இரு பிரிவுகள் மாணவர்களுக்கும் ஆங்கில வகுப்புக்கள் மட்டும் பொதுவானது. விஞ்ஞானப் பிரிவுப் பெண்களிடமும் சரி பையன்களிடமும் சரி, படித்தேயாக வேண்டும் என்ற நிர்ப்பந்தம் தெரியும் தோற்றம். முதுகுக் கூனல், சுளித்த புருவம், ஏதோ பெயருக்கு அணிந்த உடை இதுதான் பொதுவாக. சரித்திரப் பிரிவில் உற்சாகம், செழிப்பு, ஓய்வு. நிறையப் பெண்கள். கல்லூரிக்கு வரும் கார்களில் பெரும் பகுதி அவர்களுக்காக. கல்லூரி விளையாட்டு சாதனங்களைப் பெரும் பங்கு பயன்படுத்துபவர்கள். பேச்சுப் போட்டிகளில் சிறப்பிடம், மாக் பார்லிமெண்ட் நடந்தால் எல்லாக் கைதட்டல்களும் அவர்களுக்குத்தான். கல்லூரி யூனியன் வைஸ் பிரசிடெண்ட், செகரட்டரி எல்லாம் அவர்களே.

மஸூத் மேஜையில் தலையை மாற்றிச் சாய்ந்த போது சந்திரசேகரனின் புத்தகம் கீழே விழுந்தது. மஸூத் "ஸாரி தோஸ்த்" என்றான். அவனுடைய நீண்ட கையால் அனாயாச மாகப் புத்தகத்தைப் பொறுக்கி எடுத்துக் கொடுத்துவிட்டு மீண்டும் தூங்க ஆரம்பித்தான். வஞ்சனையில்லாமல் வளர்ச்சி பெற்றிருந்த அவன் தோள்கள் சீராக மெதுவாக உயர்ந்து இறங்கியவண்ணமிருந்தன. பட்டுப் போன்ற மெல்லிய உரோமத் திரை படரத் தொடங்கியிருந்த போதிலும் அவனுடைய முகம் ஒரு குழந்தையினுடையதுபோல் இருந்தது. அவனுடைய பக்கத்தில் அவனுடைய ஆகிருதியில் பாதிகூட இல்லாதிருந்தும் அவனைவிடப் பல மடங்கு முதுமையடைந்தவன்போலச் சந்திரசேகரனுக்குத் தோன்றிற்று.

ரங்கா ஷேக்ஸ்பியர் நாடக உத்தியில் தூக்கலாயுள்ள 'டிரமாடிக் ஐரனி' பற்றிப் பேசிக்கொண்டிருந்தார். அன்புமிக்க முதியோனாகக் கருதிய ஜான் ஆஃப் காண்டை அதே ரிச்சர்டு உதாசீனம் செய்து ஒதுக்குகிறான். இப்படிச் சிறையில் தள்ளி, நாடு கடத்தி, உடைமைகள் பறித்துத் தண்டனைகள் அளிக்கும் அதிகாரமும் உரிமையும் பெற்ற ரிச்சர்டு தானே மகுடமிழந்து சிறையில் தள்ளப்படுகிறான். அப்போது அவன் புலம்பல் ஜான் புலம்பலுக்கு எவ்விதத்திலும் குறைந்ததாகவில்லை. அவர்கள் இருவருக்கும் மேலாக ரங்கா புலம்புகிறார். "ஜான்

அசோகமித்திரன்

ஆஃப் காண்ட் ஒரு தலைசிறந்த நாட்டுப் பற்றுடையவனாக ஷேக்ஸ்பியர் நாடகத்தில் மிளிர்கிறான். வயோதிகன், அரச னின் மதிப்பிழந்து ஒதுக்கப்படுபவன். ஆனால், அவன் சீரிய தேச பக்தனாக உயருகிறான்." அவனுடைய இறுதி மூச்சு இங்கிலாந்துக்கா, அவனுடைய அன்பு மகனுக்கா என்று ஐயம் தோன்றுகிறது. ஓல்ட்ஜான் ஆஃப்காண்ட் . . ."

நாட்டுப்பற்று – சந்திரசேகரன் ரங்காவின் உரை கேட்கும் சக்தியிழந்து தன்னைச் சுற்றிப் பார்த்தான். நூற்றுக்கும் மேற்பட்ட மாணவ மாணவிகள். சரிபாதிக்கு மேல் கல்லூரி நிர்ப்பந்தத்திற்காகவென்றே முழுக்கால் உடையும் கோட்டும் அணிந்தவர்கள். அதில் பலருக்குக் கல்லூரிக்கு அணிந்துவர அந்த ஒரு உடைதான் கைவசம் இருக்கக்கூடும். கசங்கி, அழுக்கடைந்து, கிழிந்து தையல் போட்டதுகூட உண்டு. மாணவி களுக்கு உடை விஷயத்தில் தனிக் கட்டளை என்று கிடையாது. எல்லாரும் புடவை, ஆனால் கோட்டுத் துணிபோலப் புடவை யும் அந்த நபர் பற்றிப் பல விஷயங்களை உணர்த்திவிடும். இந்த மஸூத் போட்டுக்கொண்டிருக்கும் ஒரு ஷேர்வானியி லிருந்து அவன் வீடு எப்படியிருக்கும், அவன் என்ன எவ்வளவு சாப்பிடுவான், அவன் வீட்டில் எத்தனை வேலைக்காரர்கள் இருப்பார்கள், அவனுடைய அப்பாவுடைய மனப்போக்கு இந்த நவம்பர் மாதம் எத்திசையில் திரும்பியிருக்கும் என்று கூறிவிடலாம். இதே ஜான் ஆஃப் காண்ட் உரையைக் கேட்டால் அவர் மனம் எவ்விதம் எவருக்குச் சாதகமாக, எவருக்கு எதிராகக் கிளர்ந்தெழும் என்று கூறிவிடலாம். மஸூத் இப்படி ஆறு அடி உயரமும் இரண்டடி அகலமும் உடையவனாக இருந்தால்கூட அவனுடைய அப்பாவுடைய தீவிரம் உடையவ னாக இருக்க மாட்டான். ஆனால் அவனே அன்று எவ்வளவு வெறுப்பு மிகுந்தவனாக இருந்தான்?

அது நடந்து ஒரு வாரம் பத்து நாட்கள் இருக்கலாம். ஒரு நாள் திடீரென்று பகல் உணவு இடைவெளியில் ஒரு பரபரப்பு. ஹைதராபாத்திலுள்ள எல்லாக் கல்லூரி மாணவர் களும் ஓர் ஊர்வலம் நடத்துகிறார்கள். இதற்கு போலீஸ் அனுமதி கிடைத்துவிட்டது. அரசில் மக்கள் பிரதிநிதித்துவம் இருக்க வேண்டும்! மக்கள் கோரிக்கைகள் நிறைவேற்றப்பட வேண்டும்!

இந்தக் காரணங்கள் வேறு உண்மைக் காரணங்களை மறைப்பதற்கே என்று புலப்படும்படியாக ஊர்வலத்திற்கென்று மாணவர்கள் கல்லூரியை விட்டு வெளியேறும்போது கலீடாஸ் கோப்பில் வண்ணங்கள் பிரிந்து மறு சேர்க்கை செய்துகொள்வது போலச் சில நிகழ்கின்றன. ஷேர்வானியெல்லாம் சிதறி இருந்தது

சேர்ந்து கொள்கின்றன. சட்டை கோட் பைஜாமாவெல்லாம் வேறு மூலையில் சேர்ந்து கொள்கின்றன. ஷேர்வானிகளுக் காகக் கல்லூரிப் பாடங்கள் தொடர்ந்து நடக்கப்போகின்றன. பிரின்சிபால், புரொபஸர்கள் வெராண்டாவிலும் மைதானத்தில் கட்டிடங்கள் முன்னிலும் நின்று காத்திருக்கிறார்கள். அவர்கள் என்றுமே தங்களை அந்த அளவுக்குத் தங்கள் உருவங்களை வெளிக்காட்டிக் கொண்டது கிடையாது. தாம் பிரசன்னமா யிருப்பதாலேயே அதிகாரம் வெளிப்படும் இயல்பு பெற்ற வர்கள் அன்று எல்லா வலுவுமிழந்து குழைவும் குழப்பமும் மிகுந்தவர்களாக வெட்ட வெளியில் நிற்கிறார்கள். இப்படித் தங்களைக் காட்டிக்கொண்ட பிறகு என்றென்றுமாக அவர் களுடைய அதிகார வீச்சுக் குறைந்துவிடும் என்று தெரிந்தும் வெளியே கூரை நிழல் தவிர்த்து நிற்கிறார்கள். ரங்காவும் நிற்கிறார். முகம்மது கனியும் நிற்கிறார். தமிழ் வித்துவானும் நிற்கிறார். பிரின்சிபாலும் நிற்கிறார்.

பஷீர்பாக்கிலிருந்து ஒரு சிறு கூட்டம் ஊர்வலமாக வந்தது. அத்துடன் நிஜாம் கல்லூரி மாணவர்கள் சேர்ந்து கொண்டார்கள். ஒருவருக்கொருவர் அதிகம் பரிச்சயமில்லாத வர்கள். ஆதலால் ஊர்வலம் ஒன்றாயினும் அதில் இலேசான பிரிவு ஒன்றும் தெரிந்தது. ஊர்வலத் தலைவர்கள் சிறிது வயது முற்றியவர்கள். அந்த வயதுக்காரர்கள் மாணவர்களாக இருக்க முடியாது. சாலையின் இடது ஓரமாக ஊர்வலம் முன்னேறு கிறது. ஹைதராபாத் போலீஸ் படையினர் நாற்புறமும் சூழ்ந் திருக்கிறார்கள்.

கசகசாவென்றுதான் சப்தம். கோஷங்கள் கிடையாது. அபீட் ரோடில் ஊர்வலம் இன்னும் நீண்டு போகிறது. அங்கே தான் பாலஸ் சினிமா இருக்கிறது. சாலையிலிருந்து மிக மிக அகலமான படிகள் இருபது இருபத்தைந்து ஏறினால்தான் சினிமாவை அடையலாம். வேலைக்காரர்களும் கட்டிடப் பொருள்களும் ஏராளமாகவும் மலிவாகவும் கிடைத்திருக்கக் கூடிய காலத்தில் அந்தக் கட்டிடம் கட்டப்பட்டிருக்கும். அங்கே சாலை இல்லாதிருந்து அது சினிமா என்றும் அறியப் படாமலிருந்தால் அந்தக் கட்டிடத்தை ஓர் அரண்மனை என்று தான் நினைத்துக்கொள்வார்கள். 'அன்மொல் கடி' படம் இப்போது ஓடிக்கொண்டிருக்கிறது. படம் பார்க்க வந்தவர்கள் படிகளில் நின்றுகொண்டிருக்கிறார்கள். தடி வைத்திருக்கும் போலீஸ்காரர்கள் எல்லை வகுக்க ஊர்வலம் ஒன்று செல்வதை வேடிக்கை பார்க்கிறார்கள். அதை வேடிக்கை என்று சொல்லி விட முடியுமா? பிற்பகலில் சினிமா பார்க்க வருபவர்கள், அதுவும் ஹிந்தி சினிமா பார்க்க வருபவர்கள், ஒரு தனி

வர்க்கத்தைச் சேர்ந்தவர்கள். எந்த மதத்தைச் சார்ந்தவர்களானா லும் ஒரு வர்க்கத்தைச் சேர்ந்தவர்கள். சினிமாவில் நாற்காலிகள் மீதேறியே நடந்து போவார்கள். கொட்டகை உள்ளே பீடி குடிப்பார்கள். சொறிந்துகொண்டே இருப்பார்கள். எல்லா இடத்திலும் எச்சில் துப்புவார்கள். படம் ஓடுவது தடைபட்டால் வெவ்வேறு விதமாகச் சீட்டி அடிப்பார்கள். இப்போதெல்லாம் சினிமா பார்ப்பதுகூட அவர்களுக்கு முழு அமைதி தர முடியாது. 'பஞ்சாப் மெயில்' என்றொரு ஸ்டண்ட் படம். கதாநாயகனும் கதாநாயகியும் கண்டபடி எகிறிக் குதிப்பார்கள். குண்டுக் கொழுக்கட்டையான நாடியா தரையிலிருந்து அனா யாசமாக இரண்டு மாடி மேலே எம்பிக் கூரையில் இறங்கிக் கொள்வாள். ஜான் காவஸ் தொங்கும் விளக்கில் ஊஞ்சலாடி வெளியே குதித்து அப்படியே தன் குதிரைமீது அமர்ந்து 'ஹே!' என்று கத்திவிட்டு விரைவான். அந்தப் படத்தில் காங்கிரஸ் கொடி வந்தது. ஏதோவொரு இடத்தில் காந்தியைக் காண்பித்தார்கள். பொதுவாகச் சீட்டியடித்துப் பார்க்கும் ஜனம் இரைச்சல் போட்டது. அந்த சினிமா அதோடு நின்றது. கொடிகளில் எந்த மூன்று வண்ணமிருந்தாலும் அவை இறக்கிக் கிழித்தெறியப்பட்டன. 'அன்மொல் கடி' சினிமா அபாயமற்றது. குழந்தைகளாயிருந்தபோது காதலித்தவர்கள் பெரியவர்களான போதும் வேறு வேலையில்லாமல் காதலித்துக்கொண்டே இருக் கிறார்கள். நூர்ஜஹான் சுரேந்திராவை நினைத்துப் பாடுவாள். சுரேந்திரா நூர்ஜஹானை நினைத்துப் பாடுவான். இருவரையும் நினைத்து சுரையா பாடுவாள்.

ஊர்வலம் சுல்தான் பஜார் வழியாகச் சென்றபோது இன்னும் பெரிதாகப் பெருகிவிட்டது. இப்போது ஊர்வலத் தில் மாணவர்கள் அளவுக்கு மாணவர் அல்லாதவரும் இருந் தார்கள். சுல்தான் பஜார் வீதிகளில் தான் இந்த நான்கைந்து மாதங்களாக அடிக்கடி தடியடி. மூவர் செத்துக்கூடப் போய் விட்டார்கள். இந்திய சுதந்திரத்துக்கு முன்னாலேயே இங்கு யாரோ மூவண்ணக் கொடியை ஏற்றிவிட்டார்கள். அப்புறம் ஆகஸ்ட் 15ஆம் தேதி போலீஸ்காரர்களுக்கே தெரியவில்லை, எப்படி இவ்வளவு விடியற்காலையில் கொடியேற்றியிருக்கக் கூடுமென்று. அன்று கெடுபிடியும் அசடும் வழிய நாளெல்லாம் போலீஸ் இலாக்கா ஊரெல்லாம் சுற்றிச் சுற்றி வந்தது. மாலையில் தெருவில் நின்றவர்களுடன் மோதல், 144, தடியடி, கண்ணீர்ப் புகை, கத்திக்குத்து, ஹைதராபாத்தில் நடந்த ரகளை சிகந்தராபாத்திலும் எதிரொலி எழுப்பியது. சந்திரசேகரன் நெற்றியைத் தடவிப் பார்த்தான். சந்துகளானாலும் சாலைகள் என்று பெயர் வைக்கப்பட்ட நெருக்கமான வீதிகள் வழியாக

ஊர்வலம் ஊர்ந்து லக்டிகாபூல் அருகே அடைந்தது. அங்குள்ள சிறு பாலம் – மூஸி நதியைக் கடப்பது, அதைத் தாண்டினால் ஒரு வெற்றிடம். அங்கு கூட்டம் நடக்க வேண்டும். பாலத்திற்கு நூறு கஜ தூரம் முன்னால் ஒரு பெரிய போலீஸ் படை நிற்கிறது. போலீஸ்காரர்கள் மட்டுமில்லை, பெரிய அதிகாரிகளும் நிற்கிறார்கள். ஊர்வலம் அப்படியே நின்றது.

வெயில் இன்னும் கடுமையாக இருக்கிறது. நகர்ந்து கொண்டிருந்தபோது நிறைய இடைவெளிகள் கொண்டிருந்த ஊர்வலம் இப்போது நெருக்கப்படுகிறது. நான்கு தரப்பிலும் போலீஸ்காரர்கள். ஊர்வலத்தில் ரகசியமாகச் செய்தி பரப்பப் படுகிறது. பொதுக்கூட்டத்திற்கு அனுமதி கிடையாது. ஆனால் தலைவர்கள் அதற்கு முயற்சி செய்துகொண்டிருக்கிறார்கள். என்ன நடந்தாலும் கூட்டம் நடந்தேயாக வேண்டும். எவ்வளவு நேரமானாலும் கூட்டம் நடந்தே தீரும். எல்லாரும் அப்படியே தெருவில் உட்கார்ந்து விடுங்கள். அப்படியே உட்காருங்கள்.

நெருக்கடியை உணர்ந்து சிலர் சந்து பொந்துகள் வழியாக நழுவுகிறார்கள். சந்திரசேகரனுக்கு அந்த இடம் சரியாகப் புரியாத இடம். அங்கிருந்து வீடு போய்ச் சேர எங்கே பஸ் ஏற வேண்டும் என்று தெரியாது. அந்த இடத்தில் வாழும் மக்கள் சிகந்தராபாத்வாசிகளிடமிருந்து மிகவும் மாறுபட்டவர்கள். ஏதோ வேறு தேசத்துக்காரர்கள்போல இருக்கிறார்கள். சுற்று வட்டாரத்தில் ஒழுங்காக, உறுதியாகக் கட்டப்பட்ட ஒரு கட்டிடமும் கிடையாது. எல்லாம் எப்போதோ எழுப்பப்பட்ட மண் சுவர் வீடுகள். குடிசைகளுக்கும் இவற்றுக்கும் அதிக வித்தியாசமில்லை. குடிசையாவது இன்னும் வசதி படைத்ததாக இருக்குமோ என்னவோ. மிகக் குறுகலான குட்டையான வாசல்கள். வெளியே திறந்த சாக்கடையில் கருமை தோய்ந்த சேற்றுத் தண்ணீர். நாற்றம். நாய், பன்றி, கோழிக் குஞ்சுகள், வாத்து. வீடுகளுக்குக் கிழிந்த சாக்குத் தோரணங்கள். அச்சாக்குத் திரைகளுக்குப் பின்னால் எவ்வளவு நூறு உயிர்கள் வாழ்கின்றனவோ. அழுக்கும் நோயும் சர்வசாதாரணமாகிப் போன வாழ்க்கை. இங்கே மதத்திற்கு என்ன வேலை? ஆனால் இம்மாதிரி இடங்களில்தான் மதக் கலவரங்கள் நடக்கும்போது வீடுகள் கொள்ளையடிக்கப்படுகின்றன, மண்டைகள் உடைகின்றன, உடைமைகள் கொளுத்தப்படுகின்றன.

சந்திரசேகரன் தெருவில் குந்தியபடி உட்கார்ந்திருந்தான். அவனுக்கும் முதல் வரிசைக்கும் இடையில் பத்தடி கூட இருக்காது. முதல் வரிசையை ஒட்டியபடி இரும்புத் தொப்பி போட்ட போலீஸ்காரர்கள். ஒவ்வொருவர் கையிலும் குண்டாந்

அசோகமித்திரன்

தடி. நன்றாக பாலிஷ் செய்யப்பட்டு மினுமினுக்கும் குண்டாந்தடி. அக்கருமை நிறக் குண்டாந்தடியில் இரத்தக்கறை தெரிய முடியாது. அத்தடிகளுக்கு பாலிஷே இரத்தம்தானோ என்னவோ.

கசகசவென்று சப்தம். அந்தத் தெருவில் மற்ற போக்கு வரத்து பூரணமாக நிறுத்தப்பட்டு விட்டது. சந்திரசேகரன் சிறிது தலையைத் தூக்கித் திரும்பிப் பார்த்தான். பின்னால் பல கஜ தூரத்திற்கு ஊர்வலக்காரர்கள் உட்கார்ந்திருந்தார் கள். அவர்களுக்குப் பின்னாலும் நிறைய போலீஸ் தொப்பிகள், தடிகள். யார் என்ன செய்துகொண்டிருக்கிறார்கள் என்று புரியவில்லை. ஊர்வலத்தைத் தலைமை தாங்கி நடத்தி வந்த வர்கள் எங்கே போனார்கள்? ஊர்வலம் போலீஸ்காரர்கள் சூழ்ந்த ஒரு தீவாகிவிட்டது. அத்தீவில் அப்போது நிலவும் அமைதி இன்னும் எவ்வளவு நேரத்திற்கு?

படபடவென்று வெடித்துக்கொண்டு இரு மோட்டார் சைக்கிள்கள் நான்கு போலீஸ் அதிகாரிகளைச் சுமந்துகொண்டு ஊர்வலத்தின் முழு நீளத்தையும் கடந்து சென்றன. இனிமேல் தடியடிதான் என்ற கிலி உருகிய தார்போல உட்கார்ந்தவர்கள் மீது பரவத் தொடங்கி விட்டது.

சந்திரசேகரன் பீதியுடன் சுற்றிப் பார்த்தான். எல்லாப் பக்கத்திலிருந்தும் அவனை இடுக்கிக் கொண்டு ஏராளமான வர்கள் இருந்தார்கள். ஒருவன்கூட அவனுக்குத் தெரிந்தவன் கிடையாது. ஊர்வலம் கிளம்பும்போது அவனுடைய கல்லூரிக் காரர்கள் ஐம்பது பேராவது அவனோடு கிளம்பி இருக்க வேண்டும். இப்போது ஒருவன்கூடக் கண்ணில் படவில்லை. வழியிலேயே நழுவிவிட்டார்களா? இல்லை ஊர்வலத்திலேயே வெறெங்காவது சிக்கிக்கொண்டிருக்கிறார்களா? ஐயோ, என்ன பைத்திக்காரத்தனம்? முன்பின் அறியாத இடத்தில் முன்பின் தெரியாத மக்கள் நடுவிலா மண்டையுடைபட்டுத் தெருவில் கிடக்கப் போகிறோம்?

முன்வரிசைக்காரர்கள் சிலர் போலீஸ்காரர்களிடம் ஏதோ பேசிக்கொண்டிருந்தார்கள். ஆனால் தப்பித் தவறி அஃர் சிறிது அசைந்து கொடுத்தால்கூட உடனே தடியை வீசி உட்காரு என்று போலீஸ்காரன் அதட்டிக்கொண்டிருந்தான். அவன் அந்த முன்மண்டைகளைத் தட்டிவிட்டுச் சந்திரசேகரனிடம் வர ஒரு நிமிஷத்திற்கு மேலாகாது.

அப்போது ஒரு போலீஸ் அதிகாரி கவலை தெரியும் முகத்துடன் ஊர்வலத்தின் முன்பகுதியிடம் வந்தான். கீழே உட்கார்ந்திருந்த முகங்களை எல்லாம் ஒவ்வொன்றாகப் பார்த்

தான். சந்திரசேகரனின் பார்வை ஒரு கணம் அவன் கண்களைக் குறுக்கிட்டது. அவனுடைய விறைப்பான உடையில் பித்தளைப் பொத்தான்கள் பளபளவென்று மின்னின. அவன் சட்டையில் வர்ணப்பட்டைகள். நிறைய அனுபவம் பெற்ற அதிகாரியாயிருக்க வேண்டும். அவனுக்கே குழந்தை குட்டிகள் இருக்கவேண்டும். அவனுடைய மகன் அந்தக் கூட்டத்தில் இருக்கிறான் என்று தேடுகிறானோ.

இன்னொரு போலீஸ் லாரி அங்கு தோன்றியது. அதிலிருந்து வேறுவிதமாக உடை அணிந்த போலீஸ்காரர்கள் குதித்தார்கள். அவர்களில் பலரிடமும் முகமூடி இருந்தது. கண்ணீர்ப் புகைக் குண்டுப் பிரிவுக்காரர்கள். ஊர்வலக் கூட்டம் முடிவு செய்துகொள்ள வேண்டும். கலைந்து போகிறீர்களா, உதை வாங்குகிறீர்களா?

உட்கார்ந்தபடி இருந்தாலும் இப்போது நிறையச் சலசலப்பு, அப்படியே இரு. உயிரே போனாலும் அப்படியே தெருவில் படுத்துக் கிட. சிறுவர்கள்கூடத் தடியடி படவேண்டுமா? சிறுவர்கள் வேண்டுமானாலும் போய் விடட்டும். எதற்குப் போக வேண்டும்? சிறுவர்கள் போகக் கூடாது. அப்படியே உட்கார்ந்திருங்கள். போலீஸ் தாக்கத் தொடங்கினால் தெருவில் படுத்துவிடுங்கள்.

சிலர் அழத் தொடங்குகிறார்கள். சந்திரசேகரன் பக்கத்திலிருந்த பல சிறுவர்கள் அம்மா, அப்பா, என்னைக் காப்பாற்று என்று கத்துகிறார்கள். புத்தகப் பைகளைத் தலைமேல் வைத்துக் கொள்கிறார்கள். யாரோ சொல்கிறான், கைக்குட்டையை நனைத்து வைத்துக்கொள். கண்ணீர்ப் புகை அப்போது ஒன்றும் செய்யாது. ஆனால் தண்ணீருக்கு எங்கே போவது? பக்கத்தில் மூஸி நதியில்கூட எங்கோ ஓரிரண்டு இடத்தில்தான் கீறி விட்டதுபோலத் தண்ணீர் தெரிகிறது. அதை அடைவதற்கு வெகுதூரம் போக வேண்டும். அவ்விடம் ஓடுவதற்குள் தடியடி படாமல் தப்ப முடியாது. அதிலும் எப்படி அவ்வளவு கூட்டத்தில் தங்கு தடங்கலில்லாமல் ஓட முடியும்? மாட்டிக்கொண்டோம். நன்றாக மாட்டிக்கொண்டோம்.

கண்ணீர்ப் புகைப் படை அணிவகுத்து நிற்கிறது நாற்புறத்திலிருந்தும் போலீஸ் விசில், ஒரு ஒலிபெருக்கியில் உருதுவில் ஒரு குரல். மூன்றே மூன்று நிமிடங்களில் கலைந்து போங்கள். மூன்றே நிமிடம்.

இவ்வளவு நேரம் கட்டுப்பாடாக உட்கார்ந்திருந்த ஊர்வலம் ஒரே குழப்பமாக மாறுகிறது. பெரியவர்கள் சிறியவர்கள்

எல்லாரும் தாறுமாறாக ஓடுகிறார்கள். அவர்களைச் சிலர் தடுத்து உட்கார வைக்கிறார்கள். ஓடத் துவங்கியவர்கள் அதையும் மீறித் தட்டுத் தடுமாறி ஓடுகிறார்கள்.

சந்திரசேகரன், 'அம்மா!' என்று கத்தினான். அவன் தோளின்மீது ஒருவன் முரட்டுச் செருப்பு கொண்டு மிதித்து விட்டு ஓடினான். சந்திரசேகரனும் எழுந்துகொண்டு ஓடத் தலைப்பட்டான்.

எங்கே எப்பக்கம் ஓடுவது என்றே புரியாத நிலை. ஊர் வலத்தின் பின்வரிசைகளில் சிறிது வயது வந்தவர்கள் இருந்தார்கள். அவர்கள் இன்னும் கலையத் தொடங்கவில்லை. முன்னே போலீஸ். சாலை வலது பக்கத்தில் போலீஸ். இடப் பக்கம் மூடிய கதவுகளுடன் வீடுகள். ஏழெட்டு வீடுகளுக் கிடையில் சிறு சந்துகள் இருக்கின்றன. அங்கே ஏற்கெனவே நிறைய பேர் அடைந்து விட்டார்கள். இன்னும் பலர் நெருக்கி யடித்து நுழையப் பார்க்கிறார்கள்.

முதல் குண்டு வெடிக்கப்பட்டு விட்டது. குபீரென்று ஒரு நாற்றம், அப்புறம் திடப்பொருள் போலவே ஒரு புகை சூழ்கிறது. ஒரு விநாடி இருக்காது, கண் எரியத் தொடங்குகிறது. கூக்குரல்கள். 'அம்மா! அம்மா!'

சந்திரசேகரன் வெறித்தனமாக ஒரு சந்துப்பக்கம் ஓடி னான். அவன் கையில் இருந்த புத்தகங்களில் ஒன்றிரண்டு தவறி விழுந்தது. அதையும் பொறுக்காமல் ஓடினான். அவன் புகுந்துகொள்ளச் சென்ற சந்தில் நூற்றுக்கணக்கான பேர் நெருக்கியடித்துக்கொண்டு இருந்தார்கள். அது குத்துச் சந்தாகக் கூட இருக்கக்கூடும். அப்படி என்றால் அத்தனை பேரும் உள்ளே நுழையவே முடியாது.

ஏதோ தோன்றி ஒரு சாக்குத்திரை பின்னால் இருந்த கதவைச் சந்திரசேகரன் மெதுவாகத் தள்ளினான். அது திறந்து கொண்டது. தன்னை உள்ளே நுழைத்துக்கொண்டு கதவைச் சாத்தினான். பரம ஏழ்மையான மண் வீடானாலும் வாசல் கதவைத் திறந்தவுடனேயே ஒரு சிறு முற்றம். முற்றத்தில் பழைய, நசுங்கிய, கரியேறிய அலுமினியப் பாத்திரங்கள். சாக்கடைத் துவாரத்தின் அருகே தேங்கி ஈ மொய்த்துக் கொண்டிருக்கும் அசுத்தத் தண்ணீர். இரு கோழிக் குஞ்சுகள் படபடவென்று சிறகடித்துக்கொண்டு ஓடின. வீட்டின் உள்ளே ஒரே ஒரு உருவம். எலும்பும் தோலுமாக ஒரு கிழவி; அழுக்கும் கரியும் இனியும் படிய முடியாது என்று நினைக்கக்கூடிய துணி உடுத்திக்கொண்டிருந்தாள். அவள் வாயைத் திறந்தாள். மேல்வரிசையில் முன் பற்கள் விழுந்திருந்தன. மற்றைய பற்கள்

கரையேறிப் பெருத்து மிகுந்தன. அவள் கத்தத் தொடங்கு வதற்கு முன் சந்திரசேகரன் தன் இருகைகளையும் ஏதோ தானம் வாங்கிக்கொள்ளப் போவதுபோல நீட்டினான். கிழவி கத்தவில்லை.

மஸூதுக்கு இதெல்லாம் தெரிந்திருக்காது. மஸூத் போன்ற வேறு ஷேர்வானிக்காரர்களுக்கும் தெரிந்திருக்க நியாயமில்லை. ஆனால் அடுத்த நாள் அவர்கள் ஊர்வலத்திற்குச் சென்றிருந்த வர்களைப் பார்த்த பார்வை எவ்வளவு இகழ்ச்சி தெரிய இருந்தது! 'நீங்களாடா எங்கள் நிஜாமைத் தூக்கித் தூரப் போடப் போகிறீர்கள்?' என்று கேலி செய்வதுபோல இருந்தது. நிஜாமைச் சந்திரசேகரன் இருமுறை பார்த்திருக்கிறான். நிஜாமின் வண்டிக்காக போலீஸ்காரர்கள் விசில் அடித்துப் போக்குவரத்தை நிறுத்தி வைத்துவிடுவார்கள். நிஜாம் வண்டி விரைந்து போகும். அநேகமாக மசூதிக்குப் போவதற்குத்தான். நிஜாமின் உருவம் ஒட்டி உலர்ந்து காரின் பின் சீட்டில் சிறு பகுதியை நிரப்பிக்கொண்டு இருக்கும். அந்த நிஜாமைச் சந்திரசேகரன் தூக்கி விடலாம். ஹிஸ் எக்ஸால்டட் ஹைனஸ் மீர் உஸ்மான் அலி கான்பகதூர் ப்ளாக்வா வ்ளா வ்ளா இன்னும் ஏதேதோ. இந்த நிஜாமும் அந்தப் பல்லுப்போன கிழவியும் ஏதோ ஜன்மத்தில் சகோதர சகோதரிகளாக இருந் திருக்க வேண்டும். ஆனால் துலுக்கர்களுக்கு வேறு ஜன்மங்கள் உண்டா? கிடையாது. ஆனால் அந்தக் கிழவி நிஜாமை உரித்து வைத்திருந்த மாதிரி இருந்தது. அவளுக்கு நிஜாம் ஆண்டாலென்ன, சிவாஜி ஆண்டாலென்ன, அசோகர் ஆண்டாலென்ன? அவள் பிச்சையெடுக்கவில்லை. ஆனால் அவள் எவ்வளவு தலைமுறைகளாக அந்தத் தரித்திரத்தில், பட்டினியில், சாக்கடையில், அவலத்தில் இருந்திருப்பாள்? இன்னும் இருக்கப் போகிறாள்? ஊதினால் கீழே விழுந்திருப் பாள். ஒரு அடி கொடுத்திருந்தால் செத்துக்கூடப் போயிருப் பாள். அவள் அவன் கெஞ்சலைக் கண்டு அவனைக் காட்டிக் கொடுக்கவில்லை. அன்று மண்டையுடைந்த பத்துப் பதினைந்து பேர்களில் அவனையும் ஒருவனாகச் சேர்த்து விடவில்லை; அது எப்படி மஸூதுக்குத் தெரிந்திருக்கும்?

ரங்கா ஷேக்ஸ்பியரைப் பிய்த்து வாங்கிக்கொண்டிருந்தார். ஜான் ஆஃப் காண்ட்டின் விவேகம்: பொறுமை; சகித்திருத்தல்; நாட்டுப்பற்று. அலட்சியமும் அகம்பாவமும் கொண்ட அரசனின் சேவையிலும் நாட்டுப்பற்று. ஜான் ஆஃப் காண்ட் பிரபுக்கள் வம்சத்தைச் சேர்ந்தவன். ரிச்சர்டுக்கு உறவினன். வாழ்க்கையில் அவன் காலத்தில் கிடைக்கக்கூடும் வசதிகள் எல்லாம் பெற்றிருக்கக்கூடியவன். அந்த நாட்களிலும் அந்தக்

கிழவி போன்றவர்கள் இருந்திருக்க வேண்டும். அவர்கள்தான் நிறைய இருந்திருக்க வேண்டும். அவர்கள் ஜான் ஆஃப் காண்ட் போல ஒரே தத்துவங்களும் இலட்சியங்களும் அறிவுரைகளு மாகப் பேசியிருப்பார்களா? அவர்களுக்குப் பேச்சே வருமா? அந்தக் கிழவிக்கு வாய் உண்டா? அந்தக் கிழவி பேசுவதாக இருந்தால்கூட ஷேக்ஸ்பியர் ஒரு சொல்லுக்கு இரு அர்த்தங் களும் ஒரு வரிக்கு நான்கு விளக்கங்களுமாகத் தோன்றும்படி யாகத்தான் எழுதுவானா? ஷேக்ஸ்பியரை இழுத்துப் பிடித்து ஹைதராபாத்துக்குக் கொண்டு வந்தால் என்ன?

தலை வெடித்துப் போவதைத் தடுப்பதுபோல இரு கைகளாலும் நெற்றியை அழுத்திப் பிடித்துக்கொண்டு சந்திர சேகரனும் மேஜைமீது தலையைச் சாய்த்தான். மஸூத் படுத்த படியே கண்ணை விழித்துப் பார்த்தான். சந்திரசேகரனைப் பார்த்துக் கண்ணடித்தான். சந்திரசேகரன் முகத்தைத் திருப்பிக் கொண்டான். மஸூத் சந்திரசேகரன் காதை மெதுவாகத் திருப்பினான். சந்திரசேகரன் சிலிர்த்துக்கொண்டு திரும்பினான். "சோடுதோ யார்," என்றான்.

"குஸ்ஸா மத் கரோ, தோஸ்த்," என்று மஸூத் கொஞ்ச லாகத்தான் சொன்னான். பிறகு மீண்டும் கண்ணடித்தான். அது சாதாரணக் கண்ணடிப்பு இல்லை.

வகுப்பு முடிந்தது. இனி எல்லாரும் விஞ்ஞானப் பிரிவு, சரித்திரப் பிரிவு எனப் பிரிந்து போய்விட வேண்டும். மஸூதை விட்டகன்று சந்திரசேகரன் சயன்ஸ் கட்டிடங்கள் திசையில் விரைந்தான். விளையாட்டு மைதானத்தில் ஏதோ இரு கோஷ்டி கள் கிரிக்கெட் விளையாடிக்கொண்டிருந்தன.

சந்திரசேகரன் சொல்லிக்கொண்டான்; இனி ஓடக் கூடாது.

4

'விடுதலை! விடுதலை!' பாடியதற்கு இவ்வளவு விளைவுகள் இருக்கும் என்று நான் எதிர்பார்க்கவில்லை. எங்கள் கல்லூரியில் தெலுங்கு அசோசியேஷன், உருது அசோசியேஷன் கூட்டங்களெல்லாம் உட்கார இடமில்லாமல் ஹால் நிரம்பி வழியும்போது டமில் அசோசியேஷன் ஏகப்பட்ட காலி நாற்காலிகள் கொண்டதாக இருக்கும். வேறு பிரிவு மாணவர்கள் சிலர் முதலில் வந்து உட்கார்ந்துவிட்டுப் பத்துப் பதினைந்து நிமிடங்களில் எழுந்து போய்விடுவார்கள். எங்கள் கல்லூரியில் தமிழ் பேசும் பேராசிரியர்கள் ஐந்தாறு பேர் இருந்தால் கூடத் தமிழ் வித்துவான் தவிர வேறு யாரும் அக்கூட்டங்களுக்கு வரமாட்டார்கள். எல்லா அசோசியேஷன்களுக்கும் பிரின்சிபால்தான் தலைவர். ஆதலால் அவர் மட்டும் வந்திருந்து மேடையில் நடுநாற்காலியில் ஐந்து நிமிடங்கள் உட்கார்ந்துவிட்டுப் பின் எழுந்து போய்விடுவார். நான் 'விடுதலை!' பாடியதைத் தம்பிமுத்து கேட்டார் என்று பாடியபோது நான் அறியவில்லை. நான் அறிந்திருக்கவும் நியாயமில்லை. நான் உள்ளும் புறமும் உதறிக் கொண்டிருப்பதை ஒரு பரவசநிலை என்று ஒப்புக்கொண்டால் நான் அப்படிப்பட்டதொரு பரவச நிலையில் இருந்தேன். என்னைப் பார்த்து அன்று தம்பிமுத்து புன்முறுவல் செய்தபோது நான் வழக்கம்போல வேறு யாரையோ பார்த்துத்தான் அந்த சமிக்ஞை என்றிருந்து விட்டேன். தம்பிமுத்து கெமிஸ்டிரி பேராசிரியர். நான் ஆசிரியர் குழுவில் யாரிடமும் அப்படியான உறவு வைத்துக்கொண்டதில்லை. அனாமதேயமாக வாழ்ந்து காட்டுவதற்கு ஒரு சிறந்த எடுத்துக்காட்டாக நடந்து கொண்டிருந்தேன். என்னை ஒளித்துக் கொள்வதில் அப்படித் தேர்ச்சியடைந்தேன். இல்லை என்று அவ்வப்

போது ஏதாவது நிகழ்ந்துகொண்டே இருந்தது. அதில் ஒன்று இந்தத் தம்பிமுத்து. நான் அன்று மாலை அவர் அறையில் போய் நின்றேன்.

"வா. வா. நீ தமிழ்ப் பையனா?" என்று அவர் தமிழில் கேட்டார். அப்புறம், "உன் பெயர் என்ன?" என்று கேட்டார்.

நான்கு மாதங்களுக்கும் மேலாக அவருடைய மாணவனாக இருந்திருக்கிறேன். கெமிஸ்டிரி பிராக்டிகல்ஸ் வகுப்பில் ஹைட்ரஜன் ஸல்பைட் ஜாடியின் தடுப்பை உடைத்துவிட்டு வகுப்பையே மூக்கை மூடிக்கொண்டு ஓடஓட வைத்திருக்கிறேன். விஞ்ஞானப் பிரிவில் சிறிதாவது பார்க்கக்கூடியவள் என்கிற பெண்ணுடன் மேஜை – அலமாரி பகிர்ந்து கொள்கிறேன். என்னை 'முட்டாள்' என்று தம்பிமுத்துவே ஒருமுறை அழைக்க வைத்திருக்கிறேன். அப்படியும் என் பெயரை அவர் தெரிந்துகொள்ள முடியாமல் பத்திரப்படுத்தியிருக்கிறேன்.

நான் கூறினேன்.

"நீ பாடுவேன்னு எனக்குத் தெரியாது," என்றார்.

நான் என் ஹைஸ்கூல் பிரின்சிபாலை நினைத்துக்கொண்டேன். அவரும் அப்படித்தான் ஆரம்பித்தார். பிறகு எனக்குப் புடவை கட்டி மேடையேற்றி வேடிக்கை பார்த்தார்.

"அது என்ன பாட்டு?"

"எது சார்?"

"நீ டமில் டேயன்னிக்குப் பாடினியே?"

"விடுதலையா சார்?"

"ஆமாம். என்னது?"

"விடுதலை சார்."

"எங்கே, பாடு."

"இங்கேயா சார்?"

"ஆமாம்."

"இப்பவா சார்?"

"ஆமாம். ஏன்? வீட்டுக்குப் போறதுக்கு நேரமாயிடுத்தா?"

"ஆமாம், சார். இல்லை, சார்."

"இரண்டு நிமிஷந்தானேப்பா ஆகும்? ரொம்ப நன்னா யிருந்தது, தெரியுமா?"

"தெரியாது, சார்."

"பாடுப்பா."

நான் எகிப்திய ரசவாதிகள் முதல் நேற்றைய மாடம் கியூரிவரை ஆவி வடிவத்தில் சூழ்ந்திருக்கக்கூடிய அந்த அறையில் 'விடுதலை' பாடினேன். அதுவே ரசாயனக் கலவையாகத்தான் இருந்தது.

"இதை அப்படியே எழுதிக்கொடு."

நான் வழக்கம்போல் விழித்தேன். "இது தமிழ்ப் பாட்டு, சார்," என்றேன்.

"ஆமாம், தெரியும்."

"இதைத் தமிழிலேதான் சார் எழுத முடியும்."

"ஆமாம். எனக்குத் தமிழ் தெரியாதுன்னு நினைச்சயா?"

"இல்லை, சார். சரி சார்."

நான் கெமிஸ்ட்ரி பிராக்டிகல்ஸ் நோட்டுப் புத்தகத்திலிருந்தே ஒரு தாளைக் கிழித்து எழுதினேன். பாடியபோது தவறாக வந்த வரிகளைத் திருத்தி எழுதினேன்; அல்லது பாடியபோது சரியாக வந்த வரிகளை எழுதும்போது மாற்றிப் போட்டு எழுதினேன்.

தம்பிமுத்து அந்தத் தாளைக் கையில் வைத்துக்கொண்டு ஆராய்ந்தார்.

"நான் போகலாமா, சார்?" என்றேன்.

"என்ன அவசரம்? உட்காரு," என்றார்.

நான் நின்றுகொண்டே இருந்தேன். எனக்கு எங்கே பாட்டைத் தவிர்த்துக் கல்லூரிப் பாடங்கள் பற்றி ஏதாவது கேட்டு விடுவாரோ என்று பயம். எங்களுக்கு அந்த ஆண்டு ஆங்கில உரைநடைப் புத்தகம் 'கவர்லி பேபர்ஸ்'. அதில் வில் ஹனிகூம்ப் என்றொரு பாத்திரமுண்டு. பிரபு வம்சத்தில் இளைய மகனாகப் பிறந்துவிட்டு, ஓரளவு படிப்பும் பெற்று ஆனால் உருப்படியான பொறுப்பேதும் இல்லாமல் வேட்டை யாடிக்கொண்டு, பெண்கள்மீது அபரிமிதக் கவனம் செலுத்திக் கொண்டு இருக்கும் நபர் வில் ஹனிகூம்ப். என்ன காரணத்தி

னாலோ தம்பிமுத்துவுக்கு மாணவர்கள் அப்பெயர் கொடுத் திருந்தார்கள். எனக்கு அவருடைய அறையில் நிற்கையில் ஆங்கிலப் பாடம் நேர்த்தியாக ஞாபகத்துக்கு வந்தது.

"மறுபடியும் பாடு," என்றார்.

"மறுபடியுமா, சார்?" என்றேன்.

"ஆமாம்பா. பாடு" என்றார்.

நான் அவரிடம் எழுதிக் கொடுத்த தாளைத் திரும்ப வாங்கிக்கொண்டேன். என்னளவில் அப்பாட்டை எழுத்தில் ஒருவிதமாக வடித்துவிட்டேன். அதை மீண்டும் மாற்றிப் பாட விரும்பவில்லை.

இப்போது நான் பாடும்போது அவரும் சேர்ந்து பாடி னார். நாங்கள் இருவரும் பாடுவதை வேறு யாராவது கேட்டு விடப் போகிறார்களே என்று பயந்துகொண்டேயிருந்தேன். அப்பயம் நான் ஒவ்வொரு வரி பாடும்போதும் சுருதி அங்கு மிங்கும் தாவுவதில் நன்கு வெளிப்பட்டது. தம்பிமுத்துவுக்கும் சுருதிக் கட்டுப்பாடுகளில் அவ்வளவு நம்பிக்கை இருந்திருக்க முடியாது. இருவருமாக மனிதக் குரலில் சாத்தியமான எல்லா ஒலிகளையும் எழுப்பித் தீர்த்தோம். தம்பிமுத்து மிகவும் சந்தோஷமாக இருந்தார். சங்கீதம் இவ்வளவு சக்தி வாய்ந்தது என்று எனக்குத் தெரியாது. "இதாம்பா நான் முதல் தடவை தமிழ்ப்பாட்டு பாடறது," என்று ஒத்துக்கொண்டார்.

"நான் போகட்டுமா; சார்?" என்று கேட்டேன்.

"இருப்பா, அவசரப்படறியே? இப்போ போனா உனக்கு உடனே பஸ் கிடைக்குமா?"

"நான் சைக்கிள்ளே வந்திருக்கேன், சார்."

"அப்போ இரு. நீ எப்ப வேணாப் போகலாமே. இப்போ நானே பாடறேன். சரியா இருக்கா சொல்லு."

தம்பிமுத்து பாடினார். நானோ அல்லது வேறு யாருமே அறிந்திருக்க முடியாத பாதையிலெல்லாம் அவர் சுதந்திரமாக உலவினார். நான் பாட்டை முடிக்கையில் விடுதலை! விடுதலை!! விடுதலை ஐஐஐ!!! என்று குரலை மேலே உயர்த்திப் பாடச் சொல்லிக் கொடுத்திருந்தேன். தம்பிமுத்துவின் விழிகள் மேலே செருகிக்கொண்ட அளவுக்கு அவர் குரல் போகவில்லை.

பாடி முடித்துப் பெருமையுடன், "சரியாக இருக்கா?" என்று கேட்டார்.

"இருக்கு சார்," என்று பொய் சொன்னேன்.

"ஒரு தடவை கேட்டாலே எனக்குப் பாட்டு வந்திடும். நீ அன்னிக்குப் பாடினதுலேருந்து இதே பாட்டைத்தான் எப்போதுமே பாடிண்டிருக்கேன்."

நான் பேசாமல் நின்றேன்.

"இது யார் பாட்டு?" என்று கேட்டார்.

"பாரதியார்," என்றேன்.

"யாரு?"

"பாரதி, சார்"

"யார் அவரு? இப்போ இருக்காரா?"

எனக்குப் பாரதியாரைப் பற்றி அப்போது தெரிந்ததெல்லாம் எட்டயபுரத்தில் ஒரு நினைவுச் சின்னம் எழுப்ப கல்கி பணம் சேகரித்த விவரந்தான். அது பல மாதங்களுக்கு அப் பத்திரிகையில் பக்கம் பக்கமாக வந்தது. பாரதியாரைவிட அப்போது பணம் கொடுத்தவர்கள் பற்றித்தான் நான் தெரிந்து வைத்திருந்தேன். என் அப்பாகூடச் சிறிது பணம் சேர்த்து அனுப்பியிருந்தார். அவர் பெயரும் அச்சில் வந்திருந்தது. இருபதாம் நூற்றாண்டுத் தமிழ் இலக்கியம் பற்றிய என் பரிச்சயம் எங்கள் ஊருக்குத் தட்டுத் தடுமாறி வரும் ஆனந்த விகடன், கல்கி பத்திரிகைகளோடு வேலி கட்டப்பட்டிருந்தது. தம்பிமுத்து போன்றோர்களுக்கு அதுவும் கிடையாது, அவர் எப்போது ஹைதராபாத் வந்து குடியேறினாரோ.

இந்திய சுதந்திரம் கிட்டிய ஆண்டில் நானும் தம்பிமுத்து வும் பாரதியாருக்கு 'விடுதலை' மூலம் அஞ்சலி செலுத்திக் கொண்டிருந்தோம். "ரொம்ப நல்ல பாட்டுப்பா" என்று தம்பிமுத்து கூறினார். "நீ பாடியிருக்கலேன்னா எனக்கு இது தெரிஞ்சிருக்கவே போறதில்லை."

"எனக்கு இன்னும் இரண்டு பாட்டுக் கூடத் தெரியும், சார். முதல்லே அது எதையாவதுதான் பாடலாம்னு இருந் தேன். ஆனா அதெல்லாம் கொஞ்சம் பெரிசு."

"அதெல்லாம் சொல்லிக் கொடுக்கறியா?"

"இன்னிக்கு வேணாம், சார்."

"இன்னொரு நாள் வைச்சுக்கலாம். அப்புறம் இதோ பாரு —"

"என்ன, சார்?"

"இதை யாருகிட்டேயும் சொல்லாதே."

எனக்கு எது என்று தெரியவில்லை.

"நான் பாட்டுக் கத்துண்டதை."

"சரி, சார்."

அப்போது நான் ஒரு பெரிய தவறு செய்தேன். "இதைத் தெலுங்குகாரங்ககூடக் கத்துக்கணும்னு பாக்கறாங்க, சார்."

"அப்படியா? யாரு?"

"நரஸிம்ஹராவ், சார்"

"யார் நரஸிம்ஹராவ்?"

"ஏ பாச் ஸ்டூடண்ட், சார். காங்கிரஸ் லீடர்?"

காங்கிரஸ் என்றவுடன் தம்பிமுத்து முகம் கறுத்தது. "அவுங்களோட சேராம ஜாக்கிரதையா இரு."

"அதுதான் முடியலை, சார்."

தம்பிமுத்துவிடம் ஒரு விறைப்பு வந்துவிட்டது.

"சந்திரசேகர், நீ தமிழ்ப் பையன்னு இதைச் சொல்றேன். உனக்கு இதெல்லாம் வேண்டாம்."

"சார், நான் கையெழுத்துக்கூடப் போட்டுட்டேன், சார்." நான் விரலைக் காட்டினேன்.

"என்னது?"

"நாங்க ரத்தத்திலே கையெழுத்துப் போட்டிருக்கோம், சார்."

"வாட் நான்ஸென்ஸ்!"

நான் எச்சரிக்கையடைந்தேன். "நான் போகலாமா" என்று கேட்டேன்.

"அது என்னது கையெழுத்து?"

நான் பதில் சொல்லாமல் நின்றேன். தம்பிமுத்து அதட்டிக் கேட்டார், "என்னது கையெழுத்து?"

"எங்ககிட்டே சத்தியம் பண்ணி வாங்கியிருக்காங்க, சார்."

"என்ன சத்தியம்?"

நான் பேசாமல் நின்றேன். அவர் மீண்டும் விடுதலை பாடமாட்டார் என்று எனக்குத் தோன்றிற்று.

தம்பிமுத்து எழுந்து நின்று அதட்டினார், "என்ன சத்தியம்?"

"டிசம்பர் ஒண்ணாந் தேதிலேருந்து தினம் காலேஜ் முன்னாலே சத்தியாக்கிரகம் பண்ணப்போறோம், சார்."

"கெட் அவுட்! கெட் அவுட்!"

நான் வேகமாக வெளியேறினேன். ஆனால் நான் வாசற் படி தாண்டுவதற்குள் தம்பிமுத்து, "சந்திரசேகர்!" என்று கூப்பிட்டார். நான் நின்ற இடத்திலிருந்தே அவரைப் பார்த்துத் திரும்பினேன்.

"இங்கே வா."

நான் மீண்டும் அவர் மேஜையருகே சென்றேன். அவர் எழுந்துபோய்க் கதவை மூடினார். ஏற்கெனவே வெளியில் இருட்டிக்கொண்டிருந்தது. இப்போது அறையில் வெளிச்சம் மிகவும் குறைந்து விட்டது.

"எனக்கு எல்லாத்தையும் சொல்லு."

நான் ஒன்றும் சொல்லக் கூடாது என்று தீர்மானமாக நின்றேன். அவரும் அதைப் புரிந்துகொண்டு விட்டார்.

"சந்திரசேகர், நீ வீணா கெட்டுப் போறதிலே எனக்கு இஷ்டமில்லை. யார் எப்படி வேணா செஞ்சிட்டுப் போகட்டும். இந்தத் தடவை மறுபடியும் ஸ்டிரைக் அது இதுன்னு நடந்தா உடனே ரஸ்டிகேஷன்தான்."

எனக்கு ரஸ்டிகேஷன் என்கிற சொல்லுக்கு ஒருவித தண்டனை என்று மட்டும் தெரியும். என்ன என்று அப்போது தெரியாது.

"என்னை நம்பிச் சொல்லு. பின்னே ஒரு காலத்திலே உதவியாயிருக்கும்."

இதற்கு மேல் என் பிடிவாதம் நிற்கவில்லை. நான் நரஸிம்ஹராவுடன் ஹைதராபாத் பிரதேச காங்கிரஸ் தலைவரைச் சந்தித்ததைச் சொன்னேன். அதன் பிறகு ரகசியமாக எனக்குத் தெரிந்த மாணவர்களுக்கெல்லாம் ஒரு துண்டுப் பிரசுரத்தை விநியோகித்ததைச் சொன்னேன்.

"அது இருக்கா இப்போ உங்கிட்டே?"

"இல்லை, சார்."

"என்ன நோட்டீஸ் அது?"

திகம்பரராவ் பிந்து என்பவர் டில்லியில் வல்லபாய் படேலைச் சந்தித்துக் பேசியிருக்கிறார். யாருடைய யோசனையோ தெரியாது. ஹைதராபாத் கல்லூரி மாணவர்கள் நிஜாம் – ரஜாக்கர் அடக்குமுறையை எதிர்த்து இன்னும் தீவிரமாகப் போராட வேண்டும். அதில் முதல் கட்டம் உறுதிப் பிரமாணம். இரண்டு பக்கம் எழுதி இருந்த காகிதத்தடியில் கையெழுத்திட வேண்டும். அன்று என்னோடு பதினைந்து பேர்கள் கையெழுத் திட்டார்கள். கையெழுத்து இரத்தத்தில். என் கையில்தான் பிளேட் வைத்து வெட்டினதில் இரத்தம் நிறைய வந்தது. என்னைத் தவிர இன்னும் இரண்டு மூன்று பேர்கூட என் இரத்தத்தில் பேனாவை நனைத்துக் கையெழுத்துப் போட் டார்கள். சாதாரண இங்கினால் வரையப்பட்ட எழுத்துக்கு அடியில் இந்த இரத்தக் கையெழுத்துக்கள் மிக மங்கலாகவும் சரியாகப் படிக்க முடியாதபடியும் இருந்தன. காதிதத்தில் எழுதுவதற்கு இரத்தம் அவ்வளவு உகந்ததாகப் படவில்லை.

தம்பிமுத்து இவ்வளவு மனத் தீவிரத்துடன் உட்கார்ந் திருந்து நான் பார்த்ததில்லை. அவர் கேட்டார், "இதுவே கேர்ல்ஸூம் உண்டா?"

"உண்டு சார். ஆனா நம்ம காலேஜ் கேர்ல்ஸ் யாரும் கிடையாது."

"நீயே கேர்ல்ஸ் இருக்காங்கன்னுதான் இதிலே சேர்ந் திருக்கயா?"

"அப்படியெல்லாம் இல்லை, சார்."

தம்பிமுத்து மீண்டும் எழுந்து நின்றார். "சந்திரசேகர், நான் பிராமிஸ் பண்ணறேன். இதை நான் யாருக்கும் ரிபோர்ட் பண்ணப் போறதில்லை. ஆனா உனக்கு மட்டும் சொல்றேன். இதுனாலே உனக்கு ஒண்ணும் நல்லது வரப் போறதில்லை. ஐடியலிஸம் ரொம்ப உசத்தியானது. எனக்கு மட்டும் ஐடியல்ஸ் கிடையாதா? நான் உன்கிட்டே பாட்டுக் கத்திண்டதே பாட் டோட கருத்துக்காகத்தான். ஆனா இந்த ஊரிலே இதுக்கு எல்லாம் இடமே கிடையாது. என்னைப் பாரு. இருபது வருஷம் சர்வீஸ் ஆச்சு, இதே காலெஜிலே. ஒரு வருஷம் இங்க்லண்டு போக லீவு கேட்டேன். வேலையை விட்டுட்டுப் போன்னாங்க. எப்பவோ வைஸ் பிரின்சிபாலாயிருக்கணும், எனக்கு அது கொடுக்கவே இல்லை. நான் ஏதாவது ஸ்டூடண் டுக்கு ஸ்காலர்ஷிப் சிபாரிசு பண்ணினா அவனைத்தான் ஒதுக்கி விட்டுடறாங்க. இங்கே ஒண்ணு சேப்புக் குல்லா போட்டிருக்கணும், இல்லை தலைப்பா கட்டியிருக்கணும்.

என் மாதிரி கிராப் தலையிருந்தா சும்மாக் கிடக்க வேண்டியது தான்."

கெமிஸ்டிரி சொல்லிக்கொடுப்பவர் பேச்சுக்கூட இவ்வளவு புரிந்துவிடும்படி இருக்குமா என்று எனக்குச் சந்தேகமாக இருந்தது.

"சந்திரசேகர், இது ரொம்ப கஷ்டகாலம். உனக்கு இஷ்டமோ இல்லையோ இங்கேயே படிச்சிட்டு இங்கேயே கிடக்கறதுதான் நல்லது. இந்த ஸ்டேட் ஸ்டூடண்ட்ஸுக்கு வெளியிலே ரிகக்னிஷனும் கிடையாது. வேலையும் கிடையாது. மெர்ஜர்னாலியோ யூனியன்னாலியோ உங்களுக்கு ஒரு பிரயோசனமும் கிடையாது. எனக்கு இது நல்லாத் தெரியும். ஹைட்ரபாட்காரன்னா எவனும் மதிக்கறதுகூடக் கிடையாது. இவ்வளவு நாள் அந்த மாதிரி இருந்து இப்போ என்ன பெரிசா மாறப் போறது? முன்னே துரைங்க இருப்பாங்க. இனிமே காந்திக் குல்லாக்காரங்க இருப்பாங்க. நம்ப வரைக்கும் இரண்டு பேரும் ஒண்ணுதான். நாம எப்படியோ இந்த இடத்திலே வந்து அடஞ்சிட்டோம். இங்கேயே இருந்து அல்லாடறதுதான் சரி. இனிமே வெளியே போக முடியாது." தம்பிமுத்து அழத் தொடங்கி விடுவாரோ என்றுகூடப் பயமாயிருந்தது. நான் அவர் அறையைவிட்டு வெளியே வந்தபோது நன்றாக இருட்டி இருந்தது. தம்பிமுத்து அறையிலிருந்தே, "பிளேடாலே வெட் டிண்டயே, விரலுக்கு அயோடின் ஏதாவது போட்டியா? 'செப்டிக்' ஆயிடப் போறது," என்றார்.

5

மீண்டும் ஹிந்து பத்திரிகை வரத் தொடங்கி விட்டது. சோமசுந்தரம் லைப்ரரியில் ஒரு மாலை அந்த லைப்ரரி ஆள் ஒரு கட்டு இதழ்களைக் கொண்டு வந்து போட்டான். குறைந்தது பத்து நாட்கள் ஹிந்து வாவது இருக்கும். ஆறு மணிக்குக் கதவை இழுத்துப் பூட்டிவிட்டான். அடுத்த நாள் போய்ப் பார்க்கலாம் என்றால் ஒருநாள் பத்திரிகையைத்தான் மேஜைமீது வைத்திருந்தான்.

சந்திரசேகரன் அந்த ஒருநாள் பத்திரிகையை மட்டும் புரட்டிப் பார்த்துவிட்டு வெளியே வந்தான். ஒருமாதம் முழுக்கப் பத்திரிகைகள் படித்து வர அந்த லைப்ரரியில் நாலணாதான் கட்டணம். அவன் கடைசியாகக் கட்டணம் கட்டி ஒன்றரை மாதத்திற்கு மேலாகிறது. இதுவரை அந்த ஆள் போனால் போகிறது என்று விட்டு வைத் திருக்கிறான். ஆனால் அவனிடம் மற்ற ஹிந்து இதழ் களெல்லாம் எங்கே என்று கேட்கப் போனால் நிச்சயம் நாலணாவைக் கீழே வைத்துவிட்டு உள்ளே நுழை என்று சொல்லி விடுவான்.

ஹிந்துவில்தான் ஒழுங்காக கிரிக்கெட் ஸ்கோர்கள் வருகிறது. இண்டியன் எக்ஸ்பிரஸில் தலைப்பு எல்லாம் பெரிதாக இருக்கும். ஆனால் விவரங்கள் மிகக் குறைவாக வெளியிடப்பட்டிருக்கும். நிஜாமையும் ஹைதராபாத் ஆட்சியின் போக்கைப் பற்றியும் திட்டிக் காரசாரமாகத் தினம் ஏதாவது வந்துகொண்டிருக்கும். இப்போது அந்தப் பத்திரிகையை முழுக்கவே இங்கே தடை செய்தாகி விட்டது. ஹிந்துவையும் தடை செய்யும்போது உள்ளூர்ப் பத்திரிகைகள் மூன்றைத்தான் எல்லாவற்றிற்கும் நம்ப வேண்டும். டெக்கன் கிரானிகல், ஹைதராபாத் புல்லடின்,

டெய்லி நியூஸ் மூன்றும் நான்கே பக்கங்கள் கொண்டவை. அதுவும் சிறிய அளவுப் பக்கங்கள். கிரிக்கெட் ஸ்கோருக் கெல்லாம் இடம் கிடையாது.

சந்திரசேகரன் கிங்க்ஸ்வேயில் சைக்கிளை உருட்டிக் கொண்டே போனான். நேற்று ஒரு பெரிய மழை பெய்து ஓய்ந்திருந்ததில் ஊர் மிகவும் குளிர்ந்திருந்தது. பத்துப் பதி னைந்து நாட்களாகவே ஊர் சிறிது குளிர்ந்துதான் இருக்கிறது. நிஜாமுக்கும் இந்திய சர்க்காருக்கும் ஒரு தற்காலிக உடன் படிக்கை ஏற்பட்டிருக்கிறது. 'ஸ்டாண்ட் ஸ்டில் அக்ரிமெண்ட்'. இது ஓராண்டுக்கு, இந்திய சர்க்காருக்கு ஹைதராபாத் தலை வலி ஓரளவு குறைந்திருக்கும். ஆனால் வேறு பெரிய தலை வலிகள் நிறைய இருக்கின்றன. காஷ்மீர், டில்லியில் ரெஃப்யூஜி கலவரங்கள், மகாத்மா காந்தியின் உண்ணாவிரதம்.

இவ்வளவிலும் ஒரு இந்திய கிரிக்கெட் கோஷ்டி முதன் முறையாக ஆஸ்திரேலியா போயிருக்கிறது. பெர்த் நகர் மாட்சு ஏதோ ஒப்புக்கு. அடிலெய்டில் பிராட்மென் நூறு ஓட்டம். அடுத்து ஆடிய இந்திய கோஷ்டியில் அமர்நாத் 144 ரன்கள் எடுத்த பின் டூலண்டு போட்ட பந்தில் ஸாகர்ஸ் ஸ்டம்பு செய்துவிட்டான். அந்தப் புகைப்படம் *ஹிந்து*வில்தான் வந் திருந்தது. அமர்நாத், ஸாகர்ஸ் இருவரும் சிரித்தபடி இருக் கிறார்கள். அதற்கடுத்த ஆட்டம் மெல்போர்னில் அமர்நாத் 228 நாட் அவுட். அப்புறம் ஸிட்னியில் ஓர் ஐக்கிய ஆஸ்திரேலியா கோஷ்டியை இந்தியா தோற்கடித்து விட்டது. மன்கட்டுக்கு எட்டு விக்கெட்டுகள். அதையடுத்து பிரிஸ்பேனில் ஆடிய மாட்சில் அமர்நாத் 172 நாட் அவுட். இந்தியா ஆஸ்திரேலியா எங்கும் ஒரே லாலா பெருமை. இந்தப் பெருமை யெல்லாம் ஹைதராபாத் பத்திரிகைகளில் அதிகம் காண முடியாது. இந்தியா வேறு ஏதோ நாடு மாதிரி. இந்திய கோஷ்டி யில் ஒரு ஹைதராபாத் ஆட்டக்காரன்கூடக் கிடையாது. குலாம் அஹமதை அழைத்துப் போயிருக்கலாம். ஈ.பி. அய்பா ராவை அழைத்துப் போயிருக்கலாம். தமிழன் பூபதியை அழைத்துப் போயிருக்கலாம். போகவில்லை. ஆதலால் எப்போதோ வரும் *ஹிந்து* பத்திரிகையைப் பார்த்துத்தான் ஆஸ்திரேலியா ஸ்கோர் விவரங்களைத் தெரிந்து கொள்ள முடியும். வெளிப் பத்திரிகைகளை நிஜாம் அரசாங்கம் தடை செய்யாமலிருந்தால் முதல் நாள் பத்திரிகையை அடுத்த நாள் பார்க்கலாம். சென்னையிலிருந்து ஹைதராபாத் வந்து சேர இரயிலில் ஒரு முழு இரவு ஒரு முழுப்பகல் பிரயாணம் செய்ய வேண்டும். அம்மாதிரிப் பிரயாணம் மேற்கொண்டு ஏகப்பட்ட ஹைதராபாத்காரர்கள் வெளியூர்களுக்குச் சென்று விட்டார்கள்.

சந்திரசேகரன் சைக்கிளை மேலும் தள்ளியே கொண்டு சென்றான். இப்போதெல்லாம் நல்ல பகல் வேளையில் கடைத் தெருவில் ஜனநடமாட்டம் மிகக் குறைந்திருப்பது சகஜமாகி விட்டது. அதுபோல வீடுகள் பூட்டிக்கிடப்பது. முன்பு சில நூறு குடும்பங்கள் பத்து மைல் தள்ளியுள்ள பொலாரமில் தற்காலிகமாகக் குடியேறின. அங்கே வைக்கப்பட்டிருந்த இந்தியத் துருப்புக்கள் இந்த 'ஸ்டாண்ட்ஸ்டில் அக்ரிமெண்ட்' காரணத் தால் வாபஸ் ஆகப் போகின்றன. ஆதலால் பொலாரம் ஒரு பாதுகாப்பான இடம் என்பது மாறிவிட்டது. நிஜாம் தினமும் மசூதிக்கு மூன்றுமுறை போவது குறையவில்லை. போலீஸ் காரர்கள் விசில் ஊதிப் போக்குவரத்தை நிறுத்தி விடுகிறார் கள். ரஜாக்கர்கள் அப்படியே இருக்கிறார்கள். உண்மையாகவே இந்திய சர்க்கார் இந்த ஹைதராபாத் அரசை ஒன்றும் செய்ய முடியாதோ என்னவோ.

ஆர்யபவன் ஹோட்டல் வாசலில்கூட இரண்டு மூன்று சைக்கிள்கள்தான். சரியான தென்னிந்திய இட்லியும் காபியும் வடையும் சிகந்தராபாத்தில் ஒரு ஓட்டலில் இந்த ஆர்யபவன் ஆரம்பித்த பிறகே கிடைக்கிறது. எல்லாம் இந்த ஒன்றிரண்டு ஆண்டுகளாகத்தான். திருப்தியாக இரண்டு இட்லி சாம்பாரும் காபியும் சாப்பிட்டு வர நான்கணாதான். நான்கணா லைப்ரரிக் கும் போதும். அதுவே ஹைதராபாத் நாணயமாக இல்லாமல் பிரிட்டிஷ் நாணயமாக இருந்தால் ஒரு ஆங்கில சினிமா மாட்டினிக்குப் போய்விட்டு வரலாம். இப்போதெல்லாம் அதை பிரிட்டிஷ் நாணயம் என்று கூறக் கூடாது. இந்திய நாணயம். இன்றும் பள்ளிக்கூடங்களில் இப்படிக் கணக்குப் போடுவார்கள், 'நூறு ரூபாய் இந்திய நாணயத்திற்கு ஹைதரா பாத் ஹாலி நாணயம் நூற்றுப் பதினாறு ரூபாய் பத்தணா எட்டுத் தம்படி என்றால் முப்பது ரூபாய் இந்திய நாணயத் திற்கு எவ்வளவு ஹைதராபாத் பணம்?'

சந்திரசேகரன் தன் டிரவுசர் பையைத் துளாவித் தான் எடுத்து வந்த அரையணா பத்திரமாக இருக்கிறதா என்று பார்த்துக்கொண்டான். காலேஜுக்குப் போகாமல் நின்றதி லிருந்து கையில் காசே பார்க்க முடிவதில்லை. இந்த அரையணா வும் எங்கோ மூலையில் கிடந்தது.

அவன் வீட்டிலேயே இருந்து கிடந்ததைக் கண்டு அம்மா தான் முதலில் என்ன விஷயம் என்று கேட்டாள். அன்று அம்மாவுக்கு மழுப்பிவிட்டான். நிச்சயம் இன்னும் ஒன்றிரண்டு தினங்களுக்குள் அப்பா கேட்டுவிடுவார் என்ற நிலை வந்த போது ஊரில் மீண்டும் ஒரு பெரிய கலவரம் நடந்தது.

எண்பது பேருக்குப் பலத்த அடி. பத்துப் பேருக்கு மேல் சாவு. அதையொட்டி எல்லாப் பள்ளி கல்லூரிகளும் ஒரு வாரம் நடைபெறவில்லை. அந்த ஒரு வாரத்தில்தான் 'ஸ்டாண்ட் ஸ்டில் அக்ரிமெண்ட்.' அது என்னது, அசலான விளைவுகள் என்ன இருக்கும் என்று யாருக்கும் புரியவில்லை. இந்திய அரசாங்கம் நிஜாம் அரசு விஷயத்தில் தலையிடாது. நிஜாம் அரசு இந்திய அரசு விஷயங்களில் தலையிடாது. நிஜாமுக்கு இந்திய அரசு விஷயங்களில் எதற்குத் தலையிட வேண்டும்? மற்றவர்கள் அவன் விஷயத்தில் தலையிடக்கூடாது என்றுதானே அவன் சாதித்துக்கொண்டிருக்கிறான்? இப்போது அவனிஷ்டம் போலவே ஆயிற்று. இனிமேல் இது என்றென்றும் ஒரு துலுக்க சாம்ராஜ்யமாகவே இருக்கப் போகிறது. எவ்வளவோ நாட்களாக அப்படித்தான் இருந்து வருகிறது. ஆனால் அப்போ தெல்லாம் யாரும் யாரையும் விரோதியாக நினைத்ததில்லை. உயிருக்குப் பயந்து ஓடியதில்லை. இப்போது எல்லாருமே பயந்து கொண்டுதான் இருக்கிறார்கள். திடீரென்று ஒருவன் எந்த மண்ணுக்கு விசுவாசம் கொண்டவனாயிருக்கிறான் என்பது முக்கியமாகி விட்டது. அவன் விசுவாசத்தை நிரூபிக்க வேண்டும். நிரூபிப்பது என்பது ஒரு சில கோஷ்டிகளில் கலந்து கொள்வது. வேறு சில கோஷ்டிகளைத் தவிர்ப்பது. இருநூற்றைம்பது ஆண்டுகளாக நிஜாம்களுக்குத் தேவையில் லாத கோஷங்கள் இன்றிருக்கும் நிஜாமுக்குத் தேவைப்படுகிறது. ஆஜாத் ஹைதராபாத் ஜிந்தாபாத்.

கிங்ஸ்வேயில் மிக மேடான இடத்திற்கு வந்தாகி விட்டது. இடப் பக்கம் திரும்பினால் முன்பு அடிபட்ட இடத்திற்கும் மோண்டாவுக்கும் போகலாம். நேரே சைக்கிளில் ஏறிச் சென் றால் பள்ளத்தில் வேகமாக உருண்டு போய் பைபிள் ஹவுஸ் அருகில் நிற்கலாம். வலப்பக்கம் போனால் ராணிகஞ்ஜ் அடைய லாம். சந்திரசேகரன் சைக்கிளில் ஏறிக்கொண்டு ராணிகஞ்ஜ் திசையில் சென்றான். ஜேம்ஸ் ஸ்டிரீட் அடைந்து அதைக் கடந்து நல்லகுட்டா பகுதிக்குப் போய் ஒரு வீட்டு முன்னால் சைக்கிளை நிறுத்தி அந்தக் கதவைத் தட்டினான். மேல் துணி போட்டுக் கொள்ளாமல் கமீஜ் அணிந்த ஒரு பெண் கதவைத் திறந்தாள். "அப்பா இருக்காரா?" என்று கேட்டான். அவள் பதில் சொல்லாமல் உள்ளே போனாள். சந்திரசேகரனும் உள்ளே நுழைந்தான்.

பிரம்பினாலான சாய்வு நாற்காலியில் சையது உட்கார்ந் திருந்தார். "வாடா அப்பனே," என்று சந்திரசேகரனைப் பார்த்துச் சொன்னார். சந்திரசேகரன் அவரருகே போய் நின்றான்.

“உட்காருடா ரொட்டி சாப்பிடறியா?”

“வேண்டாம். அப்பா உங்களை ஒரு தடவை வீட்டுக்கு வந்துவிட்டுப் போகச் சொன்னார்.”

“அப்போ டீ சாப்பிடுடா. இதோ பாருடீ, கொஞ்சம் சாய் பனாவு.”

சையது பிறந்ததிலிருந்து கடலூரிலும் மாயவரத்திலும் இருந்தவர். திடீரென்று அறுபதாவது வயதில் சிகந்தராபாத் வந்தவுடன் தெரிந்தாலும் தெரியாது போனாலும் உருதுவே பேச வேண்டும் என்று தோன்றிவிட்டது.

“அப்புறம் சொல்லுடா, எதுக்கு உங்கப்பன் என்னை வரச்சொன்னான்னு?”

“தெரியாது, மாமா. நேத்திக்கே போய்ச் சொல்லச் சொன்னார். இன்னிக்குத்தான் வரமுடிஞ்சுது.”

“நேத்திக்கே ஏண்டா வரலை? காலேஜுக்குப் போயிருந்தயோ?”

“இல்லை மாமா. நேத்திக்கு காலேஜு கிடையாது.”

“இந்த காங்கிரஸ்காரங்க என்ன கலாட்டா பண்றாங்க பாத்தியா? காலேஜ் பசங்களையெல்லாம் போட்டு உதைக்கிறாங்களாமே? உங்கிட்ட எவனாவது வாலாட்டினானா?”

“போலீஸ்காரங்கதான் இரண்டு தடவை எங்களைத் துரத்திண்டு வந்தாங்க. உங்கிட்டே அப்பா சொன்னாரோ இல்லியோ. என்னை இந்த சிகந்தராபாத்திலேயே இரண்டு ரஜாக்கர்கள் அடிச்சுப் போட்டாங்க.”

“ரஜாக்காரா? இருக்கவே இருக்காது. அவங்கள்ளாம் ஒரே சாதுக்காரங்க. இந்தக் காங்கிரஸ்காரங்களுக்குப் பயந்து பயந்தே ஒளிஞ்சுண்டு அவதிப்படறாங்க. எத்தினி வீடுகளைக் கொளுத்திட்டாங்க, எத்தினி கடைகளைக் கொள்ளையடிச்சிருக்காங்க! இதையெல்லாம்விட ரொம்பமோசம் – நினைச்சா என் ரத்தம் கொதிக்குது – பெண் பிள்ளைங்களை அவமானம் பண்ணியிருக்காங்க. எவ்வளவு ஜனானா பெண்களை பர்தா கிழிச்சுப் போட்டிருக்காங்க தெரியுமா? இவுங்களுக்கு ஏண்டா இப்படிப் புத்தி போகுது? இவுங்களுக்கு இந்த நிஜாம் என்னென்ன வசதி பண்ணிக்கொடுத்திருக்காரு, எவ்வளவு உல்லாசமா இவுங்களை வைச்சிண்டிருக்காரு – நன்னியோட நாய் மாதிரி நக்கிண்டிருக்கிறதை விட்டுட்டு அக்கிரமமா பண்றாங்க? சுட்டுடுவோம் சுட்டு. இந்த நிஜாம் ஸ்டேட்டுக்கு

வெளியே எங்கடா இவ்வளவு சௌகரியங்க கிடைக்குது? அரிசி கிடையாது, சர்க்கரை கிடையாது, விறகு கிடையாது, துணி கிடையாது. எல்லாத்துக்கும் ரேஷன். நான் இருந்திருக் கிறேனே மெட்ராஸ் பிரசிடென்சிலே. ஒரு இடத்திலே ஒழுங்கா ரோடு கிடையாது. ஒரு பஸ் கிடையாது. சரியாத் தபால் கிடையாது. இந்த ஊர் பஸ் மாதிரி உலகத்திலே உண்டா? இன்னும் என்னடா வேணுங்கறாங்க இந்த காங்கிரஸ்காரங்க? இங்கே வேலைக்கிருக்கிறவங்க பாதிக்குமேலே ஹிந்துங்க. இன்னும் என்னடா வேணும்?"

"இங்கே இருக்கிறவங்க ஜனங்க முக்கால்வாசி ஹிந்து தானே? வேண்டான்னாலும் அவுங்கதானே கிடைப்பாங்க வேலைக்கு?"

"ஏண்டா கிடைக்க மாட்டான்? ஏன் கிடைக்க மாட் டான்? ஊருலே இருக்கிற பிச்சைக்காரங்க எல்லாம் முஸ்லீம் தெரியுமா? எத்தினி பேரு சோத்துக்கில்லாம பட்டினி கிடந்து உசிரை விடறாங்க? இன்னிக்கு வெளியிலேருந்து வந்த ரெப்ஃயூஜீஸே லட்சக்கணக்கிலே இருப்பாங்களே – டேய், நீ காங்கிரஸ்காரனாடா? சொல்லுடா. உன் அப்பன் கௌரவத் தைக் கெடுக்காதேடா. சொல்லு, நீ காங்கிரஸ்காரனா?"

"இப்ப இங்க காங்கிரஸ் எல்லாம் எங்க இருக்கு, மாமா? அதை பான் பண்ணி எல்லாரையும்தான் ஜெயில்லே வைச் சிருக்காங்களே."

"ரடிவுப் பசங்க. ஊரை நாசமாக்கிண்டிருந்தாங்க. இப்போ எல்லோரையும் வெளிலே விட்டுட்டாங்க. இவுங்களே வெளியே விடலாமா? அப்படியே செக்கிலே வைச்சு ஆட்டணும். டேய், நீ புத்தியோட இருடா ..."

"நீங்க எப்ப வரீங்க மாமா? இன்னிக்கு வருவேளா?"

"இன்னிக்கு முடியாதுடா. இன்னிக்கு எனக்கு பரேட் இருக்கு".

"மிலிட்டரி பரேடா?"

"மிலிட்டரி இல்லேடா? சிவில் வாலண்டியர்ஸ். நீயும் சேர்றியாடா? நான் சொல்லிச் சேர்த்துக்கச் சொல்றேன். ஆனா உனக்கு மஸ்கெட் டிரெய்னிங்கெல்லாம் தரமாட்டாங்க."

"வேண்டாம் மாமா".

"அதுவும் சரிதான். உங்களுக்கெல்லாம் இந்த டிரெயினிங் எதுக்கு? நாங்கதான் உங்களுக்காக உயிரைக் கொடுக்கிறோமே?"

"நான் போயிட்டு வரேன், மாமா."

"டீ குடிச்சிட்டுப் போடா. உனக்காகப் போட்டுக்கிட்டு இருக்கா. ஜீ, தயார் ஹோகயா?"

டீ மிகவும் மோசமாக இருந்தது. இவ்வளவு நீர்க்கச் சந்திர சேகரன் டீ குடித்தது கிடையாது. சையதுக்கு ஹைதராபாத் காரர்கள் மாதிரி டீ கூடத் தயாரித்துக்கொள்ளத் தெரிய வில்லை.

சந்திரசேகரன் சையத் வீட்டைவிட்டு வெளியே வந்த போது அப்போதுதான் சையதின் மூத்த மகன் உள்ளே நுழைந்தான். சந்திரசேகரனைப் பார்த்துப் புன்முறுவல் செய் தான். ஏதோ நிரந்தரச் சங்கடத்தில் மாட்டிக் கொண்டவன் போல் இருந்தான். சையதின் தீவிரமும் உற்சாகமும் அவனிடம் கிடையாது. அவனுக்கு இங்கே நண்பர்களே கிடைக்காமல் போயிருக்கக்கூடும். அப்பாவின் புது விசுவாசத்திற்குரிய காரணங்கள் பிள்ளைகளுக்கு அவ்வாறு நம்பிக்கை தரவில்லை. அவன் மாயவரம் கடலூர் போன்ற ஊர்களில் இவ்வளவு களையற்றுக் காணப்படமாட்டான். களை. இவ்வளவு நாட்கள் யார் யாரோ இந்தச் சொல்லைப் பயன்படுத்தும்போதெல் லாம் இதன் அர்த்தம் விளங்கியதில்லை. உன் மூஞ்சியிலே களையே இல்லையே? அது என்ன இல்லை என்று தெரிந்த தில்லை. சையதின் மூத்தமகனின் முகத்தைப் பார்த்தபோது தெரிந்துவிட்டது. இவனும் நாளைக்கு பரேட் போவான் – இவன் அப்பா இவனை இழுத்துக்கொண்டு போவார். இவனும் பதினெட்டுப் பத்தொன்பதாம் நூற்றாண்டுத் துப்பாக்கியை பிடித்துக்கொண்டு லெஃப் – ரைட் போடுவான். இந்த சையதும் அப்பாவும் சிநேகிதர்கள். அப்பாவுக்கு எப்படியோ தெரியாது, சையதுக்கு அப்பா இன்னும் ஏதோ தஞ்சாவூர் ஜில்லாவிலுள்ள சிறு கிராமத்துப் பள்ளிச் சிறுவன் மாதிரிதான். இந்த காங்கிரஸ் காரங்க அக்கிரமத்தைப் பார்த்தயாடா? சையதுக்கு அவ்வளவு ஒரு நம்பிக்கை அப்பாவும் எல்லா விஷயங்களைப் பற்றியும் அவர் மாதிரியே நினைப்பார் என்று. இன்று இந்த சிகந்தரா பாத்தில் சையத் மாதிரி ஒருவரும் அப்பா மாதிரி ஒருவரும் ஒரே மாதிரி, விஷயங்களை அணுக முடியுமா? அணுகினாலும் ஒரே மாதிரி முடிவுகள், விளைவுகள் இருவருக்கும் கிடைக் குமா? இருவருக்கும் விளைவுகள் வெவ்வேறாக இருக்கும் எனும்போது எப்படி ஒரே மாதிரி அபிப்பிராயம் இருக்க முடியும்?

சையதின் மகனுக்கு நாஸிர் அலிகான், மஸூத் வயது தான் இருக்கும். அவர்கள் இம்மாதிரிச் சூழ்நிலையிலும் வழக்க

மான அவர்கள் இயல்புக்கு மாற்றம் ஏதும் நிகழாவண்ணம் இருந்தார்கள். நாஸிர் அலிகானின் அப்பா பெரிய போலீஸ் அதிகாரி. எவ்வளவோ தலைமுறைகளாக அந்த இடத்தில் பெரிய பிரபுக்களாக இருந்து வருபவர்கள். பெரிய நெருக்கடி என்று வந்தால் எப்படி இருப்பார்களோ தெரியாது. அனால் இப்போது ஒருவித நெருக்கடி இருந்துகொண்டுதான் வருகிறது. அவர்கள் பதட்டத்தை வெளியில் காட்டிக்கொள்ளவில்லை. அவர்களுக்குள் பேசிக்கொண்டாலும் மற்றவர்களிடம் அரசியல் விஷயங்களை விவாதிப்பது கிடையாது. தீவிரமாகக் காண்பித்துக் கொள்வது கிடையாது. இரண்டு நாட்கள் முன்புகூட நாஸிர் அலிகான் சொல்லியனுப்பியிருந்தான். வருகிற ஞாயிற்றுக்கிழமை ஒரு கிரிக்கெட் மாட்சு இருக்கிறது, நீ கட்டாயம் வரவேண்டு மென்று. கல்லூரிக்கே போவதில்லை, எப்படி கிரிக்கெட் மாட்சுக்கு மட்டும் போக முடியும்? சுந்தர்சிங் போவான். அவனுக்கு எந்தத் தொந்தரவும் கிடையாது. தொந்தரவு என்று தனியாகக் கிடையாது, அவன் இப்போதுள்ளதை ஒரு விசேஷச் சூழ்நிலை யாக நினைப்பதே இல்லை. அவன் வரையில் அவன் ஒரு மாணவன், அந்த இடத்திலுள்ள ஆங்கிலத்தில் பாடம் நடத்தும் ஒரு கல்லூரியில் படிக்கும் மாணவன், ஸ்போர்ட்ஸ்மென். கிரிக்கெட் ஆட்டக்காரன், புல்புல்தாரா வாசிக்கத் தெரிந்தவன், எந்த இரானி ஹோட்டலிலும் சென்று எதையும் தின்னக் கூடியவன், ஞாயிற்றுக்கிழமையன்று டை கோட் எல்லாம் போட்டுக்கொண்டு சர்ச்சுக்குப் போய்விட்டு வருபவன். அவன் சர்ச்சுக்குப் போவதே அப்படித் தடபுடலாக உடை உடுத்திக்கொண்டு போவதற்குத்தான் என்று சொல்ல வேண்டும். அவனைவிட இன்னும் ஒரு படி மேலானவன் மாரிஸ். என்றைக்கும் இருந்தது போலவே சட்டைக்காரர்கள் இன்றும் அதே சுதந்திரத்தோடு, அதே மாதிரிக் கவலையற்றுத் திரிகிறார் கள். தானும் ஒரு கிறிஸ்தவனாகவோ சட்டைக்காரனாகவோ இருந்தால் எவ்வளவு நிம்மதியாக இருக்கும்?

சந்திரசேகரன் ராணிகஞ்சைக் கடந்து நல்லகுட்டாவின் இன்னொரு சந்தில் நுழைந்து நரஸிம்ஹராவ் வீட்டிற்குச் சென்றான். அங்கே வரிசையாக ஐந்தாறு வீட்டுக் கதவுகள் வெகு நாட்களாகப் பூட்டிக் கிடந்திருக்க வேண்டும். அவற்றின் மீது கரியினாலும் சாக்பீஸினாலும் ஏதேதோ நிறைய எழுதப் பட்டிருந்தன. சிறுபையன்கள் வேலையாக இருக்க வேண்டும். ஒன்றிரண்டு படங்கள்கூட இருந்தன. கொடிமரம், கொடி, கொடியில் சந்திரன். முழுச் சந்திரன் கிடையாது. பிறைச் சந்திரன். பிறைதான் இவர்களுக்கெல்லாம் கொடி! அப்படிப் பட்ட தெருவில் நரஸிம்ஹராவ் வீடு ஒன்றுதான் திறந்திருந்தது. ஆனால் அந்த வீட்டிலும் நிறையக் குடித்தனம் இருந்தவர்கள்

இப்போது ஓரிருவர்தான் இருக்கிறார்கள். சந்திரசேகரன் கூப்பிட்டான், "நரஸிம்ஹராவ்! நரஸிம்ஹராவ்!"

ஒரு வயதான அம்மாள் வெளியே வந்து எட்டிப் பார்த்தாள். சந்திரசேகரன் அவளைக் கேட்டான், "நரஸிம்ஹராவ் உன்னாடா?"

அவள் இல்லையென்று கையைக் காட்டினாள் நரஸிம்ஹராவ் பதினைந்து இருபது நாட்களாகவே கண்ணில் படவில்லை. கலவரங்களுக்காகக் கல்லூரி மூடப்படுவதற்கு ஒரு வாரம் முன்பே காணோம். அவன்தான் அன்றொரு நாள் சந்திரசேகரனையும் இன்னும் பத்துப் பதினைந்து பேரையும் எங்கோ ஒரு வீட்டிற்கு அழைத்துப் போய் ரத்தக் கையெழுத்து வாங்கிக் கொண்டான். கையெழுத்து வாங்கிக் கொண்டாயிற்று, காலேஜுக்குப் போகாதே என்று சொல்லியாயிற்று, அப்புறம் என்ன செய்வது? இப்படியே இருந்தால் எல்லாம் சரியாகி விடுமா?

"எப்போது திரும்பி வருவான்?" சந்திரசேகரன் அந்த அம்மாளைக் கேட்டான்.

"தெரியாது."

"இங்கேதானே இருக்கிறான்?"

"எனக்கு ஒன்றுமே தெரியாது," என்று தெலுங்கில் கூறி விட்டு அவள் உள்ளே போனாள். அப்படியும் சந்திரசேகரன் சொன்னான், "நான் அவன் நண்பன். நாங்கள் ஒரே வகுப்பில் படிக்கிறோம்."

பதில் ஒன்றும் வரவில்லை. ஒரு குழந்தை படீரென்று கதவைச் சாத்திவிட்டுப் போயிற்று. சந்திரசேகரன் அப்படியே சிறிது நேரம் நின்று விட்டுக் கிளம்பினான். ஜன்னல் நுனியில் படுதாவைத் தள்ளிக்கொண்டு ஒரு கண் அவனைப் பார்த்துக் கொண்டிருந்த மாதிரி இருந்தது. அந்தக்கண் நரஸிம்ஹராவுடையது மாதிரி இருந்தது.

6

கலவரங்களுக்குப் பிறகு மீண்டும் கல்லூரி, பள்ளிகள் திறக்கப்பட்டுவிட்டன. அரை ஆண்டுப் பரிட்சை, செலக்ஷன் பரிட்சைகள் நடந்து இனி கிறிஸ்துமஸுக்கு விடுமுறை விடவேண்டியதுதான். மழை பெய்வது சிறிது சிறிதாகக் குறைந்து விட்டது. சில காலம் தணிந்திருந்த வெயில் இப்போது இலேசாகச் சூடுகூட ஆரம்பித்திருக்கிறது. அத்துடன் காலை வேளைகளில் பனி மூட்டம் வரத் தொடங்கி விட்டது. ஹுசேன் சாகர் ஏரி அமைதியாகக் கிடக்கிறது. டாங்க் பண்டில் காற்று அடிப்பது மிகவும் சமனப்பட்டிருக்கிறது. இந்த மாதங்களில் பகல் வேளையில் அந்த ஒரு மைல் தூரம் வண்டியில் சென்றாலும் நடந்தாலும் சுகமான அனுபவம். மிர்சா இஸ்மெயில் நிஜாமுக்குப் பிரதம மந்திரியாக இருந்து விலகி, சட்டாரி நவாபு துரத்தியடிக்கப்பட்ட பிறகு இப்போது லெயிக் அலி பிரதம மந்திரி. சட்டாரி நவாபு மாளிகையின் முன்பு ரஜாக்கர்கள் ரகளை செய்திருக்கிறார்கள். காரணம், சட்டாரி நவாபு ரஜாக்கர்களின் கோஷங்களை அவ்வளவு உற்சாகத்துடன் திருப்பிச் சொல்லவில்லை. அப்புறம் அவர் வீட்டினுள் புகுந்து நவாபு செல்லமாகவும் தாராளமாகவும் வளர்த்து வந்த மீசையின் ஒரு பாதியைக் கையாலேயே பிய்த்து எடுத்து விட்டார்கள். நவாபு விலகும்போது நிஜாம் ஒரு வார்த்தை கூட நன்றி தெரிவிக்கவில்லை. லெயிக் அலிக்கு அதெல்லாம் நேராது. அவனுக்கு மீசை கிடையாது. அதைவிட முக்கியமானது, அவன் காசிம் ரஸ்வியின் ஒப்புதல் பெற்றவன். லெயிக் அலி இன்னும் டாங்க் பண்ட் அமைப்பின் மீது கவனம் செலுத்தவில்லை. அது மிர்சா இஸ்மெயில் மாற்றியமைத்தபடியே இருக்கிறது. இப்போது தான் தெரிகிறது. மிர்சா இஸ்மெயில் உத்தரவிட்ட

மாற்றங்கள் அந்த ஒரு மைல் நீளத்தை உண்மையிலேயே நிறைய அழகுறச் செய்திருப்பது. மிர்சா இஸ்மெயிலுக்கு ஏரிக்கரையில் ஒரு நீண்ட சுவர் பார்வையைத் தடுப்பது பிடிக்கவில்லை. சுவரைத் தட்டிவிட்டு முழு நீளமும் அலங் கார வார்ப்பு இரும்பு வேலி. கொத்தளங்கள்போல உயரத் தூக்கிக் கட்டப்பட்ட பால்கனிகளையும் டாங்க் பண்ட் நடை பாதை மட்டத்திற்குத் தழைத்து, நடந்து போகிறவர்கள் அப்படியே பால்கனிக்குச் சென்று காற்று வாங்கும்படி மாற்றி யாகி விட்டது. சிறு சிறு மாறுதல்களானாலும் இதெல்லாம் டாங்க் பண்டை மனதுக்குப் பிடித்தமாகச் செய்திருக்கிறது. சந்திரசேகரன் சைக்கிளுடன் ஒரு பால்கனிக்குச் சென்று அங்கிருந்து ஏரியைப் பார்வையிட்டான். தூரத்தில் இடப் புறத்தில் கப்பலின் முன்புறம்போல் கட்டப்பட்ட ஹைதரா பாத் போட்கிளப் கட்டிடம். அதற்குப் பின்னால் உஸ்மானியா டெக்னிகல் இன்ஸ்டிடியூட். அது ஏதோ பதினெட்டாம் நூற்றாண்டு அரண்மனைபோலக் கோபுரங்களும் கொத்தளங் களும் கொண்டது. ஏரியின் எல்லாத் திசைக் கரையையும் நின்ற இடத்திலிருந்தே பார்த்து விடலாம். இரண்டு மைல் தண்ணீர் பரப்பைத் தாண்டி அக்கரையில் சில பங்களாக்கள். அவற்றின் பின்னால் பஞ்ஜாரா ஹில்ஸ். வலப் பக்கம் ஏரியி லிருந்து பிரிந்து ஓடும் சிறு வடிகாலுக்கு மேல் ஒரு இரயில் பாலம். இந்த இடத்தில் நின்றால் அப்பாலத்தை ஒரு இரயில் கடக்க ஆரம்பித்து மூன்று நான்கு விநாடிகளுக்குப் பிறகுதான் இரயில் இரும்பு கர்டர்கள் மீது உருளும் சப்தம் கேட்கும். ஒலியின் வேகம் என்ன? ஒரு விநாடிக்கு சுமார் ஆயிரம் அடி. நான்கு விநாடிகள் என்றால் நாலாயிரம் அடி. முக்கால் மைலுக்கு மேல். அந்தப் பாலம் இங்கிருந்து முக்கால் மைல் தள்ளியிருக்கிறது.

சந்திரசேகரன் அந்தப் பாலத்தையும் அதற்கும் அப்பால் தோன்றிய மரங்கள், அங்கொன்றும் இங்கொன்றுமாகக் கிடந்த பங்களாக்கள், எல்லாவற்றிற்கும் அப்பால் மேகம் தழைந்து தொங்கிய வெளிர் நீல வானம் – இவற்றைப் பார்த்த படி நின்றான். ஒழுங்காகக் கல்லூரிக்குப் போய் வந்த நாட் களில் எவ்வளவோ முறை இந்த ஹுசேன் சாகர் ஏரி பால்கனி களில் சில நிமிடங்கள் நின்று போக வேண்டும் என்று நினைத்த துண்டு. அப்போதெல்லாம் முடிந்ததில்லை. இப்போது கல்லூரி நடைபெற்றும் போகாமல் இருக்கிறான். டாங்க் பண்டில் சில நிமிடங்கள் நின்றுவிட்டுப் போகலாம்.

எவ்வளவு நாட்கள் இப்படி இருந்துவிட முடியும்? அந்த நரஸிம்ஹராவ் ரத்தத்தில் கையெழுத்து வாங்கிக் கொண்டான். அது போதாது என்று அவன் ரத்தத்திலேயே இன்னும் இரண்டு மூன்று பேர் பேனாவைத் தோய்த்துக் கையெழுத்திட்டிருக்

கிறார்கள். க்விட் காலேஜ் மூவ்மெண்ட், கல்லூரியை விட்டொழி. இங்கு இங்கிலீஷ் மீடியத்தில் படிக்கிறவர்களுக்கு இருப்பதெல்லாமே இந்த ஒரு கல்லூரிதான். அதை விட்டொழி. இப்போது விட்டொழித்த மாதிரிதான். இனி என்ன? அதைக் கேட்கப் போனால் நரஸிம்ஹராவ் வீட்டிலிருந்தபடியே இல்லை என்று சொல்லச் சொல்கிறான். இவனை நம்பிக் கையெழுத்துப் போட்டாயிற்று. ரத்தம் தண்ணீரைவிடக் கனமானது. இங்கை விடவும் கனமாக இருக்க வேண்டும். அதைப் புறக்கணிக்க முடியுமா?

டாங்க் பண்டில் போக்குவரத்துக் கெடுபிடி இல்லாமல் இருந்தது. நிஜாம் அரசு வாங்கியிருந்த புது மாடி பஸ்கள் அலுங்காமல் குலுங்காமல் விரைகின்றன. பழைய பஸ்களும் ஓடுகின்றன. பழைய பஸ்கள் வெவ்வேறு அளவுக்குப் புகை விட்டுக்கொண்டு போகின்றன. புது பஸ்களின் இஞ்சின் இயங்குவதே தெரிவதில்லை. இதைத்தான் சையது ஆவேசத்தோடு குறிப்பிட்டாரோ?

சந்திரசேகரன் சைக்கிள்மீது ஏறிக்கொண்டு மெதுவாக ஹைதராபாத் பக்கம் மிதித்தான். கல்லூரியில் காலைப் பகுதியின் மூன்றாவது வகுப்பு நடந்துகொண்டிருக்கும். அது முடிந்தவுடன் சாப்பாட்டு இடைவெளி. அவசரம் அவசரமாகச் சாப்பாட்டை முடித்துவிட்டு டேபிள் டென்னிஸ் ஆட்டக்காரர்கள் ஸாலார்ஜங் ஹாலுக்கு விரைவார்கள். டேபிள் டென்னிஸ் டோர்னமெண்ட் ஆரம்பித்திருக்கும். நாமும் கல்லூரிக்குப் போய்க்கொண்டிருந்தால் டேபிள் டென்னிஸில் சேர்ந்திருக்கலாம். விஞ்ஞானப் பிரிவிலிருந்து டேபிள் டென்னிஸ் ஆடுபவர்கள் கூட மிகக் குறைவு. ஆட்டம், பாட்டம், குஷி, கலாட்டா எல்லாமே ஆர்ட்ஸ் ஸ்டூடண்ட்ஸுக்குத்தான். சரித்திரப் பிரிவுப் பெண்கள் எல்லாம் போட்டி நடப்பதைப் பார்க்கக் குழுமி விடுவார்கள். டைமண்ட் செட் வரும் மிஸ் தாராப்பூர்வாலா, மிஸ் ஆனந்தராவ், மிஸ் நாயுடு. தாராப்பூர்வாலா பெரிய புதிய நீல நிற ஃபோர்ட்டிலக்ஸ் காரில்தான் கல்லூரி வருகிறாள். அந்த மாதிரி இன்னும் ஒரே ஒரு கார்தான் அந்தப் பிரதேசத்தில் இருக்கிறது. அது அப்துல் காதர் அண்ட் சன்ஸ் கடை முன்னால் நின்றுகொண்டிருக்கும். அப்துல்காதர் அண்ட் சன்ஸுக்கு சிகந்தராபாத்தில் ஒரு பெரிய கடை, ஹைதராபாத்தில் ஒரு பெரிய கடை. தவிர ஃபதே மைதான் பக்கத்திலேயே ஒரு தடபுடல் ஐஸ்கிரீம் பார்லர். அங்கே ஐஸ்கிரீமுடன் ஒருவிதமான பிஸ்கெட்டும் தருகிறான். தட்டையாகக் கடித்தால் திரிதிரியாக வருகிறது. அந்த மாதிரி பிஸ்கெட்டுகள் வேறெங்கும் கிடையாது. ஒரு ஐஸ்கிரீமுக்கு எட்டணா! தினம் டைமண்ட் செட் ஐஸ்கிரீம் தின்றுவிட்டு வரும். எது வேண்டாமென்றாலும் இந்த மிஸ் தாராப்பூர்வாலாவைப்

பார்த்து வருவதற்காகவாவது கல்லூரிக்குப் போய்விட்டு வரலாம். அவள் உடம்பு எப்படிப் பட்டுப்போல இருக்கிறது? கழுத்தில் ஓடும் நரம்புகளெல்லாம் ஏதோ ஜவ்வுக் காகிதத்தடியில் இருப்பதுபோலத் தெரியும். ரிம்லெஸ் மூக்குக் கண்ணாடி. டேபிள் டென்னிஸ் டோர்னமென்டில் சேர்ந்து கொண்டால் மிக்ஸட் டபிள்ஸுக்கு பார்ட்னராகக் கூப்பிடலாம். அதற்கு ஏகப்பட்ட போட்டி. அவளோடு பேசியதில்லை. சனியன் இந்த மாத்ஸ் ஃபிஸிக்ஸ் கெமிஸ்டிரி படித்தாலே திரும்பத் திரும்ப லக்ஷ்மண்ராவும் சுந்தர்சிங்கும் தம்பிமுத்துவும்தான். தம்பிமுத்துவுக்குத் திடீரென்று தமிழில் பாட்டுப்பாட வேண்டு மென்று ஆசை வந்து விட்டது. புரொபஸராக லட்சணமாக கெமிஸ்டிரி சொல்லிக் கொடுத்தால் போதாதா? வேண்டுமென் றால் அவகாட்ரோஸ் ஹைபாதிஸிஸையும் பீரியாடிக் டேபிளை யும், பாட்டாகப் பாடட்டும். பத்மா சிவராவ், பாவம், மிகவும் சாது. இரண்டு நாள் வந்தால் நான்கு நாட்கள் வரமாட்டாள். அவளும் க்விட் காலேஜ் மூவ்மெண்டில் சேர்ந்திருக்கிறாளோ? ஒரு பத்மா சிவராவ் கல்லூரிக்குப் போகாமல் நின்றுவிடு வதால் நிஜாம் இந்த ஹைதராபாத்தை இந்திய யூனியனுடன் சேர்த்து விடுவானா?

டாங்க்பண்ட் முடிந்ததும் சந்திரசேகரன் இடப்புறம் திரும்பி பஷீர் பாக் திசையில் சென்றான். ஆயிற்று, இன்னும் பத்து நிமிடங்களில் கல்லூரியை அடைந்துவிடுவான். அங்கு போய் என்ன செய்வது? வேண்டுமானால் கையில் கொண்டு வந்திருக்கும் பூரியை எங்கோ ஒருமூலையில் உட்கார்ந்து தின்றுவிடலாம். யாரையாவது பார்த்துவிட்டால் பேச வேண்டி யிருக்கும். அப்படியே வகுப்புக்களுக்குக்கூடப் போகலாமா? ரத்தம் இங்கைவிடக் கனமானது அல்லவா?

சந்திரசேகரன் ஃபதே மைதான் முச்சந்தியை அடைந்த வுடன் எதிரே இருந்த நிஜாம் கல்லூரிக்குச் செல்லாமல் முச்சந்தி மரத்தைச் சுற்றி ஃபதே மைதானத்தை அணைத்த மாதிரி இருந்த சாலையில் சென்றான். அச்சாலையில் போனால் நாம் பள்ளியை அடையலாம். அதற்கு முன்னால் பப்ளிக் கார்டன்ஸ் வரும். அதுதான் அந்த ஊர் மிருகக்காட்சி சாலை. அங்கு எங்காவது ஒரு மரத்தடியில் உட்கார்ந்துவிட்டுக் கல்லூரி முடியும் நேரத்தில் வீட்டுக்குக் கிளம்பிப் போகலாம்.

கண்கூடாக ஒரு வேலையும் செய்யாதிருந்தும் எப்படி அவன் மேலும் மேலும் சிக்கல் சூழலுக்குள் விழுந்துகொண் டிருக்கிறான் என்பதை நினைத்துப் பார்க்க ஆச்சரியமாக இருந்தது. அங்கே வீட்டில் மாடு சர்ச் காம்பவுண்டுக்குள்ளோ போலீஸ் அதிகாரி வீட்டினுள்ளோ நுழைந்துவிடாமலிருப் பதற்குத்தானே பாதுகாப்பு என்பது போன்ற சுமை. வீட்டருகே

கிரிக்கெட் விளையாடுவதெல்லாம் மறந்துபோய் எவ்வளவோ நாட்களாகிவிட்டது. ஆடுவதற்கு இப்போது பையன்கள் கிடையாது. ஒன்று ஊரைவிட்டுப் போய்விட்டார்கள், அல்லது வெளியே விளையாட வர உற்சாகமும் பெரியோர் அனுமதியும் கிடையாது. அவர்கள் ஆடிவந்த மைதானத்தை இப்போது துலுக்கப் பையன்கள் பிடித்துக்கொண்டுவிட்டார்கள். எதற்கு? மாலையில் ஹாக்கி, காலையில் லெஃப்ட் – ரைட். திடீரென்று டெரின்ஸும் மாரிஸும் பெரிய மனிதர்கள் ஆகிவிட்டார்கள். ஜாட் பந்தர் கிடையாது. கில்லி தாண்டுல் கிடையாது ஒழுங்காகக் கல்லூரி கிரிக்கெட் டீமில் ஆடலாம். நாஸிர் அலிகான் இப்போதும் சேர்த்துக் கொள்வான். ஆனால் முதல் தடவை கிரிக்கெட் பிராக்டிஸுக்குப் போனதே ஒரு அமைதியும் சந்தோஷத்தையும் தரவில்லை. பெண்கள் தொல்லை. தொல்லை தெரிகிறது, ஆனால் பெண்கள் பற்றித் தொடர்ந்து மூளை வேலை செய்ய மாட்டேனென்கிறது. ஒரு கணம் பியாரி பேகம். ஒரு கணம் ஒரு சட்டைக்காரி. பஸ்ஸில் ஏற சிகந்தரா பாத் ஸ்டேஷன் சென்றால் நாகரத்னம். ரெஜிமெண்டல் பஜார் பக்கம் அந்தக் குசினிப் பறச்சேரிப்பெண். பெயர் என்ன? புஷ்பா. டாங்க் பண்ட் தாண்டிவிட்டால் பத்மா சிவராவ், தாராப்பூர்வாலா, ஆனந்த் ராவ். ஒரு முகமும் ஒழுங்காக நினைத்துப் பார்க்க முடியவில்லை. இது அவர்கள் எல்லாருக்கும் தெரிந்துவிடும். முகத்தைச் சரியாக நினைவுக்குக் கொண்டுவர முடியாதவனை எவள் பொருட்படுத்துவாள்! அதனால்தான் மன்னாஸின் பெண்கள் இப்போது இவ்வளவு விலகி இருக்கிறார்களோ? இது எல்லாவற்றையும் ஒதுக்கிவிட்டு முழுக்க முழுக்கப் படிப்பின்மீது மனதைச் செலுத்தலாம். ஆனால் நான்கு மாதமாகவே ஒரு லெக்சரும் மூளையில் பதிய மாட்டேன் என்கிறது. இப்போது லெக்சர்களுக்குப் போக மாட்டேன் என்று கையெழுத்துப் போட்டுக் கொடுத்தாகி விட்டது. வகுப்புகள் நடக்கும் நேரத்தில் மிருகக்காட்சி சாலையை நோக்கிச் சென்றுகொண்டிருக்க வேண்டியிருக்கிறது. கையெழுத்துப் போட்டுக் கொடுத்தோமே ஒரு வீட்டில், அவன் இருந்தால் கேட்டு வரலாமா?

சந்திரசேகரன் மொஜாம் ஜாஹி மார்க்கெட்டுக்குப் பக்கத்தில் உள்ள ஒரு சந்தில் சென்றான். இதெல்லாம் இருமாதங்கள் முன்புவரை பரிச்சயம் இல்லாத இடங்கள். இப்போது அவனாக அவன் மனதில் ஏற்படுத்திக்கொண்டுள்ள ஒப்பந்தங்களில் இம்மாதிரி இடங்களும் புதுப்புது மனிதர்களும் பங்கேற்கிறார்கள். இவை எல்லாவற்றிற்கும் தொடர்ச்சி இருப்பதில்லை. ஆதலால் அவனும் இவற்றிலிருந்து வெகு எளிதாக விடுதலை பெற்றுவிடலாம். ஊரிலிருக்கும் எல்லாத் தமிழர்கள் போலத் தலைமுறை தலைமுறையாக அங்கு வாழ்ந்து வந்தாலும்

விருந்தாளிக்கான பொறுப்பின்மையோடும் அக்கறையின்மை யோடும் காலத்தைக் கழித்துவிடலாம். எந்தச் சிக்கலும் – அது வீட்டுச்சிக்கலானாலும் நாட்டுச் சிக்கலானாலும் – காலப்போக்கில் அதுவாகத் தீர்த்துக்கொள்ளும். இன்றுள்ள சிக்கலைத் தீர்ப்பதில் அவனைவிட முக்கியமானவர்கள் – ரஜாக்கர்கள், லெயிக் அலி, காசிம் ரஜ்வி, நிஜாம், ஜயப் பிரகாஷ் நாராயண், வல்லபாய்படேல், ஜவஹர்லால் நேரு, சுவாமி ராமானந்த் தீர்த், திகம்பர ராவ் பிந்து, காசிநாத் வைத்யா – இவர்களுக்கு இன்னும் தலைப் பொறுப்பு. அவர் கள் ஏதாவது செய்தேயாக வேண்டும். செய்து கொண்டுதான் இருப்பார்கள். யாராவது கேள்வி கேட்டால் இவர்கள்தான் பதில்தர வேண்டும். இவர்கள் ஒருவராவது இவனைப் பார்த்து 'என்னப்பா, இன்னிக்குச் சாப்பிட்டாயா?' என்று கேட்கப் போவதில்லை. அந்த அளவுக்கு அவர்கள் இவனைத் தெரிந்து கொள்ளும் அளவுக்கு இவன் முக்கியமில்லை. நரஸிம்ஹராவ் போன்றவர்களுக்குத்தான் இவன் வேண்டும். அதுகூட இல்லை என்று தோன்றுகிறது. ஒருவாரமாக நரஸிம்ஹராவ் கோஷ்டி யினருக்காகத் தேடி அலைந்தாயிற்று. ஒருவனும் கண்ணில் படுவதில்லை. இப்போது தேடிப்போவது ஹெக்டே. வெறும் ஹெக்டே இல்லை. அவனுக்குப் பெயர் இருக்கும். ஆனால் அதைத் தெரியப்படுத்தவும் இல்லை. ஒருமுறை கேட்டபோதும் சொல்லவில்லை. போலீஸ் பயத்தினால் இருக்கலாம். நம்மை யும் ஒருநாள் போலீஸ்காரன் இழுத்துப் போனாலும் போய் விடலாம். கட்டிப்பிடித்து உதைத்தால்கூடச் சொல்வதற்கு அதிகம் இருக்காது. சொன்னதை வைத்துக்கொண்டு போலீஸ் காரர்கள் அதிகம் சாதித்துவிட முடியாது. அதனாலேயே இன்னும் அதிகம் உதைபட வேண்டியிருக்கும்.

ஹெக்டே இல்லை. வீட்டில் ஒரே ஒரு கிழவி மட்டும் தான் இருந்தாள். ஹைதராபாத்திலேயே கிழவிகள் அதிகமாகி விட்டார்கள்.

சந்திரசேகரன் இம்முறை பப்ளிக் கார்டன்ஸ் உள்ளேயே சென்றான். தடபுடலான கேட், கம்பிச்சுவர், கட்டிடங்கள், நடுவில் மோசமான தோட்டம். பளபளவென்று இருக்கும் பிரம்மாண்டமான மோட்டார் காரில் கசங்கிய உடையோடு ஒரு மூலையில் ஒடுங்கிக்கொண்டு போகும் நிஜாம்போலச் சந்திரசேகரன் குப்பையும் சிதறிக் கிடந்த சருகுகளும் நிறைந்த புல்வெளி ஒன்றில் உட்கார்ந்துகொண்டான். சிறிது நேரங் கழித்து அங்கிருந்த அநேகர்போல அவனும் படுத்துக்கொண் டான். இன்னும் சிறிது நேரத்தில் அவர்கள்போலவே அவன் தூங்கியும் விட்டான்.

III

1

சந்திரசேகரன் வீட்டு கேட்டருகே நின்றான். ஜோசியர் வந்துகொண்டிருந்தார்.

"வெளியிலே எங்கேயாவது போகப் போறியா?" என்று கேட்டார்.

"இல்லை... ஆமாம்," என்றான்.

"எதுக்கும் சித்தெ உள்ளே வந்து உக்காந்துட்டுப் போ," என்றார்.

அவருக்கு வழிவிட்டு அவருடன் சந்திரசேகரனும் உள்ளே வந்தான். ஜோசியர் வெளிவராண்டா ஊஞ்சலில் உட்கார்ந்து கொண்டார். சந்திரசேகரன் சமையலறைக்குச் சென்று அம்மாவிடம், "சனீஸ்வரன் வந்திருக்கான்," என்றான்.

"வெள்ளிக்கிழமையும் அதுவுமா காலங்கார்த்தாலே சாப்பாட்டுக்கே வந்துட்டாரா?" என்று அம்மா சொன்னாள். பிறகு, "அப்பா எங்கே?" என்று கேட்டாள்.

"தெரியாது."

"கார்டு நாகபூஷணம் வீட்டுக்குத்தான் போயிருப்பார்."

"நான் சொல்லிட்டு வரனே," என்று சந்திரசேகரன் சொன்னான்.

அப்பா நாகபூஷணம் வீட்டுக்குத்தான் சென்றிருந்தார். அது மன்னாஸ் வீட்டுக்கு அடுத்த வீடு. சந்திரசேகரன் மன்னாஸ் வீட்டைத் தாண்டிச் சென்றபோது மாரிஸ், "வாட் மேன்?" என்றான். சந்திரசேகரன் 'இதோ வருகிறேன்' என்று சொல்வதுபோலத் தலையை மட்டும்

ஆட்டிவிட்டு நாகபூஷணம் வீட்டிற்குள் நுழைந்தான். வெங்கா யத்தை வதக்கும் வாசனை மூக்கைத் துளைத்தது

அப்பாவும் நாகபூஷணமும் பேசிக்கொண்டிருந்தார்கள். சிகந்தராபாத்திலிருந்து பெஜவாடா சென்று திரும்பும் எக்ஸ் பிரஸ் இரயில் வண்டிக்குச் சில மாதங்களாக அவர்தான் கார்டு. சந்திரசேகரனைப் பார்த்து, "என்ன மாஸ்டர்? காலுக்கு டோப்பி இல்லை, தலைக்கு ஜோடு இல்லை?" என்றார். அக் கேள்விக்குப் பதில் ஒன்றும் தராமல் சந்திரசேகரன் அப்பா வைப் பார்த்தான். அப்பா, "சும்மா உக்கார்," என்று கண்ணால் பேசினார். சந்திரசேகரன் உட்கார்ந்தான். அவன் அப்பாவுடன் நாகபூஷணம் தொடர்ந்து பேசினார். "எப்போதும் டோர்னகல் லேருந்துதான் மிலிட்டரி வரும். நேத்து காஜிப் பெட்டிலேயே ஒரு கம்பார்ட்மெண்டுக்கு ஒத்தன் ஏறிட்டான். என்னதுலே நாலு பேர். நிக்க எடம் இல்லே, குந்த எடம் இல்லே. கக்கூஸ் போக இடம் இல்லே. வண்டி இரண்டு மணிநேரம் லேட்டு வேறே. டோர்னகல்லுக்கு 4 – 12க்கு அரைவல். வண்டி போறப் போது ஆறாயிடுத்து. நல்லா பொழுது விடிஞ்சுடுத்துப்பா. அந்த வேளையிலே டிரெயின் மூவாயிட்டே இருக்குது. டபா டபான்னு ஷூட்டிங். எங்கே? ஒரு பர்லாங்கு தள்ளி மரங் களுக்குப் பின்னாலேருந்து. இப்போதான் ரெயில் டிராக் இரண்டு பக்கத்திலேயும் இருந்த மரம் செடி எல்லாம் கிளியர் பண்ணிட்டாங்களே. அதுக்கு அந்தாண்டை காட்டுலேருந்து துப்பாக்கிச் சத்தம். எனக்கு டிரெயினை நிறுத்தறதா மேலே போறதான்னு தெரியலே. என் கம்பார்ட்மெண்டிலே இருக்கிற துலுக்கன் நிறுத்துன்றான். எனக்கு அந்த பார்டர் ஏரியாலே போலீஸ் செக்கிங்கு தவிர எதுக்கும் நிறுத்தக் கூடாதுன்னு ஆர்டர். என்ன செய்யறதுன்னு ஒரே காபரா."

"எவனாவது சங்கிலியை இழுத்தா?"

"சங்கிலியை இழுத்தாக்கூட நிறுத்தக் கூடாதுன்னு இன்ஸ்ட்ரக்ஷன்ஸ். பார்டர் செக்கிங்குக்கப்புறம் நேரே பெஜவாடாதான். நடுவிலே இருந்த மூணுஹால்ட்டையும் இப்போ கான்ஸல் பண்ணியாச்சு. பார்டர் வரத்துக்கு இன்னும் டிவெண்டிஸிக்ஸ் மைல்ஸ் இருக்கு. என் வண்டிலே இருக்கிற மிலிட்டிரிக்காரன் 'ரோக்கோ ரோக்கோ'ன்னு பயமுறுத்த றான். நான் சிக்னல் கொடுக்கறதுக்கு முன்னாலியே வண்டி நின்னுடிச்சு. அப்புறம் பார்த்தா இஞ்சின்லேருந்து இரண்டு மிலிட்டிரிக்காரன் குதிக்கிறான்."

"அப்புறம் என்னாச்சு?"

"மிலிட்டரிக்காரங்க எல்லாரும் கீழே குதிச்சாங்க. அவுங்க கூட நாப்பது ஐம்பது ரஜாக்கர்ஸூம் குதிச்சாங்க. ஹாய் ஊய்னு கத்திக்கிட்டு துப்பாக்கிச் சத்தம் கேட்ட இடத்தைப் பார்த்து ஓடினாங்க"

"அப்போ கம்யூனிஸ்டுக்காரங்க சுடலையா?"

"இல்லியே! மிலிட்டரியப் பாத்துப் பயந்துட்டாங்களா என்னன்னு தெரியலை. இவுங்கதான் ஒரே கூச்சல் போட்டுக் கிட்டு அங்கேயும் இங்கேயும் ஓடினாங்க. பத்து நிமிஷம் கழிச்சு இரண்டு லம்பாடிக்காரங்களையும் மூணு லம்பாடி பொம்பளைங்களையும் இழுத்துண்டு வந்தாங்க. அந்தக் கண்றாவியைச் சொல்லி முடியாது."

"ரொம்ப அடிச்சாங்களா?"

"அடியா? சும்மாப் பிச்சுப் பிச்சுப் போட்டாங்கப்பா. கட்டையெட்டு அடிக்கிறான், துப்பாக்கியெட்டுக் குத்தறான், கீழே புரட்டிப் புரட்டிப் போட்டுச் சுக்குச் சுக்கா உதைச்சுக் கொன்னே போட்டாங்க. அந்தப் பொம்பளைங்க அதுங்க புருஷங்களைச் சாவடிக்கறதைப் பாத்துக் கதறுதுங்க. அதுங் களைப் பிடிச்சும் அடிக்கறான். அப்படியே எங்க முன்னாலியே அவுங்க துணியெல்லாம் அவுத்துப் போட்டாங்க."

"பொம்பளைங்களையா?"

"ஆமாம்பா. அதுங்க பாவாடைங்களை அவுக்க முடியலை. அப்படியே கத்தியெட்டு இடுப்பு நாடாவை வெட்டிக்கிழிச்சி போட்டாங்க. அந்தப் பொம்பளைங்களை அப்படியே நங்காவா அங்கேயும் இங்கேயும் இழுத்துப் போடறான். எங்கெங்கேயோ கையைப் போடறான். அதுங்க காச்சு மூச்சுன்னு கத்துதுங்க. உடம்பெல்லாம் காயம். அப்படியே நங்காவா ஓடஓட விரட்டி னாங்க. அதுங்க திரும்பித் திரும்பிக் கீழே விழுந்து செத்துக் கிடக்கற அதுங்க ஆம்பளைக்கிட்டே ஓடியாறது. பாக்கச் சகிக்க முடியாதுப்பா."

நாகபூஷணம் இப்படிச் சொல்லிப் பித்துப் பிடித்தவர் போல அப்படியே உட்கார்ந்திருந்தார். சந்திரசேகரனுடைய அப்பாவும் திக்பிரமை பிடித்து உட்கார்ந்திருந்தார். சந்திர சேகரன் இம்மாதிரிச் சம்பவங்கள் பற்றி ஏற்கெனவே கேள்விப் பட்டிருந்ததால் அவன் மட்டும் அதிகம் பதறாமல் உட்கார முடிந்தது. ஹைதராபாத் – இந்தியப்பிரதேசம் எல்லையில், அதுவும் வரங்கல் ஜில்லாவில் போலீஸ் மற்றும் மிலிட்டரி

கெடுபிடி அதிகமாகத்தானிருந்தது. கம்யூனிஸ்டுகள் தொல்லைக் காகவென்றே மைல் கணக்கில் இரயில் பாதையின் இரு மருங்கிலும் மைதானமாக்கி இருந்தார்கள். கம்யூனிஸ்டுகள் என்று அதிகம் பிடிபடாவிட்டாலும் லம்பாடிகள் மட்டும் மிலிட்டரிக்காரர்களிடம் மாட்டிக்கொண்டு திண்டாடினார் கள். லம்பாடிகள் போட்டுக் கொண்ட துணியை அவிழ்க்கவே மாட்டார்கள். ஏகப்பட்ட கண்ணாடித் துண்டுகளை வைத்துச் சிங்காரம் செய்யப்பட்ட அவர்களுடைய பாவாடைகளும் ரவிக்கைகளும் அவர்கள் செத்துச் சாம்பலாகும் வரை அப் படியே கழட்டப்படாமல் இருக்கும். அந்தப் பெண்களை இந்த ரஜாக்கர்களும் நிஜாமின் மிலிட்டரிக்காரர்களும் அம்மண மாக்கி உயிருக்கு மன்றாடி ஓடஓட விரட்டுகிறார்கள். சாதாரண நாட்களில் லம்பாடிகளை யாரும் மனிதர்களாகக் கூட மதிக்க மாட்டார்கள். அவர்களும் நாய் பன்றி போலக் கண்ட இடத் தில் கண்டதைத் தின்று கண்ட இடத்தில் படுத்து, கண்ட இடத்தில் மலஜலம் கழித்துப் போவார்கள். அந்த லம்பாடி களுக்கு இப்போது பீடை பிடித்திருக்கிறது. கம்யூனிஸ்களுக்கு அவர்கள் ஒத்தாசை புரிகிறார்கள். அவர்களுக்குச் சனி பிடித் திருக்கிறது.

சந்திரசேகரன் மெதுவாக அப்பாவிடம், "ஜோசியர் வந்திருக்கார்," என்றான்.

"கொஞ்சம் இரு. இதோ வந்துடறேன்," என்று அப்பா சொன்னார்.

நாகபூஷணம் முந்தைய தினக் காட்சிகள் தந்த இறுக்கம் சிறிது விலகி, "இன்னிக்கு ஆபீஸ் வரட்டுமா, துரை?" என்று சந்திரசேகரனின் அப்பாவிடம் கேட்டார்.

"எதுக்கு? ஏதாவது வேலை இருக்கா?" என்று சந்திர சேகரனின் அப்பா கேட்டார்.

"பாஸ் அப்ளை பண்ணியிருக்கேம்பா."

"யாருக்கு?"

"ஃபேமிலிக்குத்தான்."

"எந்த ஊருக்கு?"

"மெட்ராஸ்தான்."

"மெட்ராஸா? போலீஸ் பெர்மிட் வாங்கிட்டயா?"

"அது இல்லாம முடியாதா?"

"ஹைதராபாத் ஸ்டேட்டிலியே எங்கேயாவது போறதுன்னா வேண்டாம். ஆனா வெளியிலே போறதுன்னா பெர்மிட் இல்லாம டிக்கெட்டும் கிடையாது, பாஸூம் கிடையாது. உனக்குத்தான் தெரியுமே."

நாகபூஷணம் மௌனமாக இருந்தார். அவர் வீட்டில் அவர், அவருடைய மருமகன், நன்றாக வளர்ந்து ஆளாகி விட்ட இரு பிள்ளைகள் ஆக மொத்தம் நான்கு தடி ஆண்கள் இருக்கிறார்கள். இருந்தும் அவருக்கும் அவர்கள் எல்லாரையும் வெளியூர் அனுப்பித்து விடவேண்டும் என்று தோன்றுகிறது.

"எதுக்கும் வந்து பார்க்கட்டுமா?" என்று நாகபூஷணம் கேட்டார்.

"அப்ளிகேஷனை எடுத்துப் பார்க்கறேன். ஆனா வெள்ளைக் காரத் துரைங்களே இதுக்கெல்லாம் ரொம்பத் தயங்கறாங்க. நம்பள்ளாம் சிகந்தராபாத் கோர்ட் ஆபீஸிலேதான் போய் பெர்மிட் வாங்கணும். இங்கேதானே ஓய்.எம்.ஸி.ஏ. கிட்டே அலெக்ஸாண்டிரியா ரோடிலே இருக்கு? நீயே நேரே போனா உடனே கையோட வாங்கிண்டு வந்துடலாம்."

"போய்ப் பார்க்கறேன். நீ குடும்பத்தை எங்கேயாவது அனுப்பப் போறியா?"

"எங்கேப்பா அனுப்பறது? மதுரையிலே அக்கா இருக்கா. அங்கேதான் அனுப்ப முடியும். ஆனால் இன்னும் இரண்டு மூணு மாசத்திலே பசங்களுக்கு ஆன்னுவல் எக்ஸாமினேஷன் இருக்கு. அதை முடிச்சுட்டு ஒரேயடியா அனுப்பலாம்."

"இந்த வருஷம் எக்ஸாமினேஷன்லாம் நடக்கும்னு நினைக்கிறியா? இப்போவே ஏகப்பட்ட நாள் கலாட்டான்னு எல்லாத்தையும் மூடினாங்க. காலேஜிலெல்லாம் பாதி கிளாஸூக்கு மேலே காலியாயிருக்காம்."

சந்திரசேகரனுக்கு முள் மேல் இருப்பதுபோல இருந்தது. கல்லூரி பற்றிக் கேள்விகள் எழும் என்றே அவன் தெரிந்த பெரியோர்கள் கண்ணில் படாமல் ஒளிந்துகொண்டிருக்கிறான்.

"பார்க்கலாம். நான் வரட்டுமா?" சந்திரசேகரனின் அப்பா எழுந்தார்.

"சரி, துரை. நான் பகல்லே ஆபீஸ் வரேன். கொஞ்சம் பாஸ் ஒண்ணு இஷ்யூ பண்ணப்பாரு."

"முடிஞ்சதைப் பார்க்கறேன். நான் சொன்னது முடிஞ்சுதா?"

“இந்த வாட்டியும் ரொம்பக் கொண்டுவர முடியலே. அடுத்த வாட்டி கட்டாயம் பத்து ஸேராவது கொண்டு வரேன்.”

“வீட்டிலே அரிசியே இல்லை, பாபு.”

“அடுத்த வாட்டி கட்டாயம் கொண்டுவரேன். கொஞ்சம் பாஸ் விஷயம் பாரு.”

அப்பா செல்ல, சந்திரசேகரன் பின்தொடர்ந்தான். அப்பாவுக்கு வீட்டுக்குப் போய் வேஷ்டியைப் பஞ்சகச்சம் கட்டிக்கொண்டு தொப்பி கோட் அணிந்துகொண்டு ஆபீஸ் கிளம்பத்தான் நேரம் இருக்கும். சாப்பாடுகூடப் பகலில் ஒரு மணிக்கு வந்துதான் சாப்பிட முடியும்.

அப்பாவைப் பார்த்து ஜோசியர் எழுந்து கொண்டார்.

“வாங்கோ, வாங்கோ, எப்போ வந்தேள்?” என்று அப்பா கேட்டார்.

“பத்து நிமிஷம் இருக்கும் – நான் வந்ததைச் சொல்லத்தான் பையன் வந்தான் போலிருக்கே.”

அப்பா ஜோசியரைப் பார்த்து, “ஸ்நானம் ஆச்சா?” என்று கேட்டார்.

“எல்லாம் கார்த்தாலேயே ஆச்சு.”

“அப்போ நீங்க சாப்பிடுங்கோ. எனக்கு இப்பவே லேட்டாயிடுத்து. மத்தியானம் வரேன்.”

“தை வெள்ளிக்கிழமை, சாப்பிடாம போறேன்றேளே?”

“அரிசிக்கு ஒத்தர்கிட்டே சொல்லிட்டுவர வேண்டியிருந்தது. பரவாயில்லை. நீங்க சாப்பிட்டுடுங்கோ. நான் மத்தியானம் வந்துக்கறேன்.”

அப்பா அவசர அவசரமாக ஆபீஸுக்கு விரைந்து போன பிறகு ஜோசியரும் சந்திரசேகரனும் சேர்ந்து சாப்பிட உட்கார்ந்தார்கள். இலையில் முதலில் கீரையைப் பறிமாறிய பிறகு அம்மா கேட்டாள், “சோள ரொட்டி சாப்பிடுவேளா?”

ஜோசியர் பதில் சொன்னார், “இது என்ன கேள்வி? இப்போ வீட்டுக்கு வீடு சோள ரொட்டிதானே?”

“ரேஷன்லே தர அரிசி இரண்டு நாளுக்குக் கூடப் போறதில்லை. அரிசியும் செக்கச் செவேன்னு இருக்கு. இரண்டு வாரமா சக்கரையே கிடையாது.”

164 18வது அட்சக்கோடு

"இப்போ தேசத்திலே எங்கேயுமே பஞ்சமாத்தான் இருக்காம். என் மருமான் முந்தாநேத்திக்குத்தான் திருவாரூர்லேருந்து வந்தான். அங்கேயும் இதே பாடுதானாம்."

"ஆனா அங்கெல்லாம் அடிப்பான் கொல்லுவான்ற பயம் கிடையாதே?"

சந்திரசேகரன் சோள ரொட்டியை விண்டு, அத்துண்டினால் கீரையைத் தட்டிலிருந்து சுரண்டி வாயில் போட்டுக் கொண்டான். நிஜாம் சமஸ்தானத்தில் அந்த நேரத்தில் தாராளமாகக் கிடைத்தது கீரையும், சோளமும், கடலையெண்ணெயும்தான். இருக்கும் கொஞ்ச நஞ்சம் அரிசி ரேஷன் கடைகளுக்கு வருவதே கிடையது. சிறிது நாட்கள் கோதுமை கிடைத்துக் கொண்டிருந்தது. இப்போது அதுவும் கிடையாது. சர்க்கரை மாதமொருமுறை கிடைத்தால் உண்டு. காபியெல்லாம் வெல்லக் காபிதான். பொலாரத்தில் இந்தியத் துருப்புகள் இருந்த வரை யாரிடமாவது சொல்லிவைத்து மிலிட்டரி ரேஷனிலிருந்து கொஞ்சம் சர்க்கரை வாங்கி வரலாம். இப்போது இந்தியத் துருப்புகள் வெளியேறி இரண்டு மாதங்கள் ஆகப் போகிறது. இந்தியாவின் பிரதிநிதியாக பொலாரமில் இருந்த கே.எம். முன்ஷியின் காரியதரிசி அப்பாவுக்குத் தூரத்து உறவு. அவரிடம் சர்க்கரைக்குப் போய் நிற்க முடியுமா? கே.எம். முன்ஷி பெரிய வக்கீல். லக்ஷ்மிகாந்தன் கொலை வழக்கில் தியாகராஜ பாகவதருக்கும் என்.எஸ். கிருஷ்ணனுக்கும் அவர் வாதாடினார். அவரால் அதிகம் செய்யமுடியவில்லை. இலண்டனுக்கு அந்த வழக்குச் சென்று அங்கேதான் அவர்கள் விடுதலை உத்தரவிடப்பட்டது. கே.எம். முன்ஷி இப்போது நிஜாம் சமஸ்தானத்திற்கு வந்திருக்கிறார். அவரால் பெரிய சண்டை வராமல் தடுக்க முடிந்திருக்கிறது. ஆனால் லம்பாடிகளை அவரால் காப்பாற்ற முடியுமா?

சாதம் என்று மிகக் குறைவாகப் போட்டாலும் அம்மா இலையில் தயிர் நிறையப் பரிமாறினாள். கை கழுவப்போகும் போது ஜோசியர் சந்திரசேகரனைக் கேட்டார். "நீ காலேஜ் போகலை?"

சந்திரசேகரன் அது காதில் விழாத மாதிரி அவருக்கு பக்கெட்டிலிருந்து தண்ணீர் மொண்டு கொடுத்தான். விடவில்லை. "நீ காலேஜுக்குப் போகவில்லையா?"

"இல்லை."

"காலேஜை இன்னுமா மூடி வைச்சிருக்கா?"

"இல்லை."

"திறந்தாச்சோல்லியோ?"

"ஆச்சு."

"நீயேன் போகலை?"

"இன்னிக்கு எனக்கு கிளாஸ் ஒண்ணும் கிடையாது."

"அப்படிக் கூட உண்டா?"

"உம்."

அம்மா காதில் இதெல்லாம் விழுந்தாலும் அவள் இதில் தலையிடாமல் இருந்தாள். சந்திரசேகரன் ஜோசியரை அப்படியே விட்டுவிட்டு எருமை மாடு கட்டியிருந்த இடத்திற்குச் சென்றான். அவனைப் பார்த்து மாடு தலையை ஆட்டிற்று. சந்திரசேகரன் அதன் காதிடம் சொறிந்து கொடுத்தான். மாடு அதில் லயித்து உடலைச் சிலிர்த்துக்கொண்டது.

சந்திரசேகரன் மாட்டின் முதுகைத் தட்டிக் கொடுத்தான். இரண்டு நாட்களாக அதற்குத் தீனி சரியாக இல்லை. வாங்கியிருந்த உலர்ந்த புல் தீர்ந்து போயிருந்தது. இரண்டு நாட்களாகத் தினம் மாலையில் அவன்தான் மோண்டாவுக்குப் போய் அங்கே உதிரியாக விற்கும் புல்லைச் சிறிதளவு வாங்கி சைக்கிளில் கட்டிக்கொண்டு வருகிறான். சைக்கிளில் நிறையக் கொண்டுவர முடியாது. முன் நாட்கள்போல் புல் வண்டிகள் அவர்கள் வீட்டுப்பக்கம் அதிகம் வருவதில்லை. ஒரே ஒரு வண்டி முந்தைய வாரம் வந்தது. ஆனால் விலை மிகவும் அதிகமாகச் சொன்னான் என்று கொஞ்சந்தான் வாங்கியது. அது தீர்ந்து போய்விட்டது. நல்ல வேளை, பருத்திக் கொட்டையும் பிண்ணாக்கும் இன்னும் கிடைக்கிறது. ஆனால் மாட்டுக்குப் பிண்ணாக்கை நிறையப் போட்டால் ஒரேயடியாகக் கழிய ஆரம்பித்து விடுகிறது. மேலும் அதற்குப் பிண்ணாக்கினால் வயிறு ரொம்புவதில்லை. புல்தான் வேண்டும்.

சந்திரசேகரன் கொல்லைக் கதவைத் திறந்துகொண்டு மைதானத்திற்குச் சென்றான். அது மேடு பள்ளமான மைதானம். லான்சர் பாரக்ஸின் பின்வரிசை வீடுகளுக்கு அப்பால் அந்தப் பெரிய சர்ச்சு அமைதியாக இருந்தது. அதற்கும் அப்பால் பங்களாக்கள். போலீஸ் அதிகாரி காஸிம் பங்களா அங்கே தான் இருக்கிறது. அந்தப் பக்கம் போய் மாதக்கணக்கில் ஆகிறது. மாட்டை இப்போது மேய்த்து வருபவனும் கிடையாது, மாட்டையும் வெளியே அவிழ்த்துவிடுவது கிடையாது. இந்தக்

கணத்தில் அதை அவிழ்த்துவிட்டால் நேரே அந்த வீட்டில் போய்த்தான் நிற்கும். அங்கேதான் செடிகள் தளதளவென்று வளர்ந்திருக்கின்றன.

சந்திரசேகரன் சர்ச்சுக்கு எதிர்த் திசையில் இருந்த மிலிட்டரி கல்லறையை நோக்கி நடந்தான். அதுவும் வெகு தூரத்தில் இருந்தது. ஆனால் மிக அருகாமையில் இருப்பதுபோல ஒரு தோற்றம். அந்தக் கல்லறையின் வெளிகேட்டைக்கூட இப்போது திறக்க முடியாது. அவ்வளவு புதர் மண்டியிருக்கிறது. உள்ளே யும் செடிகளும் புதர்களும் காடாக வளர்ந்து விட்டிருக்கின்றன. அவை நடுவில் எப்போதோ செத்துப்போன பிரிட்டிஷ்காரர் களின் உடல்கள் மண்ணோடு மண்ணாய்க் கலந்து கிடக்கும். பிரிட்டிஷ்காரர்களும் செத்துப்போகிறார்கள். பிரிட்டிஷ்காரர் களும் இந்தியாவைவிட்டுப் போய் விடுகிறார்கள். இப்போது ஹைதராபாத்தைவிட்டு ஹிந்துக்கள் போய்விட வேண்டும். பிரிட்டிஷ்காரர்கள் போய்விடலாம். ஆனால் நாம் இந்த இடத்தைவிட்டு எங்கே போகமுடியும்? எல்லா ஹிந்துக்களும் இந்தியாவுக்குப் போய், எல்லா முஸ்லிம்களும் ஹைதராபாத் துக்கு வந்துவிட்டால் எப்படி இருக்கும்? அப்புறம் சட்டைக் காரர்களையும் பார்ஸிக்காரர்களையும் என்ன செய்வது? இந்த லான்சர் பாரக்ஸ் வீடுகள் எல்லாவற்றிலும் முஸ்லிம் களே இருந்துவிட்டால் ஒரேயடியாக எல்லாருக்கும் பெரிய அலுமினிய அண்டாக்களில் சாப்பாடு செய்து பங்கிட்டு விடலாம். வேண்டுமென்றால் ரெஃப்யூஜீஸ் செய்யும் பக்கோடாவை இச்சாப்பாட்டோடு கலந்து சாப்பிட்டுக் கொள்ளலாம். இந்தச் சுற்றுப்புறமே மூச்சுவிட முடியாதபடி நாறும், இவ்வளவு நாற்றமெடுக்கும் மாமிசத்தை இவர்கள் எப்படித் தின்கிறார்கள்? பக்ரீத் பண்டிகையின் பொழுது ஆட்டை எப்படித் துடிக்கத் துடிக்கக் கொன்றுபோட்டுச் சமைக்கிறார்கள்? பக்கத்து வீட்டிலேயே துலுக்கக் குடும்பம் ஒன்று இல்லாவிட்டால் இதெல்லாம் இவ்வளவு நுணுக்க மாகத் தெரிந்திருக்க முடியாது. தெரியப்போவதெல்லாம் நாஸிர் அலிகானின் கிரிக்கெட் ஆட்டம், மஸூத்தின் வழவழப் பான ஷேர்வாணி, வெண்டைக்காய் வற்றல் போன்ற நிஜாம், அவனைப்போலவே ஊர் நிறையக் கிழவிகள், பியாரி பேகம், மேகத்திலிருந்து அப்போதே இறங்கி வந்தவள் போன்ற நாஸிர் அலிகானின் தங்கை. அவள் கழுத்திலும் பச்சை நரம்புகள் ஓடுவது தெரியும். நர்கீஸ் தாராப்பூர்வாலாபோல. ஆனால் நர்கீஸ் எவ்வளவுதான் அழகாக இருந்தாலும் அவள் விவர மறிந்த கண்கள் உடையவள். விவரமறிந்த கண்கள் ஏனோ அழகைக் குறைத்து விடுகின்றன.

சந்திரசேகரன் வெட்டவெளியில் நின்றபடி பொங்கி வந்த பெருமூச்சை அடக்கிக்கொண்டான். இப்போதெல்லாம் அழுகை வந்தாலும் அதை அடக்கிக்கொள்ள முடிகிறது. எவ்வளவு நாட்கள் இப்படி வீட்டில் அடைந்து கிடப்பது? வெளியில் போவது என்பது வீட்டுக்கு மூன்று நாட்கள் நான்கு நாட்களுக்கு ஒருமுறை காய்கறி வாங்கி வருவதற்கும் சோளத்தை மாவு மில்லில் அரைத்து வருவதற்கும் மாட்டுக்குப் புல் வாங்கி வருவதற்கும்தான். காலேஜுக்குப் போவது நின்று போயிற்று. பெயரைக்கூட அடித்திருப்பார்கள். ஆனால் ஒன்று, இந்த ஊரில் எப்போது வேண்டுமானாலும் போய் மீண்டும் சேர்ந்து கொள்ளலாம். ஒரு வருடம் போய்விடும். பரிட்சைகள் ஒழுங்காக நடந்தால்.

சந்திரசேகரனுக்கு ஏக்கம் பீறிக்கொண்டு வந்தது. கல்லூரிக்குப் போய்க்கொண்டிருந்தபோது சர்வசாதாரணமாகப் பட்டதெல்லாம் இப்போது ஏதோ அலாதிச் சிறப்பு கொண்டிருப்பதாகத் தோன்றுகிறது. கல்லூரி கேட், முச்சந்தி ஆலமரம், ஸாலார்ஜங் ஹால், சயன்ஸ் பிளாக், விளையாட்டு மைதானம், ஆர்ட்ஸ் பிரிவு லெக்சர் ஹால்கள், அவற்றில் ஒன்றில் துடுப்பு இழந்த மின்விசிறி – அது வேகமாகச் சுற்றும்போது சந்திர சேகரன் ஒரு நோட்டுப் புத்தகத்தை அதை நோக்கி எறிந்த போது அதன் மூன்று துடுப்புகளில் ஒன்று உடைந்து விழுந்தது; நல்லவேளை அப்போது அங்கு வேறு யாரும் இல்லை. இதெல்லாம் உயிரற்ற ஜடங்கள். ஆனால் உயிருள்ளவர்கள். மனிதர்கள், தெரிந்த மனிதர்கள், இவர்கள் முகத்தைப் பார்க்காமல் தான் இருக்க முடியவில்லை. நர்கீஸ் தாராப்பூர்வாலாவின் முகத்தைப் பார்க்காமல் இருக்க முடியவில்லை. அவள் சாதி வேறு. சுட்டுப் போட்டால்கூட ஒரு வார்த்தை தமிழ் வராது. இவனுக்குப் பிடிக்கும் சமையல் வகைகள் ஒன்றும் அவளுக்குப் பிடிக்காது. அவள் விரும்பித் தின்னும் எதுவும் இவனுக்குப் பிடிக்காது, (அப்துல் காதர் ஐஸ்கிரீம் ஒன்றைத் தவிர). அவள் முகத்தைப் பார்க்க மனம் ஏங்குகிறது.

வீட்டிலிருந்து யாரோ கூப்பிடுவதுபோலிருந்தது. சந்திர சேகரன் கொல்லை வழியாகவே மீண்டும் வீட்டினுள் சென்றான். பள்ளிக்குச் சென்றிருந்த அவனுடைய தங்கைகள் இருவரும் பிற்பகல் சாப்பாட்டிற்கு வீடு வந்திருந்தார்கள். ஊஞ்சலில் ஜோசியர் தூங்கிக்கொண்டிருந்தார்.

"மொளகாப்பொடி அரைச்சுண்டு வரியா?" என்று அம்மா கேட்டாள்.

“நன்னா உணத்தி வைச்சிருக்கயா?” என்று சந்திரசேகரன் கேட்டான்.

“இந்தப் பனி நாளிலே எவ்வளவு உணத்தி வைக்கிறது? நீயே பாரு.”

சந்திரசேகரன் உலர்த்தி வைத்திருந்த மிளகாய் வற்றலைக் கையில் எடுத்து நொறுக்கினான். அது மெத்தென்று இருந்தது. “இதை அரைக்க மாட்டான். அவ்வளவு தூரம் போயிட்டு வரதுதான் மிச்சம்.”

“வீட்டிலே மொளகாப்பொடியே இல்லையே, என்ன பண்ணறது?”

“நான் வேணும்னா உரல்லே கொஞ்சம் இடிச்சுத்தரேன்.”

அம்மா உரலைத் துடைத்துத் தயார் செய்ய, சந்திரசேகரன் இரும்பு உலக்கையுடன் அதன் முன் உட்கார்ந்தான். அவனுடைய தங்கைகள் கிளம்பிப் போய்விட்டார்கள். அம்மா உரல் குழியில் மிளகாய் வற்றலை நிரப்பினாள். சந்திரசேகரன் உலக்கையைத் தூக்கித் தொம்மென்று மிளகாய் வற்றல்மீது குத்தினான். வாசல் கேட் சப்தம் கேட்டது. அவன் உட்கார்ந்த இடத்திலிருந்து அதைப் பார்க்க முடியும். அவனுடைய அப்பா வந்துகொண்டிருந்தார். ‘அப்பா கார்த்தாலே சாப்பிடாம போனது ஞாபகமில்லையே’ என்று சந்திரசேகரன் நினைத்துக்கொண்டான். இப்போது எங்கும் ஓடிப்போய் விடமுடியாது. எவ்வளவுதான் அப்பா கண்ணில் படாமல் இருக்க முயன்றாலும் எப்படியும் முட்டாள்தனமாக மாட்டிக்கொண்டுவிட நேரிடுகிறது. வீட்டு முதல் பையன் மிளகாய்ப்பொடி இடிக்கக் கூடாதா? ஏன் இப்போது அப்பா முன்னிலையில் மட்டும் இப்படித் தாங்க முடியாத கூச்சம் ஏற்படுகிறது?

அப்பாவும் சங்கடப்படுவது போலத்தான் இருந்தது. அப்பாவைப் புரிந்துகொள்ள முடியவில்லை. இந்த இரண்டு மாதத்தில் அப்பா எண்ணிப் பத்து வார்த்தைகளுக்கு மேல் பேசியிருக்க மாட்டார். இன்றைக்குகூட இரண்டு வார்த்தைக்கு மேல் பேசவில்லை. அவனிடமிருந்து அப்பாவே ஒளிந்துகொள்ள முயலுவதுபோலிருந்தது.

அப்பா வந்தும்கூட ஜோசியர் தூங்கிக்கொண்டிருந்தார். அப்பா இப்போது நிதானமாகச் சாப்பிட்டார். அப்பாவுக்கு அம்மா ஒரு சோள ரொட்டிதான் போட்டாள். அப்பா அதை மோரில் ஊறவைத்துத் தின்றார்.

சந்திரசேகரனின் மூக்கு எரிய ஆரம்பித்திருந்தது. மிளகாய் வற்றலைத் தொட்ட கையால் அவன் மூக்கைத் தொட்டிருக்க வேண்டும். அவன் மேலும் மேலும் இடித்துக்கொண்டிருந்தான். மிளகாய் வற்றல் சிறு சிறு துகள்களாக மாறிக் கொண்டிருந்தது. பொடியாகவே ஆகாது போலிருந்தது. விதைகள் எவ்வளவு அடி விழுந்தும் உருக்குலையாமல் அப்படியே இருந்தன. உலக்கை ஒவ்வொரு முறை நேராக மிளகாய் வற்றல்மீது விழாமல் உரலில் இடித்தபோது டங்கென்று மண்டை தெறித்து விடும்போல ஒலியெழுந்தது. அப்படியும் ஜோசியர் நிம்மதி யாகத் தூங்கிக்கொண்டிருந்தார்.

அப்பாவுக்குச் சாதம் போட்ட பிறகு அம்மா உரல் குழியிலிருந்த மிளகாய் வற்றலை ஒரு இரும்புக் கரண்டியால் கிளறிவிட்டாள். மெல்லிய கண் உடைய சல்லடையில் இடித் ததை எடுத்துப் போட்டுச் சலித்தாள். பொடியைவிடச் சக்கை தான் நிறைய இருந்தது.

அப்பா மீண்டும் ஆபீஸ் போய்விட்டார். அம்மா மாலை டிபனுக்கும் இரவுச் சாப்பாட்டுக்கும் பொதுவாக மீண்டும் சோள ரொட்டி தயாரிக்க ஆரம்பித்தாள். சோள மாவைச் சரியாகப் பிசைந்து ரொட்டியாகத் தட்ட முடியாமல் போன போது சந்திரசேகரனைக் கூப்பிட்டாள். சந்திரசேகரன் மறு பேச்சுப் பேசாமல் அவளுக்குச் சமையலறையில் உதவிபுரிந்தான்.

ஜோசியர் தூக்கம் கலைந்து எழுவதற்கும் சந்திரசேகரனின் தம்பி பிச்சுமணி பள்ளியிலிருந்து திரும்புவதற்கும் சரியாயிருந் தது. இன்னும் சில நிமிடங்களில் இரு பெண்களும் திரும்பி வந்துவிட்டார்கள். அம்மா எல்லாரையும் மாறி மாறி டிபன் சாப்பிடக் கூப்பிட்டாள். சந்திரசேகரனும் ஜோசியரும் தவிர மற்றவர்கள் சோளரொட்டி தின்ன வரவில்லை.

அப்பாவும் வீடு திரும்பிய பிறகுதான் ஜோசியரின் அன்றைய வருகை அர்த்தமுள்ளதாயிற்று. வீட்டிலுள்ளோர் அத்தனை பேருடைய ஜாதகத்தையும் வைத்துக்கொண்டு அவரும் அப்பாவும் உட்கார்ந்தார்கள். எவ்வளவு முறைதான் அவர் அந்த ஜாதகங்களை ஆராய்ந்திருப்பார்? இவ்வளவு நாளில் அந்த ஜாதகங்களின் முக்காலமும் அவருக்கு மனப் பாடமாயிருக்க வேண்டும். சந்திரசேகரனுக்கு ஏழரை நாட்டுச் சனி என்று அவர் சொல்லியிராவிட்டால் அப்பாவும் அம்மா வும் அவனிடம் எல்லா அப்பா அம்மாவைப்போலக் கடுமை யாகத் தானிருந்திருப்பார்கள்.

நன்றாக இருட்டிய பிறகு பிச்சுமணியைத் தவிர மற்ற எல்லாரும் பிள்ளையார் கோயிலுக்குக் கிளம்பினார்கள். கோயில் ரயில்வே ஸ்டேஷன் அருகே இருந்தது. ஆதலால் ஒரு மைல் தூரத்திற்குக் குறைவில்லை. ஜோசியரும் கூடவந்தார். கோயிலருகே வந்ததும் வேறெங்கே போய்விட்டார். கோயிலில் கும்பல் மிகவும் குறைவாகத்தான் இருந்தது. அதன் பக்கத்தில் மசூதி. அதனால் எல்லா நாட்களிலும் கோயிலில் ஜாக்கிரதை யாகத்தான் இருப்பார்கள். பெரிதாக மணி அடிக்கமாட்டார் கள். பாடுவதோ வாத்தியம் வாசிப்பதோ கிடையாது. இப்போது ஜாக்கிரதையுணர்வு இன்னும் அதிகமாக இருந்தது. மிக அந்தரங்கமாக ஏதோ சொல்வதுபோலப் பிள்ளையாருக்கு அஷ்டோத்திரம் கூறப்பட்டது.

கோயிலிலிருந்து வீடு திரும்புவது இன்னொரு ஊர்வலமா யிருந்தது. அப்பா அவருக்குப் பின்னால் சந்திரசேகரன். அப்புறம் இரு பெண்கள். எல்லோருக்கும் பின்னால், மிகவும் பின்னால் அம்மா. அரை பர்லாங்கு செல்வதற்குள் அப்பாவுடைய நண்பர் ஒருவர் அப்பாவை ஏதோ விசாரித்துவிட்டு உடனே போய் விட்டார். இப்போது அப்பாவும் பரபரப்படைந்தவராயிருந் தார். எதிரே ஒருவர் கோட்டு தொப்பி அணிந்துகொண்டு வந்தார். அப்பா அவரிடம் ஆங்கிலத்தில், "காந்தி சுடப்பட்டது உண்மைதானா?" என்று கேட்டார். இப்போது சந்திரசேகரனும் அப்பாவுடன் சேர்ந்துகொண்டான். அவர் கோபமாகப் பதிலளித்தார் : "சுடப்பட்டாரா? உயிர் போய் இரண்டு மணி நேரம் ஆகிறது, இப்போது விசாரிக்கிறீர்களே?"

2

அவர்கள் குடும்ப ஊர்வலம் கலைந்து போயிற்று. அப்பா வழக்கத்தைவிட வேகமாகத்தான் நடந்தார். வெகு தூரம் பின்னால் வந்துகொண்டிருந்த தங்கைகள், அம்மா கூட ஒரு மாதிரி அவசரம் தெரிந்து அவர்களும் வேகமாக நடந்தார்கள். எல்லோருக்கும் முன்னால் ஓட்டமும் நடையு மாகப் போய்க்கொண்டிருந்த சந்திரசேகரன் ஒருமுறை திரும்பிப் பார்த்தபோது அவன் கண்ணில் எல்லாரும் மங்கிய நிழல்களாகத்தான் தெரிந்தார்கள்.

சார்லஸ் தெரு மேடாகி கீய்ஸ் ஹைஸ்கூல் அடைந்த பிறகு பள்ளத்தில் இறங்கியது. தொலைவில் ஆக்ஸ்போர்டு தெருவை வெட்டி மறுபடியும் மேடாகி மாரட்பள்ளி எல்லையில் மறைந்து போயிற்று. அந்த முக்கால் மைல் நீளத்திற்கு அந்நேரத்தில் தெரு ஹோவென்றிருந்தது. தெருவின் இரு பக்கங்களிலும் காம்பவுண்டு சுவர்கள் தான். கட்டிடங்களாக இருப்பவை மிகவும் உள்தள்ளி இருக்கும். அவைகூட இருட்டில் மூழ்கி இருந்தன.

லான்சர் பாரக்ஸ் வீடுகளில் விளக்குகள் மங்கலாக இருந்தன. எல்லாரும் சிக்கனத்திற்காக மிகக் குறைந்த அளவு சக்தியுடைய மின்சார பல்புகள் உபயோகித்தார் கள். பளிச்சென்று கவனத்தைக் கவராமல் இருப்பதற்கும் அவ்வாறு செய்திருக்கலாம். யாருடைய கவனமும் பெறாமல் காலம் தள்ளுவது பாதுகாப்பானது. ஏனோ அந்த நேரத்தில் எவரும் ரேடியோகூடக் கேட்டுக்கொண் டிருக்கவில்லை.

சந்திரசேகரன் ஆலமரத்தைத் தாண்டிப் போகும் போது அங்கு மாரிஸைப் பார்த்தான். மாரிஸும் அவனும் பேசிக்கொள்வதை நிறுத்திச் சில நாட்கள் ஆகிறது. ஒன்றும் விசேஷக் காரணமில்லை. மாரிஸும் ஆளாகிக்

கொண்டிருந்தான். அவனுக்கும் எதிர்காலம் பற்றிக் கவலை வந்திருக்க வேண்டும். ஆனால் இன்று சந்திரசேகரனைப் பார்த்து, "ஹலோ," என்றான்.

"உனக்கு ஏதாவது தகவல் தெரியுமா?" என்று சந்திர சேகரன் கேட்டான்.

"என்ன?"

"காந்தி பற்றி,"

"யார் காந்தி?"

"மகாத்மா காந்தி."

"ஓகோ," என்றான். "என்ன ஆயிற்று?"

"யாரோ சுட்டு விட்டானாமே?"

"அப்படியா?"

மாரிஸ் அந்த இரவு வேளையிலும் கையைத் தூக்கி ஒரு ஆலம் விழுதைப் பிடித்துக்கொண்டான். அவன் உடனே அதில் ஆட ஆரம்பித்து விடுவான்.

"உனக்கு ஒன்றுமே தெரியாதா?" என்று சந்திரசேகரன் கேட்டான். "தெரியாதே," என்று மாரிஸ் பதில் சொன்னான். பிறகு சந்திரசேகரன் எதிர்பார்த்தபடியே விழுதைப் பிடித்துத் தொங்கிக்கொண்டு ஆட ஆரம்பித்தான்.

சந்திரசேகரன் அவனை ஆடவிட்டுவிட்டுத் தன் வீட்டுக்குப் போனான். வீட்டருகே சென்றதும் சாவி வாங்கி வராதது நினைவுக்கு வந்தது. சாவியை அம்மா தான் வைத்திருப்பாள். மற்றெல்லாரும் முன்னரேயே வீட்டை வந்தடைந்தாலும் அம்மா வுக்காகக் காத்திருக்க வேண்டும்.

சந்திரசேகரன் காத்திராமல் வந்தவழியே ஓடினான். மாரிஸ் ஆச்சரியம் தோன்ற "வாட் மேன்?" என்று கேட்டான். அவனுக் குப் பதில் சொல்ல நிற்காமல் சந்திரசேகரன் விரைந்தான். அப்பா தெருமுனையில் நின்றுகொண்டிருந்தார். "எங்கே மறுபடி யும் போறே?" என்று கேட்டார்.

"சாவியை வாங்கிண்டு வர."

"சாவியா? பிச்சுமணி இல்லை?"

சந்திரசேகரன் இப்போது வீடுநோக்கி ஓடினான். இன் றைக்கு வீட்டைப் பூட்டிக்கொண்டு போகாதது நினைவில்லை. வீட்டில் தம்பி காவல் காத்துக்கொண்டிருப்பான்.

மறுபடியும் மாரிஸ். மாரிஸ் இப்போது பேசவில்லை.

"ஏண்டா ஒரு விளக்குக்கூடப் போட்டுக்காமே உக்காந் திண்டிருக்கே?" என்று சந்திரசேகரன் தம்பியைக் கேட்டான். அவன் பதில் சொல்லவில்லை. சந்திரசேகரன் ஓடிச்சென்று ரேடியோ சுவிட்சைப் போட்டான். பிச்சுமணி சந்திரசேகரன் அருகே வந்து வேடிக்கை பார்ப்பதுபோல நின்றான். வழக்க மாக அந்த ரேடியோ சூடேற ஒரு நிமிஷத்திற்கு மேலாகும். அன்று இரண்டத்தனை நேரம் ஆகியும் ஒன்றும் சப்தம் வரவில்லை. "ஏன் விளக்கைக்கூடப் போடாமலிருக்கே?" என்று கேட்டுக்கொண்டே சந்திரசேகரன் ஒரு விளக்கு சுவிட்சைப் போட்டான். விளக்கு எரிவதே சந்தேகம்போல மிக மிக மங்கலாக மஞ்சள் நிறமேறியது.

"ஏன் இப்படி இவ்வளவு மங்கலாயிருக்கு?" என்று சந்திர சேகரன் கேட்டான். அந்த நான்கைந்து மாதங்களில் அவ னுடைய தம்பியுடன் சேர்ந்தாற்போல் இரு வாக்கியங்கள் பேசியது அப்போதுதான்.

"எனக்கென்ன தெரியும்?" என்று தம்பி பதில் சொன் னான். சந்திரசேகரன் வெளியே வந்து பக்கத்து வீட்டினுள் எட்டிப் பார்த்தான். காசிம் வீட்டில் மாலை எட்டு மணிக்கு ரேடியோ அலறாமல் இருக்காது ஆனால் அங்கும் நிசப்த மாகத்தான் இருந்தது. அங்கும் விளக்குகள் மங்கலாகத்தான் எரிந்தன.

இதற்குள் அப்பா அம்மா எல்லாரும் வந்துவிட்டார்கள். அம்மா, "ரேடியோ வைச்சுப் பாரேண்டா," என்றாள். அவளும் காந்தி பற்றிக் கேள்விப்பட்டு விட்டாள். அப்பா சொல்லி யிருக்க வேண்டும்.

"ரேடியோ பாடவே மாட்டேன்றது," என்று சந்திரசேகரன் சொன்னான். அம்மா அரிக்கேன் லாந்தரைத் தேடி எடுக்கப் போனாள்.

சந்திரசேகரன் தன் மேஜை டிராயரைத் திறந்து ஒரு மூலையில் தடவிப் பார்த்தான். அங்கேதான் அவன் நாணயங் களாகச் சிறிது பணம் போட்டிருந்தான். அதிகம் போனால் நான்கணாவுக்கு மேல் தேறாது. அதை எடுத்துக் கொண்டு வெளியே கிளம்பினான். அம்மா இரவு உணவு பற்றிக் கவனமே இல்லாதவளாக அப்பாவுடன் ஏதோ கேட்டுக்கொண்டும் சொல்லிக்கொண்டும் இருந்தாள். காந்தி செத்தது அவளுடைய வழக்கமான அட்டவணையையும் கலைத்திருந்தது.

இப்போதுதான் நன்றாகத் தெரிந்தது லான்சர் பாரக்ஸ் வீடுகளில் எதிலுமே விளக்குகள் எரியாமல் ரேடியோவும் பாடாமல் இருப்பது. இருபதடி உயரக் கூரையுடைய அந்த வீடுகளில் ஏற்றப்பட்டிருந்த எண்ணெய் விளக்குகள் இருட்டைத் தான் மிகைப்படுத்திக் காட்டின. சந்திரசேகரன் மன்னாஸ் வீட்டைத் தாண்டும்போது மன்னாஸின் குரல் "யூ மேன்!" என்று கேட்டது. "காந்தி செத்தாச்சா?" என்றும் மன்னாஸ் சந்திரசேகரனைக் கேட்டான்.

"அப்படித்தான் கேள்விப்பட்டேன். உங்களுக்கு யார் சொன்னார்கள்?" என்று சந்திரசேகரன் கேட்டான்.

"என் பையன்."

"யார் டெரின்ஸா?"

"இல்லை மாரிஸ்."

மன்னாஸிடம் மேற்கொண்டு பேசாமல் சந்திரசேகரன் வேகமாக நடந்தான். ஆலமரத்தடியில் மாரிஸுடன் இன்னும் நான்கைந்து பேரும் இருந்தார்கள். அப்பக்கம் திரும்பிப் பாராமல் சந்திரசேகரன் தெருவுக்கு வந்தான். தெருவில் ஒரு ஆள் கண்ணுக்கு எட்டவில்லை.

சந்திரசேகரன் கிளாக்டவர் திசையில் நடந்து சென்றான். அந்த ஆக்ஸ்போர்டு தெருவும் அத்துவானமாகக் கிடக்கும். எங்கோ உள்தள்ளியிருக்கும் பங்களாக்களுக்குக் கோட்டை போல ஏகப்பட்ட உயரம் நீளமுள்ள காம்பவுண்டு சுவர்கள். உள்ளே அவ்வளவு விசாலமான இடத்தைப் பராமரிப்பது சிரமமாகையால் ஒரே புல்லும் புதருமாக இருக்கும். அப்புறம் பாம்புகள். எவ்வளவு நாட்கள் பாம்பு தெருவுக்கு வந்து ஏதோ மோட்டாரடியிலோ மோட்டார் சைக்கிள் அடியிலோ சிக்கி நசுங்கிச் செத்திருப்பதை அவன் பார்த்திருக்கிறான்? ஆனால் இப்போது நல்ல குளிர்காலம். இந்தக் குளிர்காலத்தில் இரவு வேளைகளில் பாம்பு அவ்வளவாக வெளியே வருவ தில்லை. இப்போது வந்தால்தான் என்ன செய்ய முடியும்? ஓடிப்போகத்தான் முடியும்.

பாம்பு ஒன்றும் கண்ணில் தென்படாதபோது கூடச் சந்திரசேகரன் ஓடத் தொடங்கினான். செருப்பு படக் படக் கென்று குதிகாலில் அடித்தவண்ணமிருந்தது. அது ஒரு விதத் தில் நல்லதாகப் போயிற்று. பருவம் காலம் தெரியாமல் பாம்பு வெளியே வந்தால்கூடச் செருப்புச் சப்தம் கேட்டு ஓடி ஒளிந்துகொள்ளும்.

கிளாக்டவர் அருகேதான் சில விளக்குகள் எரிந்து, சிறிது ஆள் நடமாட்டமும் இருந்தது. அலாவுதீன் ஐஸ்கிரீம் ஃபாக்டரியில் மின்சார மோட்டார்கள் வேலை செய்வது கேட்டது. அந்த அலாவுதீன் குடும்பத்தை நிஜாமுக்குப் பிடிக்காது என்று சொல்லிக் கொள்வார்கள். அதனாலேயே அந்த அலாவுதீனின் உறவினனான இன்னொரு அலாவுதீனுக்குப் பணம் கொடுத்து ஜி. அலாவுதீன் ஐஸ்ஃப்ரூட் ஃபாக்டரி ஒன்று தொடங்கச் செய்தது என்பார்கள். இந்தக் குளிர்காலத்திலும் ஐஸ்கிரீமுக்கும் ஐஸ்ஃப்ரூட்டுக்கும் தேவையிருக்கிறது. இவ்வளவு மின்சாரம் செலவிடப்படும் இடத்தில் நிச்சயம் ஒரு ரேடியோ இருக்கும். அங்கு போய்க் கேட்கலாமா காந்தி பற்றி என்ன தகவல் என்று?

கிங்க்ஸ்வேயில்கூட ஜனநடமாட்டம் மிகவும் குறைவாக இருந்தது. மற்ற நாட்கள் எல்லாம் எப்படி இருந்தாலும் வெள்ளிக் கிழமைகளில் ஒன்பது ஒன்பதரைக்குத் தான் கடைக் கதவுகளை இழுத்து மூடுவார்கள். சினிமாக் கொட்டகை எதற்காவது தான் போய்ப் பார்க்க வேண்டும். அங்குதான் ஏதாவது பத்திரிகையாவது படிக்கக் கிடைக்கும். மாலைப் பத்திரிகை ஹைதராபாத் புல்லடின். அதில் செய்தி வந்திருக்கும். முதலிலேயே ரயில்வே ஸ்டேஷன் பக்கம் சென்றிருந்தால் இதற்குள் ஒரு பத்திரிகைப் பிரதி வாங்கியிருக்கலாம். ஏன் கிளாக்டவர் போக வேண்டும் என்று புத்தி போயிற்று? காந்தி செத்து இரண்டு மணிநேரம் ஆகிறது என்று ரொம்பக் கோபமாகப் பேசினாரே அந்த மனிதன். அந்த மனிதரிடமே இன்னமும் சரியாக விசாரித்திருக்கலாம் இல்லையா? ஆனால் அப்பா கூட இருக்கும்போது நாம் எப்படிக் கேட்க முடியும்? அப்பா கேட்டிருக்கலாம். ஆனால் அப்பா ஏன் கேட்கவில்லை? அப்பாவுக்குக் காந்தி என்றால் பிடிக்காதா? ஏன் பிடிக்காது? காந்தியைப் பிடிக்காதவர்களும் இருப்பார்களா? துப்பாக்கியால் சுட்டவனைத் தவிர. யார் அவன்? முஸ்லிம் தானா?

சந்திரசேகரனின் உடலில் திடீரென்று இரத்தம் சூடேறியது. முஸ்லிம். இந்தக் காரியத்தை மட்டும் ஏதாவது முஸ்லிம் செய்திருந்தால் அவன் பத்து முஸ்லிம்களைக் கொன்றுவிடுவான். முடிந்தால் நூறு முஸ்லிம்களைக் கொன்றுவிடுவான். முடிந்தவரை முஸ்லிம்களைக் கொன்றுகொண்டே இருப்பான். நிஜாமையே கொன்று விடுவான். காசிம் ரஸ்வியைக் கொன்று விடுவான்.

நூறு முஸ்லிம்கள் இவன் கொல்வதற்காகக் கழுத்தைக் காட்டிக் கொண்டு நிற்பார்களா? இங்கே கழுத்தைக் காட்டிக் கொண்டு இந்துக்கள்தான் இருக்கிறார்கள். லம்பாடிகள் இருக்கிறார்கள். லம்பாடிகள் இந்துவா? முஸ்லிமா?

சந்திரசேகரன் மினர்வா சினிமாக் கொட்டகைக்குச் சென்றான். அங்கு மாலை ஆட்டம் முடிந்து எல்லாரும் கலைந்து போய் விட்டிருந்தார்கள். ஒரு வெற்றிலை பாக்குக்கடைதான் திறந்திருந்தது. அங்கிருந்த சிறுவனிடமும் சந்திரசேகர் தெலுங்கில் கேட்டான். "காந்தி பற்றி உனக்கு ஏதாவது தெரியுமா?"

"தெரியும், ஐயா. அவரை ஒரு பைத்தியக்காரன் கொன்று விட்டான்."

"உனக்கு எப்படித் தெரியும்?"

"ரேடியோவில் கேட்டேன், ஐயா. இங்கே கிங்க்ஸ்வேயெல்லாம் ஏழு ஏழரைக்கே சங்கதி தெரிந்து மூடிவிட்டார்கள்."

"ரயில்வே ஸ்டேஷன்கிட்டே ஒரு தகவலும் கிடையாது."

"ஊர் முழுக்கத் தெரியுமே, ஐயா."

இல்லை. ஊர் முழுக்கத் தெரியவில்லை. அல்லது லான்சர் பாரக்ஸ் ஊரோடு சேர்த்தியில்லை. சரியான சமயத்தில் அங்கு மின்சாரம் கிடையாது. யாரும் ரேடியோ கேட்டுக்கூடத் தெரிந்து கொண்டிருக்க முடியாது. லான்சர் பாரக்ஸ் வரையில் காந்தி என்ற ஆத்மாவே கிடையாது. அங்கே இருக்கும் சட்டைக்காரர்களுக்கும் ரஜாக்கர்களுக்கும் காந்தி எதற்கு?

காந்தி நிஜமாகவே செத்துப் போய்விட்டாரா? இருக்காது. அவர் நூற்றிருபத்தைந்து ஆண்டுகள் இருக்கப் போவதாகச் சொன்னாரே? இப்போது யாரோ புரளி கிளப்பி விட்டிருக்கிறார்கள். ரேடியோவில் கேட்டதாகத்தான் சொல்கிறார்கள். ரேடியோவில் ஏன் பொய் சொல்லியிருக்கக் கூடாது? யுத்த காலத்தில் ரேடியோவில் சொன்னதெல்லாம் பொய் – ஜெர்மன் ரேடியோ பிரிட்டிஷுக்குப் பொய், பிரிட்டிஷ் ரேடியோ ஜப்பானுக்குப் பொய். இப்போதுகூடப் பொய்யாகத்தான் இருக்கும். காந்தி எப்படிச் சாக முடியும்? எவ்வளவு முறை பட்டினி கிடந்திருக்கிறார்? இருபத்தொரு நாள் உபவாசம். இதோ செத்துக் கொண்டிருக்கிறார், இதோ செத்துப் போய்க் கொண்டிருக்கிறார், இதோ, இதோ, இதோ – அவர் பிழைத்து வந்திருக்கிறார்.

சந்திரசேகரன் பத்திரிகையைத் தேடி டிவோலி சினிமாவுக்கே போய்விட்டிருந்தான். அந்த சினிமாக் கொட்டகைச் சொந்தக்காரர்கள்தான் ஹைதராபாத் புல்லடினையும் நடத்துகிறார்கள். வேறெங்கு விற்றாலும் விற்காது போனாலும் டிவோலியில் கட்டுக்கட்டாகப் பத்திரிகைப் பிரதிகளைத் தூக்கிக்

கொண்டு சிறுவர்கள் அலைவார்கள். ஆனால் இதெல்லாம் பிற்பகல் மாலை வேளைகளில்தான் அவன் பார்த்ததுண்டு. இப்போது ஊரே அடங்கி ஒடுங்கிக் கிடக்கும்போது யாராவது பத்திரிகை விற்றுக் கொண்டு திரிவார்களா?

டிவோலி சினிமாவில் இரவுக் காட்சி கிடையாது. அந்த சினிமாவையொட்டி நடக்கும் வெற்றிலை பாக்குக் கடை, தின்பண்டக் கடை எல்லாவற்றையும் மூடியிருந்தார்கள். மானேஜர் அறை ஒன்றுதான் திறந்திருந்தது. சந்திரசேகரன் அறைக் கதவருகே நின்றான். அவனைப் பார்த்து உள்ளே உட்கார்ந்திருந்த ஒருவன், "யார்?" என்று கேட்டான்.

சந்திரசேகரன் உள்ளே நுழைந்து "எனக்கு ஒரு பிரதி புல்லடின் வேண்டும்" என்றான்.

"எல்லாவற்றையும் மூடியாகிவிட்டதே."

சந்திரசேகரன் திரும்பிப் போக இருந்தான். அப்போது அந்த மனிதன், "வேண்டுமானால் என்னுடையதை எடுத்துக் கொண்டு போ," என்றான். மேஜை டிராயரிலிருந்து பத்திரிகை ஒன்றை எடுத்துக் கொடுத்தான்.

சந்திரசேகரன் அவசரம் அவசரமாகப் பத்திரிகையைப் பிரித்துப் பார்த்தான். ஹைதராபாத் புல்லடின் ஒரே தாள். நான்கு பக்கங்களாக மடிக்கப்பட்டிருந்தது. ஏதேதோ செய்திகள் விளம்பரங்கள் ஹைதராபாத் மந்திரி சபையில் புது மந்திரிகள். ஜி. ராமாச்சாரி. வெறியன் லெயிக் அலி தலைமையில் ஒரு இந்து. இத்துஹாதுல் முஸ்லிமீன் கூட்டம், அணிவகுப்பு. 'பாரத் சர்க்காரின் அநியாயங்கள்! ஹைதராபாத்தின் இரண்டு கோடி மக்களைப் பட்டினி போட்டே பணியவைக்கச் சூழ்ச்சி! மிக அத்யாவசியப் பொருள்களைக்கூட பாரத் சர்க்காரின் அக்கிரமக் காரர்கள் ஹைதராபாத்துக்கு அனுமதிக்கவில்லை. பெட்ரோல் இல்லை, டீஸல் இல்லை, மருந்து வகைகள் இல்லை, உணவு வகைகள் இல்லை, இயந்திரப் பொருள்கள் இல்லை, லாரி கார்கள் இல்லை, குடி தண்ணீரைச் சுத்திகரிக்க அதி முக்கிய மாகத் தேவைப்படும் குளோரின் இல்லை! பாரத் சர்க்கார் என்ன குத்தகை எடுத்திருக்கிறதா நிஜாம் பிரதேசத்தை? நேற்று வரை ஜெயில் பறவைகளாக இருந்தவர்கள் இன்று சரித்திரத் தின் கோளாறினால் பரம்பரை வம்சங்களை வாட்டி வதக்கு கிறார்கள்! இது முன்னூறாண்டுப் பரம்பரை! ஏழு தலைமுறை அரச குடும்பம்! ஆனால் பாரத் அயோக்கியர்களின் அக்கிரமம் அதிக நாட்கள் இல்லை! நமது ருஸ்தமி திவான் அரஸ்துயி ஜாமன் முஸபரல் முல்க் வால் மு மய்யிக் ஃபதே ஜங்க் சிப்பஹ் சலார் மீர் உஸ்மான் அலிகான் பகதூர் நிஜாமுல்

முல்க் அஸப் ஜாவின் கால்களை வங்காள விரிகுடாவின் நுரையலைகள் கழுவப் போகின்றன! அராபிக் கடலின் பொங்கு தண்ணீர் அவருடைய அழகிய செருப்பை நனைக்கப் போகிறது! தில்லி லால்கில்லா மீது அஸப்ஜா புனிதக் கொடி பறக்கப் போகிறது!'

சந்திரசேகரன் புல்லடினின் மூலை முடுக்கெல்லாம் தேடிப் பார்த்தான். காந்தி பற்றி ஒரு வரி இல்லை. காந்தி சாகவில்லை!

"ஏன் திருப்பிக் கொடுக்கிறாய்? உனக்கு வேண்டாமா?" என்று அந்த மனிதன் கேட்டான்.

"வேண்டாம். யாரோ காந்தி செத்துவிட்டார் என்று வதந்தி கிளப்பினார்கள். அது உண்மையாவென்று பார்த்தேன் ..."

"அது வதந்தி இல்லை, பையா. நிஜந்தான். அதற்குத்தான் இங்கு இரவுக் காட்சி இல்லை."

"நிஜமாவா? நிஜமாவா?"

"ஆமாம், பையா, என்ன செய்வது, நிஜந்தான்."

"பத்திரிகையில் ஒன்றும் இல்லையே?"

"இந்தப் பத்திரிகை நான்கு மணிக்கே தயாரானது."

"ஒரு வார்த்தைகூடக் காந்தி பற்றி இல்லையே?"

"அவர் அப்போது சாகவில்லையே?"

இதை அவன் வருத்தத்துடன் சொல்லிக்கொண்டே அங்கு ஒரு மூலையில் வைத்திருந்த ரேடியோவைத் திருகினான். உண்மையில் அது ரேடியோ என்று சந்திரசேகரன் நின்ற இடத்திலிருந்து தெரியவில்லை.

ரேடியோ தாளித்துக் கொட்டுவதுபோல ஏகப்பட்ட ஒலியெழுப்பியது. அவன் மூடி வைக்கவிருந்தவன் சட்டென்று உஷாரடைந்து நிமிர்ந்து உட்கார்ந்தான். ரேடியோ முள்ளை மிக நுணுக்கமாக நகர்த்தினான். ஒரு குரல் ஆங்கிலத்தில் ஒலித்தது. அவன், "பண்டிட் நேரு. பண்டிட் நேரு. கேள்," என்றான்.

ரேடியோ ஒலித்தது. "நம் வாழ்விலிருந்து ஒளி மறைந்து விட்டது. எங்கும் இருள். இந்தப் பூமிக்கு ஒளி பாய்ச்சிய அந்த ஒளி சாமான்ய ஒளி அல்ல. அது இன்றையதை மட்டுமின்றி இன்னும் எண்ணற்றதை உட்கொண்டது. அது என்றும் வாழும் சாஸ்வதமான சத்தியத்தைப் பிரதிபலிப்பது ..."

ரேடியோ ஏதேதோ சொல்லிக்கொண்டேயிருக்கச் சந்திர சேகரன் வெளியே வந்தான். எங்கோ ஆளில்லாக் காட்டில் இருக்கும் ஒரு சினிமாக் கொட்டகை அவனுடைய காந்தியைக் கொன்றுவிட்டது. காந்தி நிஜமாகவே செத்துப் போய்விட்டார்.

அவனுக்கு அந்த ஜனவரி மாதத்து இருட்டைச் சாலை யோர மரங்கள் இன்னமும் அதிகப்படுத்தியதாகத் தோன்றிற்று. எங்கும் இருள். ஒளி மறைந்துவிட்டது சாதாரண ஒளியில்லை. இதெல்லாம் அவனுக்குச் சரியாகப் புரியவில்லை. வெறும் பௌதீகத் தகவல்களாகத்தான் தெரிந்தது. டிவோலியிலிருந்து இனி வீட்டுக்குத்தான் போகவேண்டும். இரண்டு இரண்டரை மைல் நடந்தாக வேண்டும். இதெல்லாம் மிலிட்டரிப் பிரதேசம். ஒரு காலத்தில் நிறைய மிலிட்டரி லாரிகள் எந்நேரமும் பிசாசுகளாகச் சென்றுகொண்டிருக்கும். இப்போது ஒரு மிலிட்டரி யும் கிடையாது. நிஜப் பிசாசுகள்தான் இங்கு உலவிக்கொண டிருக்கும். இங்கேயே பரேட் மைதானத்தில் பெரிய கல்லறை. ஒரே கிறிஸ்துவப் பிசாசுகளாக உலவிக்கொண்டிருக்கும். டிவோலி சினிமாவிலேயே பிசாசு இருப்பதாகச் சொல்வார்கள். செத்துப் போனவர்கள் எல்லாரும் பிசாசுகளாகி விடுவார்கள் என்றால் காந்தியும் பிசாசாகியிருப்பாரோ? அவருடைய பிசாசை யாவது பார்க்க முடியுமா?

காந்தியை ஒருமுறைகூட அவன் பார்த்ததில்லை. காந்தி போன இடங்கள், தங்கியிருந்த இடங்களெல்லாம் ஏதோ கற்பனை உலக இடங்களாகத்தான் இருந்திருக்கின்றன. வர்தா, எரவாடா சிறைச்சாலை, சேவாக் கிராமம், சபர்மதி, நொவகாளி, ஹிந்தி பிரசார சபா... சென்னை ஹிந்தி பிரசார சபா வரை யில் காந்தி வந்திருக்கிறார். ஆனால் ஒருமுறை ஹைதராபாத் சமஸ்தானத்திற்கு வந்ததில்லை. எங்கெங்கோ மூலை முடுக் கெல்லாம் போயிருக்கிறார். சிகந்தராபாத்துக்கு வந்ததில்லை. இங்கே இருப்பவர்களுக்கு அவர் மேல் அன்பு கிடையாதா? அவர்களுக்கு அவருடைய தேவை இல்லையா?

காந்தீ! காந்தீ! சந்திரசேகரன் கத்திக்கொண்டே ஓடினான். அவன் கத்தியதைக் கேட்டுச் சில இரவுப் பூச்சிகள் ஒரு கணம் நிசப்தமாக இருந்தன. ஒரு பறவை பயந்துகொண்டு இருட்டில் மரக்கிளைகளுக்கிடையில் தத்தளித்துக் கிறீச்சிட்டது. சந்திரசேகரன் சாலையைவிட்டு பரேட் மைதானம் நடுவில் ஓடினான். நூற்றுக்கணக்கான படை வீரர்களும் ராணுவ வண்டிகளும்கூட நிரப்ப முடியாத அந்த அகண்ட வெட்ட வெளியில் காந்தீ என்று கத்திக்கொண்டு ஓடினான். பரேட் மைதானத்தைத் தூரத்தில் எல்லாப் புறங்களிலும் சாலைகள் எல்லை வகுத்தன. அந்தச் சாலைகளின் மரங்கள்கூட அந்த

இருட்டில் தெரியவில்லை. மேலே விரிந்த வானம், நட்சத்திரங்கள். சந்திரசேகரனை ஒரு சிறு செடி தடுக்கியது. அப்படியே அவன் நிலத்தின்மீது விழுந்தான். செம்மண் போட்டு சமவெளியாக்கப்பட்ட மைதானம். நிறைய செந்நிறக் கற்கள், சிறிதும் பெரிதுமானவை. இருட்டில் நிறம் ஒன்றும் தெரியாது. ஆனால் காயப்படுத்த அவை போதும். சந்திரசேகரன் மூக்கிலிருந்து இரத்தம் வழிந்து உதடுகளை அடைந்தது. சந்திரசேகரன் உட்கார்ந்தபடியே தரையைக் குத்தினான். "நீ செத்துப் போயிட்டயே!" என்று மீண்டும் மீண்டும் குத்தினான். கால்களை உதைத்துக்கொண்டான்.

எழுந்துகொண்டான். இப்போது கை காலெல்லாம் காயம். வேறேதோ திசை நோக்கி ஓடினான். அத்திசையில் கல்லறை இருந்தது. மறுபடியும் ஏதோ தடுக்கிக் கீழே விழுந்தான். "ஐயோ, உன்னை நான் ஒரு தடவைகூடப் பார்க்கலையே!" என்று கத்தினான். மீண்டும் கையால் தரையை அடித்தான். அவனால் முடிந்த அளவு உரக்க, "காந்தீ! ஏ காந்தி!" என்று கூப்பிட்டான். அவன் கூப்பிட்டதால் எங்கிருந்தோ யாரோ வந்து விடப்போவது போல நாற்புறமும் திரும்பிப் பார்த்தான். அவனுடைய வெறி அவனுக்கே ஆச்சரியமாக இருந்தது. அப்படியே கைகளால் தரையைப் பிராண்டினான். அது நன்கு கெட்டித்துப்போன தரை. இலேசில் நெகிழ்ந்துகொள்ளவில்லை. கைகளால் பிராண்டி எடுத்துச் சிறு அளவு மண்ணை அப்படியே மேலே எறிந்தான். மீண்டும் எழுந்தான். ஒரு திட்டமே இல்லாமல் ஓடினான். மறுபடியும் பலமாகக் குப்புறக் கீழே விழுந்தான். விழுந்தவன் தலையை அப்படியே முட்டிக் கொண்டான்.

தூரத்தில் ரேஸ் கோர்ஸ் அருகில் ஒரு மோட்டார் கார் விரைந்து சென்றது. அது குறைந்தது அரை மைல் தள்ளியாவது இருக்கும். ஆனால் சந்திரசேகரன் அந்த வண்டியை நோக்கித் தலைதெறிக்க ஓடினான். ஆனால் நிமிஷமாக அது அவன் பார்வையைவிட்டுப் போயிற்று.

ஏமாற்றம் நிறைந்து வகை தெரியாதவாறு ஒலிகள் செய்து கத்தினான். கீழே புல்லையும் சிறு செடிகளையும் பிடுங்கி எறிந்தான். அவனுடைய கைவிரல்களில் எரிச்சல் மிகுந்தது.

மறுபடியும் சந்திரசேகரன் ஓடினான். அவனுடைய உடை இதற்குள் பல இடங்களில் கிழிந்து போய் விட்டிருந்ததை உணர முடிந்தது. பனி பெய்துகொண்டிருந்தும் அவன் உடலெல்லாம் எரிவதுபோல இருந்தது. அவனே துணியைக் கிழித்துக்கொண்டான். கீழே விழுந்தான்.

அவன் விழுந்த இடத்தில் ஒரு கற்குவியல் இருந்தது. யாரோ எதற்கோ அங்கு கற்களைச் சேர்த்து வைத்திருந்தார்கள். சந்திரசேகரன் அந்தக் கற்களை வாரி எடுத்துக்கொண்டான். அவன் பலங்கொண்ட மட்டும் வெவ்வேறு திசைகளில் அவற்றை ஒவ்வொன்றாக விட்டெறிந்தான். அவனுடைய வலக்கை சுளுக்கிக்கொண்டு விட்டது. சுளுக்கிக்கொண்டதை உணராதபடி மீண்டும் ஒரு கல்லைத் தூக்கி எறிந்தான். அப்போது தோளில் சுளீரென்று தசை இழுத்துக்கொண்டு தாங்கமுடியாதபடி வலித்தது. "அம்மா!" என்று சந்திரசேகரன் கத்தினான்.

அவன் துருத்திபோல மூச்சு விட்டுக்கொண்டிருந்தான். உடலில் பல இடங்களில் காயம் பட்டு வலித்துக்கொண்டிருந்தது. அப்போதும் அவன் வெறி தணிந்ததாகத் தெரியவில்லை. அவனை யாரோ மோசம் செய்துவிட்ட உணர்ச்சியே மேலோங்கி நின்றது. ஆகாயத்தைப் பார்த்துக் "காந்தீ! காந்தீ!" என்று கத்தினான். இடக்கையால் கல்லைத் தூக்கி மேலே எறிந்தான். அது அதிகம் மேலே போக இயலவில்லை. சீக்கிரமே அது தரையில் பொத்தென்று விழுந்த சப்தத்தைக் கேட்க முடிந்தது.

வானம் எப்போதும்போல இருந்தது. நட்சத்திரங்கள் எப்போதும்போல விஷமக்காரக் குழந்தைகளாக இருந்தன. அவன் சோர்ந்துபோய்த் தரையில் விழுந்து கிடந்தான். இருட்டே விதவிதமாக மாறிக்கொண்டிருந்த மாதிரி இருந்தது. இருட்டுக்கும் வர்ணங்கள் உண்டு என்று தோன்றியது. இருட்டு ஒரு திரவம் என்று தோன்றியது. திரவமாகக் காற்றில் மிதக்கக் கூடியது என்று தோன்றியது. அவன் படுத்தபடியே தரையைத் தடவிப் பார்த்தான். கையை இன்னும் வீசிப் போட்டுத் தடவிப் பார்த்தான். அவன் அந்த மைதானத்தில் ஒரு கிரிக்கெட் பிட்ச் மீது படுத்திருந்தது தெரிந்தது. அவனே அங்கு எப்போதாவது கிரிக்கெட் விளையாடியிருக்கக்கூடும்.

அவனுக்கு வீட்டு நினைவு வந்தது. வீட்டிற்கு ஒழுங்காக மின்சாரம் வரத் தொடங்கிவிட்டிருக்குமா? இல்லை, இன்னமும் எல்லோரும் இருட்டில் துளாவிக்கொண்டிருப்பார்களா? ஒளி மறைந்து விட்டது. இவ்வளவு நேரம் எல்லாரும் இருட்டில் தூங்கியிருப்பார்கள். இல்லை அவனுக்காகக் காத்து விழித்திருப்பார்கள். இல்லை, எல்லோருமே விழித்திருப்பார்கள். காந்தி செத்துப்போனது பற்றிச் சரியாகப் புரியாமல் குழம்பி இருப்பார்கள். அழுதுகொண்டிருப்பார்கள். யாருக்கும் சாப்பிட மனமில்லாமல் சமையலறையில் வைத்தது எல்லாம் வைத்த

படி இருக்கும். எலிகளும் கரப்பான் பூச்சிகளும் கும்மாளம் போடும். எருமை மாடு கவனிப்பார் இல்லாமல் கத்தும்.

அவனுக்கு அங்கே திறந்தவெளியில் ஜன சஞ்சாரமற்ற இடத்தில் அப்போது படுத்திருப்பது ஆறுதலாயிருந்தது. ஆறுத லாகத்தான் இருந்ததா? அவனுக்கு எல்லாமே சந்தேகமா யிருந்தது. அவனுக்கு மோசடி செய்யப்படுகிறது. இந்த காந்தி கூட மோசம் செய்துவிட்டார்.

அவனுக்குக் கோபமும் துக்கமும் பொங்கிக்கொண்டு வந்தது. அங்கே அந்த மைதானத்தில் இருப்பது சகிக்க முடியாத வேதனையாக இருந்தது. மறுபடியும் எழுந்து ஓடினான். அவன் எப்போதோ பத்திரிகையில் பார்த்த காந்தியின் புகைப் படங்கள் பிரக்ஞை மட்டத்திற்கு மேலெழுந்து வந்தன. ஒரு இரயில் இஞ்சினை அலங்காரம் செய்திருந்தார்கள். அந்த இஞ்சின் முன்னால் காந்தியின் படத்தை, பெரிய அளவு முகப் படத்தை, பொருத்தியிருந்தார்கள். அவனுக்கும் காந்திக் கும் கடைசியாக ஏற்பட்ட தொடர்பு அவன் அந்தப் படத்தைப் பார்த்ததுதான். அந்த இஞ்சின்தான் காந்தி கடைசியாகத் தென் இந்தியாவில் பயணம் செய்த இரயில் வண்டியை இழுத்துச் சென்றிருந்தது. இந்த இருட்டுப் போன்ற இரயில் இஞ்சின். அவனே இப்போது அந்த இஞ்சின் போலத்தான் ஓடிக்கொண்டிருக்கிறான்.

அவன் ஓரிடத்தில் நின்று மிகப் பெரிதாகக் கூக்குரலிட் டான். அப்படியே கீழே உட்கார்ந்துகொண்டு விம்மி விம்மி அழுதான்.

3

அன்று நாகரத்தினம் வீட்டிற்கு வந்திருந்தாள். பரீட்சைகள் முடிந்துவிட்டன. அதிகாரிகள் வழக்கமாக நடக்க வேண்டியதை ஒரு மாதம் தள்ளிப் போட்டாலும் நடத்திவிட்டார்கள். கல்லூரிகளில் படித்தவர்களில் பாதிப்பேர்தான் பரீட்சைக்குப் பணம் கட்டினார்கள். பணம் கட்டியவர்களில் பாதிப்பேர்தான் பரீட்சை எழுதினார்கள். அதில் எவ்வளவு பேர் தேறப் போகிறார்களோ. அவள் வரையில் நன்றாக எழுதிவிட்டாள். அவளுடைய வீட்டில் எல்லாருமாக ஊருக்குப் போய்விடத் தீர்மானித்து விட்டார்கள். அவளுடைய அப்பா நிறையத் தாடி மீசை வளர்த்துக்கொண்டு உடல்நிலை மோசமாக இருக்கிற தென்று டாக்டர் சர்டிபிகேட் வாங்கி இரண்டு மாதம் லீவும் பெற்றுவிட்டார். போலீஸ் பெர்மிட்டும் வாங்கி யாயிற்று, ஹைதராபாத் சமஸ்தானத்தை விட்டு வெளி யேறுவதற்கு, நல்லபடியாக அடுத்த சனிக்கிழமை 12 டவுன் இரயில் அவர்களை காஜிப்பேட் ஜங்ஷன் வரை கொண்டு சேர்த்துவிட வேண்டும். அது காஜிப்பெட்டுக்கு இரவு பதினொரு மணிக்குப் போய்விடும். ஸ்டேஷனி லேயே அந்த வண்டியின் பெட்டிகள் நான்கு மணி நேரம் காத்துக் கிடக்கும். அப்போது கிராண்ட் டிரங்க் எக்ஸ்பிரஸ் ஜிகுஜிகுவென்று வரும். அதில் அந்தப் பெட்டிகளை இணைத்துவிடுவார்கள். நேற்றுவரை அப்படித்தான் செய்தார்கள். இந்த ஒரு வாரமும் அப்படியே நடக்க வேண்டும். காலை எட்டரை மணிக்கு பெஜவாடா போய்விடுவார்கள். மாலை சென்னை போய் விடுவார்கள். அப்புறம் விடுதலை. இந்த ஊர் ஒரு மாதிரி சீர்பட்டு வந்தால் நாள் பார்த்துக்கொண்டு திரும்பி வந்துவிடலாம். இல்லாது போனால் அப்படியே அங்கேயே எங்காவது தங்கிப் போய்விடுவதுதான். சென்னை

மாகாணத்தில் இல்லாத கல்லூரிகளா? அப்பாதான் எப்படியும் ரிடயர் ஆகிறவரையில் இங்கு வந்து தடுமாட வேண்டும். இன்னும் இரண்டு மூன்று வருடங்கள் இருக்கின்றன. நான் போய்விட்டு வரட்டுமா? எல்லாரிடமும் சொல்லிக்கொண்டு போகலாம் என்று வந்தேன். என்னடா சந்துரு, என்னை ஞாபகம் வைத்துக்கொண்டு இருப்பாயா? உன் மூஞ்சி ஏன் இப்படி ஏதோ பயங்கரமாக மாறிப் போய்விட்டது? எனக்குக் கடிதம் போடுவாயா? நான் கட்டாயம் உங்களுக்கெல்லாம் கடிதம் எழுதுவேன்.

சந்திரசேகரன் நாகரத்தினத்தின் முகத்தையே பார்த்த வண்ணம் இருந்தான். இப்படி ஒரு பழக்கமாகிவிட்டது. யாராவது பேசினால் அவர்களையே பேச விட்டு விடுவது அவர்கள் முகத்தையே பார்த்துக்கொண்டு இருப்பது. அவளை இவ்வளவு அருகில் பார்த்து வெகு நாட்கள் ஆகின்றன. பெண்களைப் பொது இடங்களில் கூட்டத்தின் நடுவில் பார்க்கிற போது கிடைத்த உருவம்தான் எப்போதும் மனதில் தங்கிப் போய்விடுகிறது. அதே பெண்ணைத் தனியாக இவ்வளவு கிட்டத்தில் பார்த்தால் எவ்வளவு வேறு மாதிரியாக இருக்கிறாள்? மிகப் பெரியவளாக இருக்கிறாள். கறுப்பாக இருக்கிறாள். முகம் அவ்வளவு மழமழப்பாக இல்லை. அதில் இவ்வளவு வெடிப்புகளும் கறுப்பு சிவப்புப் புள்ளிகளுமா இருக்கின்றன என்று உள்ளூர ஆச்சரியமாக இருக்கிறது. தலைமயிர் தூரப் பார்வைக்குத் தெரிந்தபடி கட்டுப்பாடாக வளரவில்லை. அது நெற்றி கன்னமெல்லாம் எல்லையை மீறி நுண்மையாக வழிந்து கொண்டிருக்கிறது. அவள் இப்போது ஹைதராபாத் எல்லையைத் தாண்டிப் போக இருப்பதுபோல.

நாகரத்தினம், "என்னடா பேசாம இருக்கே?" என்று கேட்டாள். அவள் அன்பாகச் சிரித்தாள்.

"நான் யோசிச்சுண்டு இருந்தேன்," என்று சந்திரசேகரன் சொன்னான்.

"நான் பேசறப்போ கேக்காமே யோசிச்சுண்டு இருந்தயா?"

"கேட்டுண்டே யோசிச்சுண்டு இருந்தேன்."

"அது எப்படி முடியும்? அப்படீன்னா நான் பேசினதெல்லாம் நீ கேட்கவே இல்லை."

"நீ இப்போ சொன்னதெல்லாம் அப்படியே வார்த்தைக்கு வார்த்தை ஒப்பிக்கட்டுமா?"

"வேண்டாம், வேண்டாம்."

சிறிது நேரம் இருவரும் பேசாமல் இருந்தார்கள். நாக ரத்தினம் சொன்னாள், "எனக்கு இந்த இடத்தைவிட்டுப் போறது சந்தோஷமாவும் இருக்கு. அப்படியே பயமாவும் இருக்கும். எங்க உறவுக்காரா வெளியூர்க்காரா எல்லாம் ரொம்ப வேறே மாதிரி இருக்கா. எனக்கு, அவா நடுவிலே அவா மாதிரி இருக்கிற இன்னும் நிறைய மனுஷா நடுவில் எப்படி இருக்கப் போறேன்னு பயம்மா இருக்கு – என்ன மறுபடியும் நான் ஏதோ சொல்லிண்டிருக்கேன், நீ எதையோ நினைச்சிண் டிருக்கே?"

"சொல்லட்டுமா?"

"எதை?"

"நான் நினைச்சிண்டிருக்கிறதை."

நாகரத்தினம்கூடச் சிறிது கூச்சமடைந்தவளானாள். அவ ளுடைய தற்காப்புணர்ச்சி அவனைச் 'சொல்லு' என்று கேட்க விடவில்லை என்று சந்திரசேகரனுக்குத் தெரிந்து போயிற்று. அவனோடு அவள் சேர்ந்து இரு வாக்கியங்கள் பேசியது கிடையாது. அவளுடைய தோரணையே ஏதோ ஒரு தெரிந்த சின்ன பையனைப் பார்த்துப் பரவாயில்லை என்று தட்டிக் கொடுப்பதுபோல இருக்கும். சந்திரசேகரனாக அவளைப் பார்ப்பதற்கென்றே எங்கெங்கோ முக்கு முனைகளில் நின்றிருக் கிறான் என்று தெரிந்தால்கூட அதை அவள் பெரிதாகப் பொருட்படுத்தியதில்லை. இதெல்லாம் அவள் ஒரு இமை ஒரு தசை அசைக்காமல் அவனுக்குத் தெளிவுபடுத்தியிருக் கிறாள். இன்று ஒரேயடியாக ஊருக்குப் போய்விடப் போகி றோம் என்ற கவசம் தரும் சுதந்திரத்தில் அவனோடு இவ்வளவு நேரம் ஆற அமர இருந்து பேசுகிறாள். இரண்டு மாதங்கள் முன்புகூட இவள் இருநாட்கள் காணாமல் போய்விட்டாள் என்று சொல்லிக்கொண்டார்கள். அவ்வளவு அனுபவப்பட்ட வள் பயப்படுகிறாள்.

"நான் போயிட்டு வரேன்," என்று சொல்லிக்கொண்டு அவள் பிய்த்துக்கொண்டு போய்விட்டாள். சந்திரசேகரனுக்கு அந்தப் பத்து நிமிடங்கள் நம்ப முடியாததாக இருந்தது. எதிர் பார்ப்பதற்கு எவ்விதக் காரணமும் கிடையாது, அவள் இவ னிடம் வந்து பேசுகிறாள்; ஒரு கட்டத்தில் மிகவும் அந்தரங்க மாகிறார்கள். அடுத்த கணம் தொடர்ச்சிக்கு ஒரு வாய்ப்புக் கூட இல்லாமல் அப்படியே மறைந்து போய்விடுகிறாள் . . .

எனக்கு இந்த மாதிரிப் பெண்களுக்கு அவசியம் இல்லை. இனிமேல் எனக்குப் பெண்களே அவசியம் இல்லை. இவளே ஆறு மாதம் முன்னால் என்னுடன் நெருங்கிப் பேசியிருந்தால்

அது எவ்வளவு உல்லாசத்தைக் கொடுத்திருக்கும்! நான் உல்லாசப்படும் ஆற்றலை இழந்துவிட்டேன். இனிமேல் எனக்குப் பெண்கள் எந்தக் கிளர்ச்சியும் ஏற்படுத்தமாட்டார்கள். நாகரத்தினம் அவனுடைய வீட்டில் எல்லாரிடமும் சொல்லிக் கொண்டுவிட்டு வெளியே போகிறாள். அவன் சிறிது முயன்றால் அவளுடைய கவனத்தை ஒரு கணத்திற்காவது இழுக்கலாம். அவள் என்றென்றுமாக எங்கோ போய்விடப் போகிறாள். அப்படி இருந்தும் சந்திரசேகரன் அசையாமல் உட்கார்ந்திருந்தான்.

அவன் வீட்டு மேஃப்ளவர் மரங்கள் இலையே தெரியாத அளவுக்கு ஒரே சிவப்பாகப் பூத்திருந்தன. அந்த மரங்கள் பருவங்களை மிகவும் மதித்தன. மே மாதத்தை ஒரு போதும் அவை ஏமாற்றினது இல்லை. ஹைதராபாத் மழையும் அப்படித்தான். ஜூன் ஆறாம் தேதி அல்லது ஏழாம் தேதி முதல் மழை பெய்துவிடும். மழை பெரிய மழையில்லை. அங்கே எப்போதுமே பெரிய மழை கிடையாது. பெரிய மழைகள் இருந்தால் ஏன் எல்லாரும் சோளத்தையும் சீதாபழத்தையும் தின்று வயிறு ரொப்பிக்கொள்கிறார்கள்?

மேஃப்ளவர் மரங்கள் எவ்வளவுக்கெவ்வளவு செழிப்பாகத் தோன்றியதோ அதற்கு நேரிடையாக மற்ற செடிகள் மரங்கள் தோற்றமளித்தன. அரசமரம், வேப்பமரம், ஆலமரம் எல்லாம் பசுமை இழந்து காணப்பட்டன. தரையில் எப்போதோ முளைத்த புல்லெல்லாம் காய்ந்து வெளுத்துக் குச்சிகுச்சியாகி விட்டன. முள் செடிகள் மட்டும் காய்ந்துவிடவில்லை. ஒரு முள் செடியில் ஒரேயொரு மஞ்சள் புஷ்பம்கூடப் பூத்திருந்தது. மேலே கணக்கில்லாத சிவப்புப் பூக்கள். கீழே கண்ணுக்கெட்டிய தூரம் ஒரேயொரு மஞ்சள் பூ.

வீட்டில் பாத்திரங்கள் டப்பாக்கள் பானைகள் எல்லாம் காலியாக இருந்தன. அப்படி ஏதாவது இருந்தால் அடியிலேயே கையால் திரட்டி எடுக்கிற அளவுக்குத்தான். காய்கறி வகைகள் ஏகமாகக் கிடைத்து என்ன செய்வது? சமைப்பதற்கு மற்றதெல்லாம் கிடையாது. உப்புக் கிடையாது. மிளகாய் வற்றல் கிடையாது. கெட்ட கேடு கடலையெண்ணெய்கூட இப்போது ஏகப்பட்ட கிராக்கியாகி விட்டது. காரணம் டீஸலில் ஓடும் பஸ்களை இப்போது கடலை எண்ணெயில் ஓட்டுகிறார்கள். பஸ் கட்டணம் இப்போது சரியாக இரண்டு மடங்கு. கடலை யெண்ணெய் விட்டு ஓட்டினால் கட்ட வேண்டாமா? ஆனால் ஒன்று, பஸ்களைக் கடலையெண்ணெய் விட்டு ஓட்ட ஆரம்பித்ததிலிருந்து யாரும் வீட்டில் சமைக்காவிட்டாலும் பஸ் போகும் தெருவுக்குப் போனால் ஏகப்பட்ட சமையல் செய்த

அசோகமித்திரன்

வாசனை. ஊரே ஒரே பஜ்ஜி பொரித்த வாசனை நிரம்பி இருக்கிறது. பஸ்ஸுக்கு விட்டெரிக்கும் எண்ணெய் பாதிக்கு மேல் புகையாகத்தான் வீணாகிறது. தெருவெல்லாம் எண் ணெய்ப் புகை. ஒரே பஜ்ஜி வடை ஓமப்பொடி காரா பூந்தி யாகப் பொரித்த வாசனை.

இவ்வளவிலும் அந்த நாக்பூர் ரெஃப்யூஜிக்கள் இன்னும் தின்பண்டங்கள் பண்ணி விற்கிறார்கள். அவர்கள் செய்வதை எவ்வளவோ ஓட்டல்கள் மொத்தமாக வாங்கிக்கொள்கின்றன. இந்து ஓட்டல் முஸ்லிம் ஓட்டல் என்று இதில் வித்தியாசம் இல்லை. எல்லாருக்கும் சாப்பிட வேண்டியதெல்லாம் ஒன்றாகத் தான் இருக்கின்றது.

அப்பாவுக்கு ஆபீஸில் ஏகப்பட்ட சிக்கல். அப்பாவுக்கு மேலதிகாரியாக ஒரு முஸ்லிமைப் போட்டுவிட்டார்கள். அவனுக்கு உர்து தவிர வேறு மொழியொன்றும் எழுதத் தெரியாது. அவன் ஆபீஸ் வேலையெல்லாம் உர்துவில்தான் செய்கிறான். அவன்போல இன்னும் நிறையப் பேரை ரயில்வேக் குள் கொண்டுவந்து விட்டார்கள். ரயில்வே ஒன்று மட்டும் எப்படியோ ஒரு தனி ராஜ்யமாக இருந்தது. அங்கே மட்டும் வெள்ளைக்காரர்களும் சட்டைக்காரர்களும் தமிழ்க்காரர் களும் தெலுங்குக்காரர்களும் இருந்தார்கள். இப்போது அதுவும் நிஜாம் ராஜ்யமாகி விட்டது. புதிதாக வந்த துலுக்கர்களில் பாதிப்போர் பம்பாயிலிருந்தும் பாட்னாவிலிருந்தும் வந்திருக் கிறார்கள். ஒவ்வொருத்தன் உருதுவும் ஒவ்வொரு மாதிரி இருக்கிறது. அவர்கள் ஒருவருக்கொருவர் பேசிக்கொள்வது அவர்களுக்கே புரியவில்லை என்று அப்பா சொன்னார். அப்பா பயந்துகொண்டிருக்கிறார். எது என்னது என்று குறிப் பாகச் சொல்லமுடியவில்லை. ஆனால் பயந்துகொண்டிருந் தார். அப்பா வாக்கிங் ஸ்டிக்கை ஒருநாள் ஒரு போலீஸ்காரன் பிடுங்கிக்கொண்டு போய்விட்டான். போலீஸ் ஸ்டேஷனுக்கே அப்பாவை இழுத்துப் போய்விட்டான். அப்பா பயங்கர ஆயுதங்களைத் தூக்கிக்கொண்டு போகிறார் என்றான். அந்த ஸ்டேஷன் சப் இன்ஸ்பெக்டரும் அப்பாவை எச்சரிக்கை செய்து வெளியே விட்டான். அப்பாவின் கைத்தடியைத் திருப்பித் தரவில்லை. வீட்டில் இன்னும் இரண்டு மூன்று கைத்தடிகள் இருக்கின்றன. ஆனால் அப்பா இப்போது கைத் தடியே எடுத்துச் செல்வதில்லை. கைத்தடி இல்லாமல் அப்பா நடந்து போவது ஏதோ மாதிரி இருக்கிறது. அப்பா இப்போது அதிகம் வெளியே போவதில்லை. வீட்டில் யாருமே அதிகம் வெளியே போவதில்லை. இங்கே ஊரிலேயே யாரும் அதிகம் வெளியே போவதில்லை. இன்றைக்கு நாகரத்தினம் தனியாக வெளியே வந்திருக்கிறாள். அவளுக்குத் தைரியம் அதிகம்.

வீட்டில் யாரிடமும் சொல்லிக்கொள்ளாமல் வந்திருப்பாள். ஒழுங்காகச் சொல்லிக்கொண்டு வெளியே போகிற காலம் இல்லை இது.

பக்கத்து வீட்டு காஸிம் அப்பா பெயரைச் சொல்லிக் கூப்பிட்டுக்கொண்டிருந்தான். சந்திரசேகரன் வெளியே எட்டிப் பார்த்து, "அப்பா இன்னும் ஆபீஸிலிருந்து வரவில்லை," என்றான்.

காஸிம், "என் வீட்டிலே தண்ணீரே ஒன்றும் வராமல் இருக்கிறது. என்ன கோல்மால் பண்ணியிருக்கிறீர்கள் நீங்கள்?" என்று கேட்டான். காஸிம் வீட்டில் இருப்பதே தெரியாது. அவன் வீட்டில் இருப்பதெல்லாம் அவனுடைய ரேடியோ ஒன்றுதான் என்பதுபோல அதுதான் எப்போதும் அலறிக் கொண்டிருக்கும். இப்போது கொஞ்சம் நாட்களாகக் காஸிம் கத்துகிறான். அப்பாவைப் பார்த்துக் கத்துகிறான். மிரட்டுகிறான்.

"ஒன்றுமே செய்யவில்லையே! எங்கள் வீட்டிலும் தண் ணீரே வரவில்லை," என்று சந்திரசேகரன் சொன்னான்.

"என்னடா வரவில்லை? அங்கே தடதடவென்று கொட்டிக் கொண்டிருப்பது எப்போதுமே கேட்டுக்கொண்டிருக்கிறது தகல்பாஜ் வேலையா பண்ணுகிறீர்கள்?"

"ஒன்றுமே இல்லையே..."

இப்படிச் சொல்லிக்கொண்டிருக்கும்போதே காஸிம் அந்த இரு வீட்டையும் பிரித்துத் தடுத்த சுவர் வழியாக ஏறிக் குதித் தான். சந்திரசேகரனைப் பிடித்துத் தள்ளிவிட்டுச் செருப்புக் காலுடன் அவர்கள் வீட்டு உள்ளே கத்திக்கொண்டே போனான். சந்திரசேகரன் அவனைப் பின்பற்றிக்கொண்டே போனான்.

காஸிம் அவர்கள் பூசை அறை சமையலறையைத் தாண்டிக் கொல்லையில் இருந்த குழாயருகில் சென்றான். லான்சர் பாரக்ஸில் அப்படித்தான் ஏற்பாடு. மெயின் குழாயிலிருந்து ஒரு இணைப்பு. அதில் இரு வீடுகளுக்குக் குழாய்கள். அதன் படி சந்திரசேகரன் வீட்டிற்கும் காஸிம் வீட்டிற்கும் ஒரு இணைப்பைப் பிரித்து அந்த வீட்டிற்கொன்றும் இந்த வீட்டிற் கொன்றுமாகக் குழாய்கள். முன்பெல்லாம் தண்ணீர் நன்றாகத் தான் வந்துகொண்டிருந்தது. ஆனால் இப்போது கொஞ்ச நாட்களாக மிகவும் குறைவாகத்தான் வருகிறது.

காஸிம் குழாயடியில் போய் "இதென்ன?" என்று கேட்டான்.

சந்திரசேகரன் ஒன்றும் புரியாமல் நின்றான். அம்மா பயந்துகொண்டு சமையலறையிலிருந்து எட்டிப் பார்த்துக் கொண்டிருந்தாள்.

அசோகமித்திரன்

“ஏண்டா குழாயை எப்போதுமே திறந்து வைத்திருக்கிறாய்?”

காஸிம் குழாயைத் திருகி மூடினான். அவன் பலங்கொண்ட வரையில் அதை அழுத்தித் திருகினான். பிறகு கொல்லைப்புறத் தைத் சுற்று முற்றும் பார்த்தான். எருமை மாட்டுக்கு வைத்திருந்த கழுநீர்த் தொட்டி அவன் கண்ணில் பட்டது.

“இங்கே மனிதர்களுக்கே தண்ணீரில்லாமல் தவிக்க வேண்டி யிருக்கிறது, மிருகங்களுக்குக் கொட்டியா வீணடிக்கிறாய்? இன்று இரவுக்குள் இந்த மாடு இங்கேயிருந்து போக வேண்டும்.”

அம்மா தன்னை இன்னும் சிறிது வெளிப்படுத்திக் கொண்டு தமிழில் சமாதானமாக, “நாங்க மாட்டுக்கு நல்ல தண்ணியே வைக்கறதில்லே. அதுக்கு எல்லாம் கழுவுற தண்ணி தான் தறோம்,” என்றாள்.

காஸிம் அம்மாவைப் பார்த்துக் கத்தினான். “இது என்ன, உன் சொந்த ஜாகீர் என்று நினைத்தாயா? இங்கே ரயில்வே குவார்டர்ஸில் எப்படி மாடு வைத்துக்கொள்வாய்? இதையே ரிப்போட் பண்ணி இரண்டு நாட்களில் உங்கள் சட்டி பானை யெல்லாம் இங்கேயிருந்து தூக்கியெறியச் செய்வேன். ஜாக்கிரதை!”

காஸிம் போகும்போது சந்திரசேகரனிடம், “உன் அப்பா வந்தவுடனே என்னை வந்து பார்க்கச்சொல்லு,” என்றான். அப்போது மாடு எதற்கென்று தெரியவில்லை, நொய் என்றது. காஸிம் மீண்டும் உள்ளே வந்து மாட்டை எட்டி உதைத்துவிட்டு வேளியே போனான். அவன் போன பிறகு வாசல் கதவைச் சாத்தித் தாழ்ப்பாளிடச் சந்திரசேகரன் போனான். காஸிம் வீட்டுத் தோட்டத்தில் பியாரி பேகம் நின்றுகொண்டிருந்தாள். அவள் சந்திரசேகரனைப் பார்த்தாள். இலேசாகத் திருட்டுத் தனம் கலந்த புன்னகை புரிந்தாள். அவளுக்கு அவளுடைய அப்பா இங்கு வந்து கத்திவிட்டுப் போனதெல்லாம் தெரியாமல் இருக்கலாம். அவளுடைய அப்பா அப்படி அதற்கு முன் செய்தவனே இல்லை. சந்திரசேகரன் தலையைக் குனிந்து கொண்டு கதவைச் சாத்தினான்.

அந்த ஊரில்கூட அவர்கள் அதற்கு முன்னர் பல வாக்கு வாதங்களில் ஈடுபட்டிருக்கிறார்கள். வேலைக்காரி, பால்காரன், கக்கூஸ்காரி, தச்சன், தையற்காரன், டாங்காவாலா இப்படிப் பல பேர்களுடன் நிறையச் சண்டை போட்டிருக்கிறார்கள். இந்தக் காஸிம் குடும்பத்தாருடன் கூட எவ்வளவோ வருஷங் களுக்கு முன்னால் சண்டை போட்டிருக்கிறார்கள். காஸிமுடைய பெண் பியாரிபேகத்திற்குக் ‘காரப்பன்னி’ என்ற பெயரே அப்படிப்பட்ட சண்டைகளில் ஒன்றில்தான் தோன்றிற்று.

ஆனால் காஸிம் எந்த வம்புக்கும் வந்தது கிடையாது. இப்போது அவன் வந்துவிட்டான்.

அம்மாவும் பெண்களுமாக ஒடுங்கிக் கிடந்தார்கள். அப்பா வீட்டுக்கு வந்தபோது அம்மா சொன்னாள், "இவ்வளவு நாள் வெளியிலே ஊர்லதான் அக்கரமம்னு சொல்லிண்டிருந்தா, இப்போ நம்ம வீட்டு உள்ளேயே வந்துடுத்தே." மாட்டை என்ன பண்ணுவது? ஊரில் இருக்கும் பால்காரர்களில் முக்கால்வாசிப் பேர் ஓடிப் போயாகிவிட்டது. இங்கே இப்போது மாடு கறந்து கொண்டிருக்கிறது. இன்னும் நாலைந்து மாதங்கள் கறக்கும்.

"அவன்தான் கூப்பிட்டிருக்கான்னியே. கேட்டுண்டு வரேன்," என்று அப்பா சொன்னார். அப்பா முகமும் மிகவும் வெளுத்து இருந்தது.

அப்பா மெதுவாக, "மிஸ்டர் காஸிம்," என்று கூப்பிட்டார். மீண்டும் "மிஸ்டர் காஸிம்," என்று கூப்பிட்டார். அதற்கும் பதில் இல்லாததால் வீட்டு வெளியே போய்ப் பக்கத்து வீட்டு கேட்டைத் திறந்துகொண்டு காஸிம் வீட்டு வாயிற்படியருகே நின்று, "மிஸ்டர் காஸிம்," என்று கூப்பிட்டார்.

காஸிம் வெளியே தலையை எட்டிப் பார்த்துவிட்டு, "என்ன?" என்றான்.

"உன்னைத்தான் பார்க்க வந்தேன்."

காஸிம் சிறிது தயக்கத்திற்குப் பிறகு அப்பாவை உள்ளே விட்டான். இதை எல்லாம் சந்திரசேகரன் குடும்பமே ஒதுங்கி நின்று கவனித்துக்கொண்டிருந்தது.

வெகுநேரம் காஸிம் குரல்தான் கேட்டுக்கொண்டிருந்தது. அப்பாவும் சிறிது நேரம் பேசினார். அப்பா காஸிம் வீட்டை விட்டு வெளியே வந்தபோது அவருக்கு மிகவும் வியர்த்து இருந்தது.

"அவனும் நியாயமாகத்தான் சொல்றான்," என்றார். "நாம குழாயை எப்பவும் திறந்தே வைச்சிருக்கக்கூடாது. அப்பப்ப தண்ணி பிடிச்சுண்டு மூடி வைக்கணும்" அப்பா இதைச் சொன்ன போது யாரும் பதில் பேசவில்லை. குழாயில் தண்ணீரே சில நிமிடங்களே வருகிறது. அதைத் திறந்து வைப்பதாலும் மூடியிருப்பதாலும் ஒன்றும் வித்தியாசம் இல்லை.

அம்மா, "மாட்டைப் பத்திக் கேட்டானா?" என்று கேட்டாள். "நம்ம வீட்டிலே நாம மாடு வைச்சுக்கறதுக்குக்கூட இவனைக் கேக்கணுமா?"

“உஸ், மெள்ளப் பேசு,” என்று அப்பா சொன்னார். அப்புறம், “மாட்டுக்குத் தண்ணியே வைக்கமாட்டோம்னு சொல்லியிருக்கேன்,” என்றார்!

குழாயைத் திறக்க முடியவில்லை. சந்திரசேகரனால், அப்பாவால்கூடத் திறக்க முடியவில்லை. காஸிம் அவ்வளவு கெட்டியாக மூடிவிட்டுப் போயிருந்தான். அம்மா, “சுத்தியெட்டுத் தட்டினாத் திறக்காது?” என்று கேட்டாள். சுத்தியினால் குழாயைத் தட்டினால் அதனால் இன்னும் என்னென்ன வம்பு வர இருக்குமோ? அப்பா இரண்டாம் முறையாகக் காஸிம் வீட்டுக்குப் போய், “மிஸ்டர் காஸிம்,” என்று கூப்பிட்டார்.

காஸிம் உடனே வரமாட்டேன் என்று சொல்லிவிட்டான். இப்போது என்ன அவசரம் என்றான். நாளைக்கு வந்து திறந்து கொடுக்கிறேன் என்றான். நாளைக் காலையில் மறுபடியும் அப்பா அவன் வீட்டு முன்னால் போய் நிற்க வேண்டும்.

அந்த மாதத்து ரேஷன் சர்க்கரை வாங்க அன்றுதான் கடைசி நாள். அநேகமாகத் தினமும் கடைக்காரனைப் போய்க் கேட்டுக்கொண்டு வந்தாயிற்று. சர்க்கரை வரவில்லை. கடைசி நாள் கடை மூடுகிற நேரத்திற்கு வந்தால் ஒரு சேர் தருவதாகச் சொல்லியிருந்தான். ஒரு சேர் என்பது இரண்டு இராத்தல். இன்று போனால் அவனுக்கு நல்ல மனதிருந்தால் கடையில் சர்க்கரை இருந்தால் ஆறு சேர் சர்க்கரை வாங்கிக் கொண்டேன் என்று ஒப்புக்கொண்டுவிட்டு ஒரு சேர் வாங்கிக்கொண்டு வரலாம்.

அம்மா, “நீயும் அப்பா கூடப் போடா,” என்றாள். சந்திரசேகரன் மௌனமாக அப்பாவுடன் வெளியே சென்றான்.

லான்சர் பாரக்ஸிலேயே பல வீடுகள் பூட்டிக் கிடந்தன. நாகபூஷணம் போலீஸ் பெர்மிட் இல்லாமல் இரயில்வே பாஸ் வாங்கி, குடும்பம் முழுக்க எங்கோ போய் விட்டாயிற்று. ஜாஃபர் அலி, மன்னாஸ், நாஷீர் வீடுகள்தான் அவற்றிற்குரிய நபர்களுடன் முழுமையாக இருந்தன.

சந்திரசேகரனும் அவனுடைய அப்பாவும் வழக்கமாகச் செல்லும் குறுக்கு வழியில் மனோகர் டாக்கீஸ் பக்கமாக ரேஷன் கடைக்குச் செல்லவில்லை. சார்லஸ் தெரு வழியாக ரெஜிமண்டல் பஜார் போலீஸ் ஸ்டேஷன் பக்கமாகச் சென்றார்கள். போலீஸ் ஸ்டேஷனே அழுது வடிந்தது. அங்கே மட்டும் ஒரே ஒரு மெர்க்குரி விளக்கு உண்டு. இப்போது அதை எரியவிடவில்லை. சிகந்தராபாத் நகரங்களில் பிரகாசமான விளக்குகள் எல்லாவற்றையும் அணைத்தாகிவிட்டது.

192 18வது அட்சக்கோடு

மற்ற விளக்குகளைச் சுற்றிக் கறுப்புப் பாவாடை அணிவித் திருந்தது. இதே மாதிரிதான் இரண்டாம் உலக யுத்தத்தின் போது தெரு விளக்குகளுக்குப் பாவாடை அணிவித்திருந் தார்கள். இந்திய விமானங்கள் சிகந்தராபாத் ஹைதராபாத் மீது விமானத் தாக்குதல் நடத்தக்கூடும். நிஜாமுக்கும் இந்திய சர்க்காருக்கும் ஒரு வருடத் தற்காலிக ஒப்பந்தம் ஏற்பட்டுத் தவணை இன்னும் ஆறு மாதம் பாக்கி இருந்தது. ஆனால் ஹைதராபாத்வரை ஏதோ யுத்தம் ஏற்கெனவே நடக்கிற மாதிரி. அதற்குத் தகுந்தாற்போலத்தான் ஊர் நிலவரமும்.

ரேஷன் கடைக்கு அந்த ராஜஸ்தானி எண்ணெய்க் கடை யைத் தாண்டிப்போக வேண்டும். மோண்டா அநேகமாகக் காலியாக இருந்தது. எண்ணெய்க்கடை பூட்டியிருந்தது. அந்தக் கடை ஆர்ய சமாஜ் பையனை ஒருநாள் போலீஸ்காரர்கள் நடுத்தெருவில் பிடித்துத் துவண்டு விழும்படி அடித்து விட் டிருந்தார்கள். அன்றைக்குச் சந்திரசேகரன் வீட்டில் அந்தக் கடையில் எண்ணெய் வாங்கச் சென்றிருந்தது. எண்ணெய் வாங்கவில்லை, முகமெல்லாம் தாறுமாறாக வீங்கிக் கிடந்த அந்தப் பையனைத்தான் பார்க்க முடிந்தது.

சந்திரசேகரன் மௌனமாக அப்பாவின் பக்கத்தில் போய்க் கொண்டிருந்தான். இரண்டாண்டுகளுக்கு முன்புகூட அப்பா வும் அவனும் மோண்டாவுக்கு வருவதாயிருந்தால் எவ்வளவு உற்சாகமாக இருக்கும்! இதற்குள் எத்தனை விஷயங்கள் பற்றிப் பேசிவிடுவார்கள், எவ்வளவு தெரிந்த பேரைச் சந்தித்துப் பேசியிருப்பார்கள்! முதலில் தெரு நடுவில், அப்புறம் சிறிது தள்ளி, இன்னும் சிறிது தள்ளி, கடைசியாகத் தெரு ஓரமாக நின்று அப்பாவும் அப்பாவுக்குத் தெரிந்தவருமாக வெகு ரசமாகப் பேசுவார்கள். சந்திரசேகரனுக்குக்கூட நின்று அதைக் கேட்டுக்கொண்டிருப்பது களைப்பைத் தரும். அதே சமயத்தில் பல புதிய உலகங்களும் தெரியவரும். இன்று இருவருமாகக் கிட்டத்தட்ட இரண்டு மைல் நடு ஊரில் நடந்து வந்திருக் கிறார்கள். இன்னும் ஒரு தெரிந்த மனிதன்கூடப் பேசக் கூப்பிடவில்லை.

ரேஷன்காரன் பையை வாங்கிக்கொண்டு ரேஷன் கடைக்குப் பக்கத்து வீட்டிற்குள் சென்றான். அவனிடம் பணமும் ரேஷன் கார்டும் முதலிலேயே கொடுத்தாகிவிட்டது. பத்து நிமிஷங்கள் கழித்து அவன் பையில் ஒரு சிறு பொட் டலத்தைப் போட்டுக்கொண்டு வந்தான். அதுதான் அந்த மாதமெல்லாம் அவர்கள் உபயோகிக்கக்கூடிய சர்க்கரை.

“ஏம் பாபு, பீயம் தொருக்கதா? ஒக்க ஐது சேர்லு உண்ட்டே கூட எந்த்தோ சாலிப் போத்ததி,” என்று அப்பா அவனிடம் சொன்னார்.

அவன் சொன்னான், "அரிசி இருக்கிறது என்ற பெயர் தவிர வேறே நல்ல அரிசியே கிடையாது. பார்க்கப்போனால் ரயில்வே ரேஷனில் நல்ல அரிசி தருகிறார்கள் என்று சொல்கிறார்கள்."

அப்பா சொன்னார். "எங்கள் அரிசியும் ஒரே சிவப்பு, மண்ணு மட்டைதான். எல்லாருக்கும் பேதியாக ஆரம்பித்து விடுகிறது. அதனாலேயே சோள ரொட்டியே தேவலை என்று சமைக்கிறோம். ஆனால் சோள ரொட்டி எங்களுக்குப் பழக்கமே ஆகவில்லை."

அந்தக் கடைக்காரன் ரகசியமாகச் சொன்னான், "இங்கே இப்போ அரிசி, சாப்பாட்டு சாமான் வருவதில்லை. ஏரோப்ளேனில் துப்பாக்கியும் டாங்கிகளும்தான் வந்து இறங்குகின்றன. இன்றைக்குக்கூட அந்த வெள்ளைக்காரனின் ஏரோப்ளேன் மலக்பெட்டில் வந்து இறங்கியதாம்."

"அப்படியா?"

ஆனால் அது அப்பாவுக்குத் தெரிந்ததுதான். சந்திரசேகரனுக்கும் தெரிந்ததுதான். சிட்னி காட்டன் என்னும் ஒரு வெள்ளைக்கார கடத்தல்காரன் நிஜாம் படைகளுக்கு வெளி நாடுகளிலிருந்து ஆயுதங்கள் வாங்கி இந்திய விமானப் படைக்கு நாமம் போட்டுவிட்டு ஹைதராபாத்துக்குள் கொண்டு சேர்த்து விடுகிறான். வதந்தி முதலில் இரண்டு மூன்று தடவைதான் என்றிருந்தது. இப்போது அது டஜன் கணக்காக ஆகிவிட்டது. சிட்னி காட்டன் ஒரு சிறிய டாங்கியை விமானத்தில் கொண்டு வந்துவிட்டான் என்று சொல்லிக்கொண்டார்கள். இதனால் பீதி இன்னும் அதிகமாயிற்று. சிகந்தராபாத்திலிருந்து இருபது மைல் தூரம்கூட இருக்காத பீபி நகர் என்னும் ஒரு ஊரில் அந்த ஊர்க்காரர்களுக்கு ஒரு பாடம் கற்பிக்க வேண்டுமென்று காசிம் ரஸ்வி ஆட்கள் ஹைதராபாத் போலீசைச் சேர்ந்த நான்கு டிரக்குகளில் போய் இறங்கிக் கடைத் தெருவையே கொளுத்திச் சாம்பலாக்கி விட்டார்கள். வீடுகள், கடைகள் சூறையாடி விட்டாயிற்று. மூன்று பேரைக் கொன்றாயிற்று, நாற்பதுக்கும் மேல் காயம். உண்மையில் காயம்பட்டவர்கள் எண்ணிக்கை எவ்வளவு என்று தெரியாது. ஆனால் எல்லாவற்றையும்விடக் கலக்கிவிட்டது பெண்கள் ... பெண்கள் ...

சர்க்கரையை வாங்கிக்கொண்டு அப்பா உடனே வீடு திரும்புவதாக இல்லை. இவ்வளவு தூரம் வந்துவிட்டு நான்கு காய்கறி வாங்காமல் போவதா? சந்திரசேகரனும் அவனுடைய அப்பாவும் மோண்டா மேடைமீது ஏறி அங்கு விரிக்கப்பட்ட மிகச் சில கடைகளில் காய்கறி வாங்கிக்கொண்டார்கள். அப்பா மார்க்கெட்டுப் பக்கம் சென்றார். மார்க்கெட்டு நுழை

வாசல் மீது ஒரு பெரிய கடிகாரக் கூண்டு. அந்த நுழைவாசல் இருபுறங்களிலும் இரு பட்சணக் கடைகள். ஒன்றின் பெயர் பாரத் பவன். இன்னொன்று ஷோலாப்பூர்வாலா. பாரத் பவனை மூடியாயிற்று. ஷோலாப்பூர்வாலா இன்னும் வியா பாரத்தைத் தொடர்ந்து நடத்திக்கொண்டிருந்தான். அவனிடம் அப்பா ஆறு அணாவுக்குக் கட் கட்டென்ற இனிப்புப் பட்சணம் வாங்கினார். அதையே ஸோன் மிட்டாய் என்றும் சொல் வார்கள். அப்பா ஆபீஸிலிருந்து திரும்பிய நேரம், வீட்டில் காஸிமால் நேர்ந்த ஒரு இறுக்கம், அப்பா காஸிம் வீட்டு முன்னால் மிஸ்டர் காஸிம், மிஸ்டர் காஸிம் என்று கூப்பிட்டுக் கொண்டு நின்றது, மூடிய எண்ணெய்க்கடை முன்னால் ஒரு கண் நின்றது. ரேஷன்காரன் அரிசி கிடையாது, துப்பாக்கி வந்திறங்குகிறது என்று சொன்னது – இதெல்லாவற்றுடன் இந்த ஸோன் மிட்டாய் வாங்குதை எப்படிப் பொருத்திப் பார்ப்பது?

அப்பா கடைக்காரனிடமிருந்து ஒரு சிறு துகள் வாங்கிச் சந்திரசேகரனிடம் கொடுத்தார். சந்திரசேகரனும் அதை வாயில் போட்டுக்கொண்டான். அந்த இனாம் துகளுக்காக அவன் சிறுவனாக இருந்தபோது எவ்வளவு எதிர்பார்ப்புடன் துடித்துக் கொண்டிருந்திருக்கிறான்! இப்போது அவன் மீசை முளைத்து ஆளாகிவிட்டான். ஆனால் அப்பா பழையபடியே இனாம் துண்டு வாங்கித் தருகிறார்.

அவர்கள் கடையைவிட்டுத் திரும்பியவுடன் அப்பா கேட்டார், “எப்படி இருக்கு?”

“நன்னாயிருக்கு.”

புருஷோத்தம் டாக்டர் அவருடைய டிஸ்பென்ஸரியை மூடிக்கொண்டிருந்தார். இப்போது அவர் அப்பாவைப் பார்த்து, “ஒரு நிமிஷம் மிஸ்டர் ஐயர்” என்றார்.

புருஷோத்தம் அவருடைய கடையின் முக்கால்வாசிப் பலகைகளைச் செங்குத்தாக அடுக்கி வைத்துவிட்டார். இன்னும் இரண்டு பலகைகளைப் பொருத்தி வைத்துவிட்டால் கடையை மூடியாகிவிடும்.

அப்பா முதலில் நின்றார். அப்புறம் அவரும் ஒரு பலகையை எடுத்துக்கொண்டார். சந்திரசேகரன் பூட்டைக் கையில் பிடித்துக் கொண்டான். மூவருமாக எல்லாப் பலகைகளையும் சரியாகப் பொருத்தி வைத்துவிட்டுக் கடைசியில் பூட்டியும் விட்டார்கள். புருஷோத்தம் டாக்டர் அவருடைய தொளதொள பாண்ட்டை ஒரு கழுத்து டை கொண்டுதான் இடுப்பில் கட்டிக்கொண் டிருப்பார். இன்றும் அப்படித்தான்.

டாக்டரும் அப்பாவும் முன்னே பேசிக்கொண்டு போக, சந்திரசேகரன் அவர்களைப் பின்தொடர்ந்து சென்றான். புருஷோத்தம் டாக்டர் அவருடைய கஷ்டங்களை அப்பாவிடம் சொல்லிக்கொண்டிருந்தார். அங்கே பழக்கமாகிப்போன கஷ்டங்கள்தான். அவரைத் தனியாக விட்டுவிட்டு மனைவி, மகன், மருமகள், குழந்தைகள் எல்லாரும் ஊருக்குப் போய் விட்டார்கள். அவரையும் கூப்பிட்டார்கள். ஆனால் டிஸ்பென் ஸரியை விட்டு எப்படிப் போவது? கடையில் முன்பு ஒரு பையன் வேலை செய்துகொண்டிருந்தான். இப்போது அவன் எங்கேயோ ஓடிவிட்டான். டாக்டரே கடையை முழுக்கத் திறக்காமல் உள்ளே தரையைப் பெருக்கி, நாற்காலி மேசை எல்லாம் துடைத்த பின் எல்லாப் பலகைகளையும் எடுத்து டிஸ்பென்ஸரியைத் திறக்கிறார். இந்த வயதில் இந்த மாதிரிப் பலகைகள் கொண்டு மூடித் திறக்கும் இடத்தைச் சமாளிப்பது அவருக்கு மிகவும் கஷ்டமாக இருக்கிறது. முந்தின இரவு ஒரு பலகையை அவருடைய வலது கால் கட்டை விரலில் போட்டுக்கொண்டு விட்டார். அவருடைய வீட்டில் நிலைமை இன்னும் மோசம். ஒரு வேலைக்காரியை நம்பித்தான் எல்லாம் நடக்க வேண்டும்; அவள் மிகவும் பொல்லாதவளாக இருக் கிறாள். யார் யாரையோ வீட்டுக்கு அழைத்து வந்து சோறு போட்டுக்கொண்டிருக்கிறாள். சாமான்களே கிடைக்காமல் திண்டாடும் இந்த நாளில் இதையெல்லாம் சமாளிக்க முடியுமா? ஏதாவது சொன்னால் அவளும் போய்விடுவாளோ என்று பயமாக இருக்கிறது. ஐம்பது வருடம் அவருடைய மனைவி மக்களுக்காக அவர் உழைத்திருக்கிறார். கவலைப்பட்டிருக் கிறார், எல்லாரையும் போஷித்து வளர்த்திருக்கிறார், இப்போது கடைசிக் காலத்தில் அவரைத் தனியாகத் திண்டாட விட்டு விட்டு எல்லோரும் ஓடிப்போய் விட்டார்கள். இங்கேயே இருந்தால் யார் வந்து விழுங்கிவிடப் போகிறான்? இந்த மாதிரி கலாட்டா எல்லா நாளிலும்தான் இருந்திருக்கிறது. அதற்காக எல்லாரும் ஓடிப் போய்விடுவதா? கொழுப்பெடுத்த வர்கள்தான் ஓடிப் போகிறார்கள். ஓடிப்போன இடத்தில் என்ன செய்ய முடியும்? அங்கேயே நிரந்தரமாக இருந்துவிட முடியுமா? எப்படியும் திரும்பி வந்துதானே ஆகவேண்டும்?

சந்திரசேகரனும் அவனுடைய அப்பாவும் புருஷோத்தம் டாக்டரை அவருடைய வீடுவரை கொண்டுபோய் விட்டார்கள். அவர் உள்ளே போனதும் அந்த வீடு அவரை விழுங்கிவிட்டது போலத்தான் தெரிந்தது.

மீண்டும் ரயில்வே ஸ்டேஷன் வந்து ரெஜிமண்டல் பஜார் போலீஸ் ஸ்டேஷன் வழியாகத்தான் அவர்கள் வீடு திரும்பி

னார்கள். வெளியே சுற்றியது மன அழுத்தத்தைக் குறைத் திருந்தது. அப்பாவும் பிள்ளையும் பேசிக்கொள்ளவில்லை. ஆனால் அது அப்போது விசேஷ அர்த்தம் உடையதாகத் தோன்றவில்லை.

மே மாத இரவு சுகமாக இருந்தது. கண்ணுக்குத் தெரியாத இடங்களிலிருந்தெல்லாம் ராத் – கி – ராணி பூ மலருவதன் மணம் வீசிக்கொண்டிருந்தது. அந்தப் பூவின் மணம் பலமாக வீசிக்கொண்டிருந்தால் பக்கத்திலேயே பாம்பும் எங்காவது இருக்க வேண்டும் என்பார்கள். பாம்பு பச்சை உருளைக்கிழங்கு வாசனையைக் கிளப்பிவிட்டிருக்கும். ஏனோ பாம்புக்கு அப்படி யொரு வாசனை. ஆனால் இப்போது வெறும் பூ மணந்தான். கீய்ஸ் ஹைஸ்கூலிலிருந்து லான்சர் பாரக்ஸ் வரை ராத் – கி – ராணி மணந்தான். அது யாருக்கும் எந்தப் பாரபட்சமும் காண்பிக்கவில்லை. அது சுதந்திரத்தையும் லட்சியம் செய்ய வில்லை. அடிமைத்தனத்தையும் பொருட்படுத்தவில்லை. யார் அதற்கு ராணி என்று பெயர் வைத்தார்கள். எவ்வளவு பொருத்த மான பெயர்.

வீட்டை அடைந்தபோது அங்கு நல்லகுட்டா சையது உட்கார்ந்திருந்தார். அப்பாவைப் பார்த்துவிட்டு, “என்னடா இப்படி முட்டாளா இருக்கே? உன் பெண்சாதி சொல்றா பக்கத்து வீட்டுக்காரன் இங்கே வந்து சத்தம் போட்டுட்டுப் போறான்னு. அவனுக்குத் தண்ணி வரலைன்னா சத்தம் போட மாட்டானாடா? இன்னமும் சட்டநாபுரம் அக்கிர ஹாரத்திலே இருக்கிற மாதிரி இங்கேயும் இருக்கணும்னா முடியுமாடா? என்னடா பையனே! படிப்பை மூட்டை கட்டி வைச்சாச்சோல்லியோ? ஏண்டா இப்படிக் கண்டவன் பேச்சைக் கேட்டுண்டு ஆடறீங்க? ஊர் இரண்டு பட்டா கூத்தாடிக்குக் கொண்டாட்டம்னு அவுங்க அப்படித்தான் ஏதாவது கிளப்பிவிட்டுண்டே இருப்பாங்க. உங்க புத்தி எங்கேடா போச்சு . . .”

அப்பா பதில் சொல்லாமல் நேரே உள்ளே போனார். சர்க்கரை, காய்கறிகளைச் சமையலறையில் வைத்துவிட்டு சையது பக்கத்தில் ஒரு நாற்காலி போட்டுக்கொண்டு உட்கார்ந்தார். சையது தொடர்ந்து பேசிக்கொண்டிருந்தார். “என்னடா உங்க ரயில்வேலேதான் ரொம்ப மக்கர் பண்றாங்க ளாமே? எத்தனை பேரு பாவம் வீடுவாசல் எல்லாம் விட்டுட்டு உசிருக்குப் பயந்துண்டு இங்கே வந்து சேந்திருக்காங்க – அவங்களை ரயில்வேலே எடுத்துக்கறதில்லையாம், ஒரே ரெட்டி களும் நாயுடுகளுமாச் சேர்ந்து உள்ளே நுழைய முடியாதபடி பண்றாங்களாம். ஏண்டா, ரயில்வே என்ன உங்க பாட்டன்

வீட்டுச் சொத்தா? எல்லாம் அந்த நைஜாமுதுதானே. அவரு ஆளுங்களுக்கு அவரு ரயில்வேலே வேலை இல்லேன்னா என்னடா அக்கிரமம்! ஒரு தர்மம் நியாயம் வேண்டாம்?"

"ஆமாம், நீ எப்படி இருக்கே சொல்லு," என்று அப்பா சொன்னார்.

"எனக்கென்னடா குறைச்சல்? சௌக்கியமா இருக்கேன். நல்லகுட்டா வாலண்டியர்ஸ் கோரிலே என்னை காப்டனாப் பண்ணியிருக்காங்கடா, பாரு கௌரவம் எப்படி வருதுன்னு? நான் அங்கேயே மாயவரத்திலேயும் கடலூரிலேயும் இருந்தா என்னை இந்த வயசிலே எவனாவது மதிப்பானா?"

"ஏதாவது சாப்படறியா? சோள ரொட்டிதான். ஆனா, கத்தரிக்காய்க் கூட்டு பண்ணியிருக்கு. உனக்குத்தான் கூட்டு ரொம்பப் பிடிக்குமே?"

"நான் நீ வரதுக்கு முன்னாலியே கேட்டு வாங்கிச் சாப்டுட்டேண்டா. அப்போதான் சொன்னா உன் பெண்சாதி குழாயைப் பத்தி. குழாயைத் திறந்து கொடுத்திட்டேன். சும்மா பாவம் பக்கத்து வீட்டுக்காரன் மேலே அபாண்டமெல்லாம் சுமத்திக்கிண்டு இருக்கீங்க, உனக்கு இன்னும் அனுபவமே போறாது."

"வீட்டிலே எல்லாரும் . . . சௌக்கியந்தானே? பெரியவனுக்கு வேலை கிடைச்சுதா?"

"வேலைக்கு என்னடா குறைச்சல்? மெட்ராஸ்காரன் மாதிரியா? இந்த நாட்டிலே வரவங்களுக்கெல்லாம் வேலை இருக்கே. மவன் என்கூடவே வாலண்டியர்ஸ் கோரிலே இருக்கான். உன்னை அந்தப் பக்கமே காணோமே?"

"உன் வீட்டுக்குப் போன வாரம் வந்திருந்தேன். நீ வெளியிலே எங்கேயோ போயிட்டயாம்."

"ரஸ்வி சாப் மீட்டிங்குக்குத்தான் போயிருந்தேன். அப்போத்தாண்டா தெரிஞ்சுது இந்தக் காங்கிரஸ்காரங்க செய்யற அக்கிரமம் முழுக்க. நம்ம பி.எம். புகார் சொல்லியிருக்காரு இந்தியாக்காரங்க மேலே. எவ்வளவோ வருஷமா வழக்கமா வர்ர பண்டங்க எல்லாத்தையும் திடீர்னு நிறுத்தினா ஜனங்க என்னடா பண்ணுவாங்க. அப்புறம் அவுங்க இஷ்டப்படி ஏரோப்ளேனை ஹைதராபாத் மேலே விடறது இதை எடுத்துப் புகார் பண்ணினா என்ன பதில் சொல்லியிருக்காங்க தெரியுமா?"

"எனக்குத் தெரியாது. இதெல்லாம்தான் பேப்பர்லே வரதில்லையே."

"நீ ஏண்டா இங்கே இருக்கிறவங்களைப் பட்டினி போட்டுச் சாகடிக்கிறேன்னு கேட்டா நீ ஏன் பாகிஸ்தானுக்கு இருபது கோடி ரூபா கொடுத்தே, நீ ஏன் கூட்டம் போடறே, நீ ஏன் அத்தைப் பண்ணறே இத்தைப் பண்ணறேன்றான். என்னடாது ஓநாய் ஆட்டுக்கு நியாயம் வழங்கறது."

"அது என்ன இருபது கோடி?"

"பாகிஸ்தானுக்கு நம்ம நைஜாம் கடன் கொடுத்திருக்காரு. ஏண்டா, அதுவும் முஸ்லிம் ராஜ்யம், ஒத்தனுக்கொத்தன் ஒத்தாசை பண்ணிக்க மாட்டான்? இந்தப் பஞ்சாப்காரங்க தான் அந்த நாட்டையே சுட்டெரிச்சுப் பாழாக்கிட்டு ஓடி வந்திருக்காங்க. இல்லாத அயோக்கியத்தனம் நீ பண்ணிட்டு ஏன் அங்கே பணம் அனுப்பிச்சே, நீ ஏன் அங்கே ஆள் அனுப்பிச் சேன்னா இவன் யாரு கேக்கறதுக்கு? ஒரு துப்பாக்கிச் சத்தம் கேட்டா அப்படியே ஓடி ஒளிஞ்சுக்கிற பயலுவங்க. இங்கே வாலாட்டினாங்கன்னா ஒட்ட நறுக்கிடுவோம்."

"இதோ பார், சையது. எனக்கும் கொஞ்சம் கொஞ்சம் தெரியும். இங்கே இந்தியப் பணமே செல்லாதுன்னு ஆர்டர் போட்டா இந்தியப் பண்டம் மட்டும் உள்ளே வருமா?"

"என்னத்துக்கடா இந்தியப் பணம்? இங்கே ஹாலிப்பணம் தலைமுறை தலைமுறையா இருந்துண்டிருக்கலே? பிரிட்டிஷ் காரன் முன்னே பணம் போட்டான், அதை நம்பலாம். திடீர்னு இந்த வெள்ளைத் தொப்பிக்காரங்க நாற்காலிலேயே உக்கார்ந் துண்டா இவன் காசை எப்படிடா நம்பி வாங்கறது?"

"நீ நைஜாமுக்கு மந்திரியாகணும்டா."

"கட்டாயம் ஆகத்தான் போறேண்டா. இந்த அக்கிரமத்தை யெல்லாம் பார்த்துண்டு என்னாலே வெறுமனே இருக்க முடியலை. ரத்தம் கொதிக்கறது. ஏதாவது செய்யணும்டா. டேய், உனக்கு இன்னோண்ணு சொல்றேண்டா. ரொம்ப ரகசியமா வைச்சுக்கோ. கம்யூனிஸ்ட்காரங்க, ஏதோ கொள்ளைக் காரங்க, போக்கிரிங்கன்னுதானே நினைச்சோம். அப்படி இல்லை யடா. அவுங்க இந்த வெள்ளைத் தொப்பிக்காரங்களைக் கிட்டே நெருங்காதேன்னு சொல்லறாங்க, தெரியுமா? அவுங்களுக்கு நன்னாத் தெரியும், இந்தக் காங்கிரஸ்காரங்க பவிஷு. இன்னித் தேதியிலே இந்தியாவுக்கும் நைஜாமுக்கும் சண்டை வந்தா நம்ப பக்கத்திலே முதல்லே நிக்கறது கம்யூனிஸ்டுங்கதான். எல்லாம் ரகசியமா ஏற்பாடாயிண்டிருக்கு. யார்கிட்டேயும் வாயைத் திறக்காதே."

4

இரயில்கள் போய் வருவது நின்று நான்கு நாட்களாயிற்று. அத்துடன் தபால், தந்தி, இந்தியப் பத்திரிகைகள், விருந்தாளிகள் வருவதும் நின்றாயிற்று. இனி ஹைதராபாத் சமஸ்தானம் நாற்புறமும் நிலம் சூழ்ந்த தீவு.

அதற்கும் மேலும் ஏதோ ஆகிக்கொண்டிருக்கிறது என்று பக்கத்து வீட்டு காஸிம் ரேடியோ காண்பித்து விட்டது. பாகிஸ்தானின் தேசத் தந்தை முகம்மது அலி ஜின்னா இறந்துவிட்டார். காந்தி இறந்துபோய் எட்டு மாதங்கள்கூட ஆகவில்லை. காஸிம் வீட்டு ரேடியோ காயிதே - ஆஜமின் மறைவைப் பெரிதாகத் துக்கம் கொண்டாடியது. பத்திரிகைகள் மிகவும் ஜாக்கிரதையாக இருந்தன. ஹைதராபாத்தின் தெருக்களில் ஒரு முஸ்லிம் பத்திரிக்கையாளனின் இரத்தம் குண்டடிபட்டதில் பெருகி உறைந்து போயிருக்கிறது. அவனுடைய சதையும்கூட. ஷொயபுல்லாகானின் கைகள் இரண்டும் வெட்டப்பட்டுத் தூக்கி எறியப்பட்டன. அந்தக் கைகள் இம்ரோஜ் பத்திரிகையில் "ஹைதராபாத் சமஸ்தானம் இந்தியாவுடன் சேராமல் இருக்க முடியாது" என்று எழுதின. இதை ஒரு ஹிந்து எழுதியிருந்தால் அவனைச் சிறையில் அடைத்தால் போதும். ஆனால் முஸ்லிம், ஒரு நன்றி கெட்ட முகம்மதியன் இப்படி எழுதலாமா? முதலில் அப்படி நினைக்கவும் செய்யலாமா? துரோகிகளே ஜாக்கிரதை! உங்களுக்கும் அந்தப் பன்றியின் கதிதான் கிடைக்கும்.

ஆனால் சந்திரசேகரன் ஏதோ ஒரு புது வித்தியாசத்தை உணர்ந்தான். அதை அவனுக்கும் முன்னால் அவனுடைய அம்மா கண்டறிந்திருக்கிறாள். ரேடியோ அழுகையை விட்டுவிட்டது. நாள் முழுக்க 'தொம்

தொம்' என்று பாண்டு வாத்தியம் வாசிப்பதுபோல சங்கீதம். ஏதோ 'ஜண்டா! ஜண்டா!' என்று தொண்டையைக் கிழித்துக் கொண்டு வெறியோடு கோஷ்டிப்பாட்டு, 'கொடி பறக்குது! கொடி பறக்குது!' அதோடு மட்டும் இல்லை. 'சிரித்துக்கொண்டு பாகிஸ்தான் வாங்கினோம். இப்போது சண்டையிட்டு ஹிந்துஸ்தான் வாங்குவோம்.'

சண்டை! சண்டை நிஜமாகவே வந்துவிட்டதா?

வீட்டைவிட்டு வெளியே யாரும் போகவில்லை. ஜின்னா இறந்ததற்காக அப்பாவுக்கும் லீவு விட்டிருந்தார்கள். திங்கட் கிழமை மொத்தமாக விடுமுறை. அன்று மாலை சண்டை பற்றியும் தெரிந்துவிட்டது. இந்தியத் துருப்புகள் மேற்கிலிருந் தும் தென்கிழக்கிலிருந்தும் ஹைதராபாத் சமஸ்தானத்திற்குள் நுழைந்துவிட்டன. சமஸ்தானம் முழுவதிலும் அவசர நிலைப் பிரகடனம். எல்லா நகரங்களிலும் முழு ஏ.ஆர்.பி. நடவடிக்கை கள் உடனே மேற்கொள்ளப்படும். இரவில் ஊரில் விளக்கே கூடாது.

அம்மா வாசல் கதவு கொல்லைக் கதவு எல்லாவற்றையும் இரண்டிரண்டு பூட்டுகள் கொண்டு பூட்டிவைத்தாள். வீட்டில் சாப்பிட அரிசி கிடையாது; காய்கறி கிடையாது; தண்ணீரும் வரவேயில்லை. இன்னும் ஒருநாள் முழுக்கக் குழாயில் தண்ணீர் வரவேயில்லை என்றால் சமாளிக்க முடியாது. இப்போதே யாரும் குளிக்கவில்லை. முகம் கழுவிக்கொள்ளவில்லை. கொல்லைப்புறம்கூடப் போகவில்லை. மாடு மட்டும் இன்னும் கொஞ்சம் கறந்துகொண்டிருந்தது. அந்தப் பாலும் மோரும் இல்லையென்றால் முழுப் பட்டினிதான்.

ஆனால் செவ்வாய்க்கிழமை அப்பா ஆபீஸுக்குப் போனார். ஆபீஸில் வேலைக்கு வரவில்லை என்று ஏதாவது செய்துவிட் டால்? இருபத்தைந்து முப்பது வருட சர்வீஸ் உள்ள ஏழெட்டுப் பேரை இரயில்வேயில் டிஸ்மிஸ் செய்திருந்தார்கள். டிஸ்மிஸ் செய்யப்பட்டால் ரிடயர் ஆகும்போது கிடைக்கும் துளிப் பணத்திலும் மண் விழுந்துவிடும். வேறே வேலையும் கிடையாது. முக்கால் கிழவனான காலத்தில் குழந்தை குட்டிகளுடன் நடுத் தெருவில் நிற்க வேண்டும்.

லான்சர் பாரக்ஸ் வெளித் தோற்றத்தில் பெரிதாக மாறுதல் அடைந்த மாதிரித் தெரியவில்லை. தடிக்கடாவாக வளர்ந்துவிட்ட சட்டைக்காரன் மாரிஸும் டெரின்ஸும் ஆலமரத்தின் மீதேறி விழுதுக்கு விழுது தாவிக்கொண்டிருந் தார்கள்.

சந்திரசேகரன் ஆலமரத்தடிக்குப் போகலாம் என்று கிளம்பினான். அப்போது உள்ளே வீட்டில் குழாயில் தண்ணீர்

வர ஆரம்பித்தது. அம்மாவுடன் அவனும் ஓடிப்போய் ஐந்தாறு பாத்திரங்களில் தண்ணீர் பிடித்து வைத்தான். பக்கத்து வீட்டில் காஸிம் குடும்பத்தினரும் தண்ணீர் பிடித்துக்கொண்டிருந்தார்கள். ரேடியோவை மூடி வைத்திருந்தார்கள். முன் தினம் பகல் இரவு முழுக்க அது போர்முரசும் போர்ப்பரணியும் முழங்கி இருக்கிறது. இன்றைக்கு அதன் சப்தம் கேட்கவில்லை.

"உனக்குத் தெரிகிறதா?" என்று அம்மா கேட்டாள்.

"என்ன?"

"காஸிம் வீட்டிலே ஏகப்பட்ட பேர் வந்து குவிஞ்சிருக்கிற மாதிரி இருக்கு."

அம்மாவின் ஊகம் சரிதான். காஸிம் வீட்டில் புதிய மனிதர்கள் பலர் வந்து சேர்ந்திருந்தார்கள். எப்போது வந்திருக்கக் கூடும்? நிச்சயமாக நேற்றுப் பகலில் இல்லை. பொழுது சாய்ந்த பிறகுதான். எதற்காக வந்திருக்கிறார்கள்? இப்போது அவர்கள் பண்டிகையும் ஒன்றும் கிடையாது.

அம்மா "வேண்டாண்டா," என்றாள். ஆனால் சந்திர சேகரன் ஆலமரத்தடிக்குச் சென்றான். மாரிஸ்தான் முதலில், "எப்படி இருக்கிறாய்?" என்று கேட்டான்.

"உங்களுக்கு ஏதாவது தகவல் தெரியுமா?" என்று சந்திர சேகரன் கேட்டான்.

"என்ன தகவல்?"

"உங்கள் அப்பா டியூடிக்குப் போகவில்லையா?"

"இரயில் ஓடினால்தானே டியூடி."

"என் அப்பா போயிருக்கிறார்."

"உன் அப்பா ஆபீஸில் வேலை பார்க்கிறவர்."

"உங்களுக்குத் தகவல் ஒன்றுமே தெரியாதா?"

"யுத்தம் பற்றித்தானே? சரியாகத் தெரியவில்லை. ஆனால் இந்தியத் துருப்புகள் உள்ளே நுழைந்துவிட்டன. இன்றைக்கு நான் ஊருக்குள் போய்ப் பார்க்கப் போகிறேன்."

ஆனால் மாரிஸுக்கு முன்னால் அப்பா தகவல் கொண்டு வந்துவிட்டார். எல்லாத் திசைகளிலிருந்தும் இந்தியத் துருப்புகள் ஹைதராபாத் நகரத்தை நோக்கி முன்னேறிக்கொண்டிருக்கின்றன. சண்டை நிகழும் இடங்களிலெல்லாம் நிஜாமின் ராணுவம் ஓடிப்போய்விடுகிறது. இல்லையானால் அப்படியே கூண்டோடு சரணடைந்துவிடுகிறது. நிஜாமிற்காகச் சண்டை போடுகிறவர்கள் உண்மையில் பரட்டைத் தலையும் அழுக்குச் சட்டையு மாகக் காட்சியளிக்கும் ரஜாக்கர்கள்தான். அடிலாபாத் அருகே

வெறும் பட்டாக் கத்திகளை வீசிக்கொண்டு டாங்கிகளை எதிர்த்துப் போயிருக்கிறார்கள். ராட்சஸ அறுவடைபோலப் பத்து நிமிஷங்களுக்குள் இரண்டாயிரம் ரஜாக்கர்கள் நாச மாகிவிட்டார்கள். ஆனால் ஹைதராபாத் ரேடியோ எல்லா இடங்களிலும் ஹைதராபாத் ராணுவம் முன்னேறிக் கொண் டிருப்பதாகச் சொல்லிக்கொண்டிருக்கிறது. மசூலிப்பட்டணத் தைப் பிடித்துவிட்டதாகச் சொல்லிக்கொண்டிருக்கிறது . . .

“அங்கே கம்யூனிஸ்டுகளும் ரஜாக்கர்களோடு சேர்ந்து சண்டை போட்டாங்களா?” சந்திரசேகரன் அப்பாவைக் கேட்டான்.

சந்திரசேகரன் தன்னோடு பேசியதைக் கண்டு அப்பா ஒருகணம் திகைத்து நின்றார். அப்புறம் சொன்னார், “எனக்குத் தெரியாது. ஆனா வருஷக்கணக்கா போலீஸ் மிலிட்டரி இரண் டும் அவுங்களை வெட்டிச் சாச்சிண்டிருக்கு, அவுங்க எப்படி ரஜாக்கர்களோட சேர்ந்துப்பாங்க?”

“சையது சொன்னாரே?”

“சையதுக்கு மூளை சரியாயிருக்குன்னு நினைச்சிண் டிருக்கயா?”

சிகந்தராபாத் ஹைதராபாத் நகரங்களில் ஊரடங்குச் சட்டம். மாலை ஆறு மணிக்குமேல் தெருவில் போனால் காணப்பட்ட இடத்திலேயே சுட்டுத் தள்ளப்படுவார்கள். மசூலிப்பட்டணத்தையும் கோவாவையும் கைப்பற்றிவிட்டு ஹைதராபாத் துருப்புகள் டில்லியை நோக்கி முன்னேறிக் கொண்டிருக்கின்றன. அந்தச் செய்திகளுக்கு நடுவில்தான் இந்த ஊரடங்குச் சட்டம் அறிவிப்பு. பொதுமக்கள் ஆத்திரங் கொண்டு தாக்கிவிடாமல் இருப்பதற்காக பொலாரமில் இருந்த இந்தியாவின் ஏஜண்ட் – ஜெனரல் கே.எம். முன்ஷிக் குப் பாதுகாப்பு அளிக்கப்பட்டிருக்கிறது. அவரது மாளிகை இப்போது காவல் காக்கப்படுகிறது . . .

சந்திரசேகரன் ஆறு மணியானபோதிலும் லான்சர் பாரக்ஸிலேயே சுற்றிச் சுற்றி வந்தான். ஹிந்துக்கள் வீடு மட்டுமல்லாமல் முஸ்லிம், ஆங்கிலோ – இந்தியர் வீடுகள் கூடச் சாத்தப்பட்டு இருந்தன. ஒன்றிரண்டு விளக்கு எரிவது ஏதாவது கதவு ஜன்னல் இடுக்கு வழியாகத் தெரிந்தது. மற்ற படி ஊர் நன்றாக அடங்கிவிட்டது.

ஆக்ஸ்போர்டு தெரு நீளமாக, சுருக்கமாக அங்கங்குச் சிறிது மேடேறிப் பள்ளம் இறங்கி, தூரத்தில் வஜிர் சுல்தான் கட்டிடத்தோடு கண் பார்வையில் முடிவடைந்தது. அந்தக் கட்டிடத்திற்குப் பின்னால் மறையவிருந்த மாலைச் சூரியன்

'என்னை நோக்கி வாயேன்' என்று அழைப்பது போலிருந்தது. நாட்டில் எங்கெல்லாமோ தீப்பற்றி எரிந்துகொண்டிருக்கிறது. இதோ அணையப்போகும் சூரியனை நம்பி வெளியே போகலாமா?

சந்திரசேகரனுக்குச் சூரியனை நம்ப வேண்டும்போலிருந் தது. அவனுக்கு ஊரடங்குச் சட்டம் என்ன என்பது சொல் லளவில்தான் தெரியும். கண்ணில் பட்டவுடனே சுடுவது என்றால் எதைக்கொண்டு சுடுவார்கள்? கைத் துப்பாக்கியாலா? நீண்ட துப்பாக்கியாலா? குறி பார்த்துத்தானே சுட வேண் டும்? குறி பார்ப்பதற்குள் ஆள் ஓடிவிட மாட்டானா? பெரிய மைதானம், ஒரே நீண்ட தெரு என்றால் ஓடுபவனையும் சுடலாம். ஆனால் சந்து பொந்துகள் உள்ள தெருவானால் சுடுவது அவ்வளவு எளிதா? அவன் ஏதாவது வீட்டினுள் சென்று ஒளிந்துகொண்டுவிட்டால் அந்த வீட்டைச் சுடுவார் களா? வீட்டை எங்கே சுடுவார்கள்? வாசல் கதவிலா, ஜன்னல் கதவிலா, கூரையிலா?

ஆனால் ஆக்ஸ்போர்டு தெருவில் இதெல்லாம் தெரிந்து கொள்ள வாய்ப்பிருக்காதுபோல் தோன்றிற்று. ஆக்ஸ்போர்டு தெருவில் போலீஸ்காரனைக் கண்ணால் பார்ப்பதே அபூர்வம்; கிளாக்டவர் போனால்தான் உண்டு. இப்போது கிளாக்டவர் அருகில்கூட போலீஸ்காரனைக் காண முடியவில்லை. போலீஸ் காரன் என்றில்லை, யாருமே பார்க்கக் கிடைக்கவில்லை.

இல்லையென்று சொல்வதுபோல ஒரு பஸ் – மிகவும் பழையது – தடபடவென்று சப்தம் செய்துகொண்டு கிளாக் டவரைக் கடந்து சென்றது. இரண்டு போலீஸ்காரர்களே அந்த முழு பஸ்ஸில் இருந்தார்கள். அதில் ஒருவன் சந்திர சேகரனைப் பார்த்துவிட்டான். "போ, போ, வீட்டுக்குப்போ!" என்று கத்தினான். பஸ் வேகம் குறையாமல் சென்றுவிட்டது. அந்தப் புகை இந்த இடத்தை நூறு பேருக்குச் சமையல் செய்த இடம் போல மணக்கச் செய்தது. கடலையெண்ணெய்.

சந்திரசேகரன் தன்னுடைய நீண்ட நிழலைப் பார்த்த வாறே வீடு திரும்பினான். நிழல் பத்தடி பன்னிரண்டடி நீளம் இருக்கும் போலிருந்தது. அவனுடைய காலடியிலிருந்து தான் புறப்பட்டாலும் அது தன்னிச்சையாகவும் எங்கெங்கோ போவதும் போலிருந்தது. நிழலைப் பார்த்தால் இளைத்துப் போவாய். யார் சொன்னது? யாரோ சொன்னது. நிழலைப் பார்ப்பதற்கு இளைத்துப் போனாலென்ன? நிழல் ஏதேதோ இரகசியங்களைச் சொல்ல முயலுகிறது. அது அவன் முன் னால் குதித்து ஓடுவதெல்லாம் எதையோ தெரிவிப்பதற்குத் தான். அதன் பாஷை தெரியவில்லை. நிழலே, நிழலே! சொல்லு.

சந்திரசேகரன் வீட்டினுள் நுழையப் போகுமுன் காஸிம் வீட்டை நன்கு கவனித்துப் பார்த்தான். காஸிம் வீட்டு முன் ஜன்னலைப் புதிதாகப் பலகைகள் அடித்துத் திறக்க முடியாத படி பந்தோபஸ்து செய்யப்பட்டிருந்தது. வாசல் கதவில் ஒன்றையும் அப்படிச் செய்திருந்தது.

சந்திரசேகரன் இன்னும் உள்ளே போகவில்லை. காஸிம் வீட்டுக் கதவைத் திறந்துகொண்டு ஒருவன் வெளியே வந்தான். அவன் சந்திரசேகரனைக் கவனிக்காமல் அங்கே வீட்டுச் சுவர் பக்கத்திலேயே ஒரு நிமிடம் உட்கார்ந்துவிட்டு எழுந்தான். அவனுக்கு வயது ஐம்பது ஐம்பத்தைந்து இருக்கும். சந்திர சேகரன் அவனை அதற்கு முன் பார்த்ததே கிடையாது. எழுந்து பைஜாமா நாடாவை முடிந்துகொண்டவன் சந்திரசேகரனைப் பார்த்துவிட்டான். சந்திரசேகரனுக்கு மிகுந்த பணிவுடன் இருமுறை சலாம் செய்தான். பிறகு வீட்டு உள்ளே சென்று கதவை மூடித் தாளிட்டுக்கொண்டான். காஸிம் வீடு நிசப்த மாக இருந்தது.

ஆனால் புதன்கிழமை ஊர் நிசப்தமாக இல்லை. இப்போது ஹைதராபாத் ரேடியோவில் செய்திகளும் கிடையாது. போர் முரசும் கிடையாது. தொடர்ந்து சினிமாப் பாட்டுகளாக வந்துகொண்டிருந்தது. ஊரில் ஜனங்கள் வழக்கத்திற்கு அதிக மாகவே வெளியே வந்த மாதிரி இருந்தது. எங்கோ மூலைக் கொருவனாகத்தான் போலீஸ்காரன் தென்பட்டான். அவனும் ஏதோ மருண்டு போயிருப்பது போலத்தானிருந்தான். ஜனங்கள் வெளிப்படையாகக் கூடிக் கூடிப் பேசிக்கொண்டார்கள். போலீஸ் ஸ்டேஷன் எதிரிலேயே ஒரு சைக்கிளில் இரண்டு பேர் ஏறிச் சென்றார்கள். போலீஸ் ஸ்டேஷன்கள் காலியாக இருந்த மாதிரித் தோன்றின. ரெஜிமண்டல் பஜார் போலீஸ் ஸ்டேஷனில் சுவரில் ஜோடனையாக வைக்கப்பட்டிருக்கும் கத்திகளும் துப்பாக்கிகளும் தெருவிலிருந்தபடியே தெரியும். இப்போது யாரோ முன்னெச்சரிக்கையாக அவற்றை அகற்றி விட்டிருந்தார்கள்.

இவ்வளவு பேர்கள் இன்னும் இந்த ஊரில் இருக்கிறார் களா என்று ஆச்சரியப்படும்படி ஜனநடமாட்டம் இருந்தது. தெருக்களில் ஆண்களே தென்பட்டார்கள். எல்லாரும் ஹிந்துக் களாக இருந்தார்கள். சந்திரசேகரன் இரயில்வே ஸ்டேஷன் அருகே சென்றான். பஸ்கள் ஓடாமல் வரிசையாக நின்றுகொண் டிருந்தன. நிழலில் சிவப்புச் சட்டையணிந்த போர்ட்டர்கள் தரையில் கட்டம் வரைந்து விளையாடிக்கொண்டிருந்தார்கள். நிஜாம் கஸ்டம்ஸ் சாவடியில் கதவைப் பாதியாகத் திறந்து கொண்டு அந்த நெட்டை அம்மாள் தனியாக உட்கார்ந்து கொண்டிருந்தாள். எஸ்.பி.ஜி. ஸ்கூல் மூடிக் கிடந்தது. அங்கே

ஸ்டேஷன் எதிரே இருக்கும் பல கடைகள் மூடித்தானிருந்தன. இரு ஈரானி ஹோட்டல்கள் மட்டும் திறந்திருந்தன. இரு ஹோட்டல்களிலும் கிராமபோன் பாடிக்கொண்டிருந்தது.

சந்திரசேகரன் ஸ்டேஷன் ரோடு வழியாக நடந்து சென்றான். ஒருபுறம் கே.ஈ.எம். ஆஸ்பத்திரி. எதிர்ப்புறம் வரிசையாக ரெஃப்யூஜிகளின் கொட்டகைகள். அந்தத் தெருவில் வெளியார் நடமாட்டம் குறைவாகத்தான் இருந்தது. ரெஃப்யூஜிக் கொட்டகைகளில் பலவற்றில் புகை வந்துகொண்டிருந்தது. அவர்கள் யாரோடும் பேசுவதாகவோ வெளி உலகத் தகவல்கள் பற்றிக் கவலைப்படுவதாகவோ தெரியவில்லை. ஆஸ்பத்திரி கம்பி வேலிமீது ஈரத்துணிகளை உலர்த்தியிருந்தார்கள். எல்லாம் கந்தல் துணிகள். அவர்கள் கண்கள் கன்னங்களுக்கு ஒத்தாற் போல அவர்களுடைய உடைகளும், உடைமைகளும் பரிதாப கரமாக இருந்தன. அவர்களும் அந்த இடத்தில் இம்மாதிரி மூன்றடி நான்கடி உயரமுள்ள தடுக்குக் குடிசைகளில் வாழத் தொடங்கி ஓராண்டு ஆகிவிட்டது.

ஒரு ரெஃப்யூஜியின் கண்களைச் சந்திரசேகரன் நேரடியாகச் சந்திக்க வேண்டியிருந்தது. ரெஃப்யூஜி நட்பு தோன்றப் புன்னகை புரிந்தான். கையில் ஓரணா இரண்டணா இருந்தால் கூட அவனிடமிருந்து ஏதாவது தின்பண்டம் வாங்கலாம். ஆனால் இப்போது அந்தப் புன்னகைக்குப் பிரதியாக ஒன்றும் செய்ய முடியாது.

மோண்டாவிலும் மார்க்கெட்டிலும் இன்னும் கடைகள் எல்லாம் மூடித்தான் கிடந்தன. ஆனால் மக்கள் பேசிக்கொண்டு திரள் திரளாகத் திரிந்துகொண்டிருந்தனர். இரண்டு நாட்கள் முன்பு இப்படி ஒரு காட்சியைக் கண்டிருக்க முடியாது. இப்போதும் யாருக்கும் நிச்சயமான தகவல்கள் கிடையாது. ஆனால் இது உறுதி. இந்தியப் படைகள் நிஜாமைத் தண்டிக்கக் கிளம்பிவிட்டன. இனி எல்லாக் கஷ்டங்களுக்கும் நிவாரணம் வந்துகொண்டிருக்கிறது. இன்னும் ஒரு வாரம், இரு வாரங்கள், அதிகம் போனால் ஒரு மாதம்.

இப்படிப் புதிய நம்பிக்கை வந்திருந்தும் ஊர் ஒழுங்காகத்தான் இருந்தது. யாரும் அத்துமீறி நடக்கவில்லை. ஒருவேளை இதெல்லாம் பொய்யாயிருந்தாலும் இருக்கக்கூடும் என்ற சந்தேகமும் இருந்ததோ? அதனால்தான் மக்கள் மிகவும் உஷாராயிருக்கிறார்கள் போலிருக்கிறது.

பகலெல்லாம் சிகந்தராபாத் ஊரைச் சுற்றிவிட்டு மாலையில் சந்திரசேகரன் வீடு வந்து சேர்ந்தான். லான்சர் பாரக்ஸூம் சிறிது கலகலவென்றிருந்தது. காஸிம் வீடுகூடத் திறந்திருந்தது. காஸிமைக் காணவில்லை. ஆனால் வேறு யாராரோ சிறியவர்கள் பெரியவர்கள் வந்து குவிந்திருந்தார்கள். எல்லோருடைய

முகத்திலும் எது சொன்னாலும் இசையத் தயாராக இருக்கும் பாவம். அந்த வீட்டிற்கு வந்திருந்த ஆண்கள் யாரைப் பார்த்தாலும் சலாம் செய்தார்கள்.

மீண்டும் இரயில்வே ஆபீஸில்தான் திட்டவட்டமான தகவல்கள் கிடைத்திருந்தன. சூர்யாப்பெட் – ஹைதராபாத் சாலையில் இந்தியத் துருப்புகள் எந்தத் தடங்கலுமில்லாமல் விரைந்து வந்துகொண்டிருந்தன. எதிர்ப்பு இருந்ததெல்லாம் சுத்த அபத்தமான எதிர்ப்பு. அவுரங்காபாத்தில் கல்லூரிப் பேராசிரியர் ஒருவர் நூறு மாணவர்களுடனும் நூறு கழிகளுடனும் கவசந்தரித்த மோட்டார்களைத் தடுத்து நிறுத்த முயற்சி செய்தாராம். முதல் வேட்டு வெடித்து இருபது இளைஞர்கள் சிதறிப்போய் விழுந்தார்கள். மற்றவர்கள் இருந்த இடம் தெரியாமல் ஓடிவிட்டார்கள். அந்தப் பேராசிரியரைப் பிடித்தபோது அவர் 'ஆஜாத் ஹைதராபாத் ஜிந்தாபாத்' என்று வெறி பிடித்தது போல விடாமல் கத்திக்கொண்டிருந்தார். இப்போது கவலை எல்லாம் ரஜாக்கர்களும் ஹைதராபாத் துருப்புகளும் எவ்வளவு எதிர்க்க முடியும் என்றில்லை. இப்போதே எதிர்ப்பு எல்லாம் புகையாகப் போய்விட்டது. ஆனால் பத்துப் பதினைந்து ஜெயில்களில் ஆயிரக்கணக்கான அரசியல் கைதிகள் மாதக் கணக்கில் அடைந்து கிடக்கிறார்கள். இந்த ரஜாக்கர்கள் இதற்குள்ளாகவே அவர்களை என்ன செய்துவிட்டார்களோ?

வீட்டு ரேடியோவில் விளக்கு மட்டும்தான் எரிந்தது. விடாமல் குளவி ஊங்காரம்போலச் சப்தம் செய்தது. அதற்கு மேல் அதிலிருந்து ஒன்றுமே எதிர்பார்க்க முடியவில்லை. அப்பா வீட்டு வாசலிலிருந்தபடியே "காஸிம்! மிஸ்டர் காஸிம்!" என்று உரக்கக் கூப்பிட்டார். அவர் நான்கைந்து தடவை கூப்பிட்டவுடன் கதவைத் திறந்துகொண்டு ஒரு வயதானவர் எட்டிப் பார்த்தார். "காஸிம் வெளியூர் போயிருக்கிறார். உங்களுக்கு என்ன வேண்டுமென்று சொன்னால் நான் செய்கிறேன்."

"எனக்கு உங்கள் ரேடியோ வேண்டும்," என்று அப்பா சொன்னார்.

"ரேடியோவா?" என்று அந்தக் கிழவர் கேட்டார். பிறகு "இதோ கேட்டுச் சொல்கிறேன்," என்று சொல்லிவிட்டு உள்ளே மறைந்தார்.

இப்போது அப்பா பக்கத்தில் முழுக் குடும்பமே நின்று கொண்டிருந்தது. அந்தக் கிழவர் மீண்டும் தோன்றினார்.

"ரேடியோ சரியாக இல்லையாம்," என்றார்.

"சரியாயில்லையா? நேற்றுக்கூடப் பாடிக்கொண்டு இருந்ததே."

அசோகமித்திரன்

கிழவர் குழப்பப் புன்னகை புரிந்தார். அப்போது அவருக்குப் பின்னாலிருந்து ஒரு பெண் குரல் கேட்டது. "நீங்களே வேண்டுமானால் வந்து பாருங்கள். பாடினால் எடுத்துக் கொண்டு போங்கள்."

சந்திரசேகரன், "நான் பாத்துண்டு வரேன்," என்றான். எல்லாரும் மௌனமாக இருந்தார்கள். சந்திரசேகரன் கைப்பிடிச் சுவர் ஏறிக் குதித்துக் காஸிம் வீட்டு வாசற்படியை அடைந்தான். அந்தக் கிழவர் நகர்ந்து அவனுக்கு வழி தந்தார்.

அந்த வீட்டினுள் காலடி வைக்கும்போது சந்திரசேகரனுக்கு நெற்றி நரம்பு விண் விண்ணென்று தெறித்தது. அவன் படபடப்பு மிகுந்தவனானான். நன்றாக வீட்டினுள் நுழைந்தவுடன் அவனுக்கு மூச்சே விடமுடியாமல் திணறிற்று. வீட்டின் ஒவ்வொரு மூலையிலும் குவியல் குவியலாக மக்கள் உட்கார்ந்திருந்தார்கள். அந்த இடத்தில் வெளிப்படையாக நாற்றம் அடித்துக் கொண்டிருந்தது. ஒரு மூலையில் பியாரி பேகமும் இருந்தாள்.

கிழவர், 'இங்கே இருக்கிறது,' என்று ரேடியோவைக் காண்பித்தார். இந்த அறையில் இன்னும் விளக்கேற்றாமல் இருட்டாகத்தான் இருந்தது. சந்திரசேகரன் சுற்றிப் பார்த்தான். காஸிமின் மனைவி விளக்கு சுவிட்சைப் போட்டாள். விளக்கு வெளிச்சத்தில் அங்கே ஒடுங்கிக் கிடந்த ஜனத்திரளின் அவலம் இன்னும் அதிகமாயிருந்தது. சில வயதான பெண்மணிகள் முகத்திரையையிழுத்து மூடிக்கொண்டார்கள். சந்திரசேகரன் ரேடியோ சுவிட்சைப் போட்டான். அந்த ரேடியோவில் விளக்குக்கூட எரியவில்லை.

சந்திரசேகரன் ரேடியோவின் எல்லா விசைகளையும் திருப்பிப் பார்த்துவிட்டான். கடைசியாக ஒரு விசையைத் திருப்பிப் பரிசோதித்தபோது அவனையறியாமல் ரேடியோவை நகர்த்திவிட்டான். அப்போது ரேடியோ அடியில் சில மெல்லிய கண்ணாடித் துண்டுகள் கிடப்பதைப் பார்த்தான். இப்போது சந்தேகம் தோன்றி ரேடியோவைத் திருப்பிப் பின் பக்கம் பார்த்தான். இரு வால்வுகள் உடைந்திருந்தன. யாராவது வேண்டுமென்றே அப்படிச் செய்தாலொழிய அந்த வால்வுகள் அப்படி உடைந்திருக்க நியாயமில்லை.

அந்தக் கிழவர் நைச்சியமாக நின்றுகொண்டிருந்தார். காஸிமின் மனைவியும் நின்றுகொண்டு அவனையே உற்றுப் பார்த்துக்கொண்டிருந்தாள்.

சந்திரசேகரன் கைப்பிடிச் சுவரேறிக் குதித்துத் தன் வீட்டை அடைந்தான். காஸிம் வீட்டில் அப்போது விளக்கை அணைத்தது தெரியவந்தது. அம்மா கேட்டாள், "என்ன?"

"அது பாடாது," என்று சந்திரசேகரன் சொன்னான்.

"நன்னாப் பாடிண்டிருந்ததே?"

"இனிமேப் பாடாது."

வியாழக்கிழமை வந்தது. காலையில் புல் வண்டி வந்தது. வாசலில் கொய்யாப்பழம் விற்றுக்கொண்டு ஒருவன் வந்தான். வெகு நாளைக்குப் பிறகு ஒருத்தி சோளக் கொண்டை கொண்டு வந்தாள். ஒரு பிச்சைக்காரன் அரைச் சேர் அரிசி கொண்டு வந்து விற்று விட்டுப் போனான்.

இன்று தெருக்களில் இன்னும் நெரிசல். பெரிய கடைகள் கூடத் திறந்திருந்தன. காய்கறிக்கடைகள் திறந்து புதுக் காய் கறிகள் கிடைத்தன. தையற்காரன் கடை, சலூன் எல்லாம் திறந்திருந்தது. சந்திரசேகரனைத் தெரிந்த சலூன்காரன் ஒருவன் கூப்பிட்டான். சந்திரசேகரன், "என்னிடம் காசு இல்லை," என்றான். "நீ நாளைக்குக் கொடு, போறும்," என்று கடைக் காரன் சொன்னான். "நான் வீட்டுக்குப் போய்க் குளிக்கப் போகிறேன்," என்று சந்திரசேகரன் சொல்லியும் வாசனைத் தைலமும் முகத்திற்கு பவுடரும் உற்சாகத்தோடு தடவினான். அவன் கடையில் ஒரு பெஜவாடா பத்திரிகை இருந்தது. தெலுங்கு படிக்கத் தெரிந்தால் அதில் வெளிவந்திருந்த விஷயங் களைத் தெரிந்துகொண்டிருக்கலாம்.

தெரிந்துகொள்ள வேண்டிய விஷயங்கள் நிறைய இருந்தன. நிஜாமின் தளபதிகள் இனிமேல் சண்டை போட ஒன்றுமே இல்லை என்று தெரிவித்து விட்டார்கள். ஆரம்பத்திலிருந்தே இந்தியப்படையின் ஆள் பலத்திற்கும் ஆயுத பலத்திற்கும் எதிராக ஒன்றுமே வழிவகையாகக் கிடையாது. ஒரு இடத்தில் படையெடுப்பவர்களை நிறுத்திச் சண்டை போட வைக்கு மாறு பாதுகாப்புக் கொத்தளம் ஒன்றும் கிடையாது. தென் கிழக்குப் பிராந்தியம் ஏறக்குறைய முழுதுமே சமவெளிப் பிரதேசம். சீறிக்கொண்டு வரும் டாங்கிகளுக்கு எதிராக என்ன வாய்ப்பு இருக்கிறது? பாகிஸ்தான் என்ன செய்யப்போகிறது என்று தெரியவில்லை. ஆனால் இப்போது தான் நிதரிசன மாகத் தெரிகிறது. பாகிஸ்தானால் அதிகம் செய்ய முடியாது என்று. ஐ.நாவில் முறையிட ஆள் போயிருக்கிறது. நேரடியாக முறையிட முடியாது, ஒரு அங்கத்தினர் மூலமாகத்தான் செய்ய வேண்டும். அதையும் பாகிஸ்தான் தான் செய்ய வேண்டும். ஐ.நாவுக்கு அனுப்பியிருக்கும் நவாபு மொயின் நவாஜ் ஜங்க் பகதூர் ஏகப்பட்ட பொக்கிஷங்களையும் தங்கத்தையும் கஜானா விலிருந்து அப்புறப்படுத்தியிருக்கிறான் என்று தெரிகிறது. இது உண்மையா? நிகழும் நிலைமையில் நம்பிக்கையில்லை. எங்களால் செய்வதற்கு ஒன்றும் இல்லை. உங்கள் தோலைக் காப்பாற்றிக்கொள்ளுங்கள்.

ஊர் ஜனங்களின் ஹேஷ்யங்கள் சாதாரண நாட்களில் குழந்தை விளையாட்டாகத் தோன்றியிருக்கும். ஆனால் இது நிச்சயம். ஒரு மாசம் பத்து நாளெல்லாம் இல்லை. ஒரு வாரத்தில் இதோ இந்த இடத்திலேயேகூட யுத்தம் நடக்கக்கூடும். இந்தியப்படைகள் நான்கு திசைகளிலிருந்தும் ஹைதராபாத்தை நோக்கி முன்னேறிக் கொண்டிருந்தன.

நேற்றுத் தென்பட்ட போலீஸ்காரர்கள்கூட இன்று காணவில்லை. பொதுவாகவே ஹைதராபாத் போலீஸ் படையில் நூற்றுக்குத் தொண்ணூற்றைந்துபேர் முஸ்லிம்கள். ஆனால் இன்றுதான் முஸ்லிம்களே கண்ணில் தென்படவில்லையே.

ஆனால் கண்ணில் தென்படாமல் இருக்க வழியில்லாத முஸ்லிம்கள் இருந்தார்கள். ஊர் நடுவில், ரயில்வே ஸ்டேஷனுக்கு அருகில், ஊரின் பெரிய ஆஸ்பத்திரிக்கு எதிரில், ஒரு பழைய கிறிஸ்துவ சர்ச்சுக்குப் பக்கத்தில், தெரு நடைபாதையை வீடாகக்கொண்டு நூற்றுக்கணக்கில் ரெஃப்யூஜீஸ் இருந்தார்கள். இன்னும் அவர்களுடைய பொம்மைக் குடிசைகளிலிருந்து புகை வந்துகொண்டிருந்தது. அவர்களுக்குச் சாப்பிட இருக்கிறதோ இல்லையோ தின்பண்டங்களைத் தயாரிப்பார்கள். மொத்தமாகத் துலுக்க ஹோட்டல்களில் விற்றுவிட்டு வருவார்கள். அந்தப் பணத்தில் கறுப்பு மார்க்கெட் விலையில் கடலை மாவும் கடலை எண்ணெயும் வாங்கி வந்து மீண்டும் தின்பண்டங்கள் செய்வார்கள். அதில் நான்கு அவர்கள் தின்னவாவது செய்வார்களா? இவர்களைப் பார்த்தால் தின்பவர்கள் மாதிரியா இருக்கிறது? சந்திரசேகரன் முன் தினம் தன்னைப் பார்த்துப் புன்னகை புரிந்தவன் கிடைப்பானா என்று பார்த்த வண்ணம் நடந்தான். அவன் இல்லை. ஆனால் வேறு யாராரோ இருந்தார்கள். மிகவும் அமைதியாக இருந்தார்கள். ஊர் முழுக்கப் பரபரப்பாக இருக்கும்போது அவர்கள் மட்டும் பரபரப்பு சாத்தியமில்லாமல் இருந்தார்கள். எதற்கோ காத்திருப்பதுபோலக்கூடத் தோன்றவில்லை. அவர்களுக்கு எதுவுமே ஒரு பொருட்டு இல்லைபோலத் தோன்றியது. ஆஸ்பத்திரி கம்பி வேலியில் குழந்தைகள் துணியும் நிறைய இருந்தன. அந்தக் குழந்தைகள்கூட அவர்களுக்குப் பொருட்டில்லை போலத்தான் இருந்தது.

கிங்க்ஸ்வேயில் நடுச்சாலையில் நின்றுகொண்டு பல குழுக்கள் பேசிக்கொண்டிருந்தன. சிகந்தராபாத் சோஷலிஸ்ட் தலைவர் மகாதேவ் சிங் வீடு பக்கத்தில்தான். மகாதேவ் சிங் கைதாகி எட்டு மாதங்கள் ஆகின்றன. எட்டு மாதங்களில் மூன்றுமுறை அவருடைய குடும்பத்தார் அவரைப் பார்க்க அனுமதி கிடைத்தது. இப்போது இரண்டு நாட்களாக மகாதேவ் சிங்கைப் பார்க்க ஏதோதோ செய்து பார்க்கிறார்கள். பார்க்க

வேண்டாம், அவர் உயிரோடு பத்திரமாக இருக்கிறாரா என்று தெரிந்தால் போதும். இது சொல்லச் சரியான அதிகாரிகள் கிடைக்கவில்லை. ஆனால் ஒன்று, வேறே வெளியூர்ச் சிறைகளில் இருந்த அரசியல் கைதிகள் எல்லாரையும் ஹைதராபாத் மத்திய சிறைக்குக் கொண்டுவரப் போகிறார்கள். இதற்குள்ளாகவே கொண்டுவந்து விட்டார்களோ என்னவோ. பதினைந்து நாட்கள் முன்புகூட குல்பர்க்கா சிறையில் ரஜாக்கர்கள் புகுந்து காங்கிரஸ் கைதிகளைக் கண்டபடி அடித்திருக்கிறார்கள். ஒரு கைதி செத்தே போய்விட்டான். இப்போது ஆத்திரத்தில் அவர்கள் எதுவேண்டுமானாலும் செய்யக்கூடும்.

ஊரில் சைக்கிள்களும் டாங்கா வண்டிகளும்தான் காணப்பட்டன. டாங்கா வண்டிகள் காலியாகச் சுற்றி வந்தன. யாருக்கும் வண்டியை அமர்த்திக்கொள்ளக்கூடிய பொறுமை இல்லாததுபோலத் தோன்றியது. பட்சணக் கடைகள் தயாரித்த பணியாரங்களை ஒரு மணி நேரத்திற்குள் விற்றுவிட்டு வெறுமனே காணப்பட்டன. வெற்றிலை நூறு நான்கு ரூபாய்க்கு விற்றுக்கொண்டிருந்தது. மற்ற வியாபாரிகள் விற்பனைபற்றிக் கவலைப்படவில்லை. கடைகளில் திண்டுகளைத் தட்டிப் போட்டு உட்கார்ந்தவர்கள் பொறுமையிழந்து தெருவுக்கு வந்து அடுத்த கடைக்காரர்களோடு பேசினார்கள். ஆல் இந்தியா ரேடியோ ஹைதராபாத் படையெடுப்பை ஒரு பந்தோபஸ்து போலீஸ் நடவடிக்கை என்று கூறியது. படைகள் முன்னேறிக் கொண்டிருக்கின்றன என்று மட்டும் கூறியது. திடீரென்று ஹைதராபாத் ரேடியோ மட்டும் மாலை நான்கரை மணிக்கு ஒரு முக்கிய அறிவிப்பு இருப்பதாகத் தெரிவித்தது. இதைப் பத்து நிமிஷத்திற்கு ஒருமுறை சொல்லி இடைவெளியில் இசைத் தட்டுகளை ஒலிபரப்பியது. ஏதேதோ பரபரப்பில் இந்த அறிவிப்புக்கூடக் குறிப்பிடத்தக்க பரபரப்பு ஏற்படுத்தியதாகத் தெரியவில்லை. ஏற்கெனவே எல்லாரும் பரபரத்த நிலையில் இருந்தார்கள். நாலரை மணிக்குள் ஒன்று தெரிந்து விட்டது. இந்தியத் துருப்புகள் போங்கீர் அடைந்து விட்டன. ஹைதராபாத்துக்கு இன்னும் முப்பதே மைல்.

நாலரை மணிக்கு அறிவிப்பு. வந்தது. மிகவும் சுருக்கமாக இருந்தது. இரவு ஏழரை மணிக்கு நிஜாமின் ஃபர்மான் ஒன்று வெளியிடப்படுகிறது. இதை நிஜாமே ரேடியோவில் வெளியிடுவார்.

ஊரடங்குச் சட்டத்தைப் பற்றி யாருமே கவலைப்பட்டதாகத் தெரியவில்லை. மாலை ஆறரை மணிக்கு ஊரின் மொத்த மக்கள் தொகையே – பெண்களைத் தவிர்த்து – தெருக்களில் தான் இருந்த மாதிரி தெரிந்தது. பெண்களும் சிலர் இருந்தார்கள் – சிறு வியாபாரிகள், காய்கறி விற்பவர்கள்; பட்டாணிக்

கடலை விற்பவர்கள். கடலைப்பருப்புப் பட்டி விற்பவர்கள். மக்களின் அமைதி வேட்கைமீது அவர்களுக்கு அவ்வளவு நம்பிக்கை. இந்த நான்கு நாட்கள் எவ்வித அதிகார நினை வூட்டலும் இல்லாமல் ஊரும் மக்களும் அமைதியாக இருந் திருக்கிறார்கள்!

நிஜாமின் ஃபர்மானை வீட்டிலிருந்து கேட்டவர்களை விடத் தெருவில் நின்று கொண்டு கேட்டவர்கள்தான் அதிகம். எந்தக் கடையிலும் எந்த வீட்டிலும் ரேடியோ இருந்தால் அதை எவ்வளவு உரக்க வைக்க முடியுமோ அப்படி முடுக்கி விட்டு எல்லாரும் காத்திருந்தார்கள். நிஜாமின் குரல் தெளி வாக, ஆங்கிலத்தில் பேசத் தொடங்கியது. “சமீபகாலமாகவே நம் சமஸ்தானமும் நம் பிரஜைகளும் மிக நெருக்கடியான நிலையை அனுபவித்து வருவதை நாம் அறிவோம். இதை இனியும் நீடிக்கவிடாமல் ஒரு முடிவுக்குக் கொண்டுவரும் வகையில் சில நடவடிக்கைகள் எடுத்திருக்கிறோம். இதுவரை பதவியிலிருந்த பிரதம மந்திரியும் அவருடைய சகாக்களும் இன்று காலை தங்கள் ராஜினாமாக்களைச் சமர்ப்பித்து விட்டார்கள். நாம் ஹைதராபாத் சமஸ்தானம் இந்திய யூனிய னுடன் இணைந்திருக்க முடிவு செய்திருக்கிறோம். இது சார்பில் முதல் ஆணையாக நமது துருப்புக்களையும் மற்ற படைகளை யும் இந்திய ராணுவக் குழுவிற்கு எதிராகச் செயல்படுவதை உடனடியாக நிறுத்தச் சொல்லியிருக்கிறோம். கூடிய விரைவில் ஒரு பொறுப்பான சிவில் அரசு அமைப்பு ஏற்படுவதற்குத் தக்க முயற்சிகள் எடுத்துக்கொள்ளக் கட்டளையிட்டிருக்கிறோம். அது வரை ஆட்சி இந்திய அரசு நியமிக்கும் பிரதிநிதியிடம் பொறுப்பளிக்கப்படும். மீண்டும் சமஸ்தானத்தில் சகஜநிலை ஏற்படுவதற்கு முதல் நடவடிக்கையாகக் காவலில் வைக்கப் பட்டிருக்கும் எல்லா அரசியல் கைதிகளையும் உடனடியாக விடுதலை செய்ய உத்தரவிட்டிருக்கிறோம். இந்த வார முதலில் பிறப்பிக்கப்பட்ட ஊரடங்குச் சட்டமும் மற்ற பாதுகாப்பு உத்தரவுகளும் உடனே ரத்து செய்யப்பட்டிருக்கின்றன. நமது சமஸ்தானம் அதன் நீண்டகாலச் சிறப்பும் கௌரவமும் எவ் வகையிலும் குந்தகமேற்படாவண்ணம் செயல்படுவதை நமது பிரஜைகள் தங்கள் கடமையாக எடுத்துக் கொள்வார்கள் என்று நம்புகிறோம். யாம் நெருக்கடியைத் தவிர்த்து சுமுக மான இம்முடிவுகளைத் தெரிந்தெடுக்க உதவிய இந்திய கவர்னர் – ஜெனரலும் எனது நண்பருமான சக்கரவர்த்தி ராஜகோபாலாச்சாரி அவர்களுக்கும் இங்கு நம்முடன் கடந்த சில மாதங்களாக இந்திய ஏஜண்ட் – ஜெனரலாகப் பணி யாற்றிவரும் கே.எம். முன்ஷி அவர்களுக்கும் நாம் நன்றிகூறக் கடமைப்பட்டிருக்கிறோம்.”

விபரீதமாகத் தோன்றிய மௌனத்தில் நிஜாமின் ஒலி பரப்பைக் கேட்டுக்கொண்டிருந்த மக்கள் அது முடிந்தவுடன் பெருத்த பரபரப்போ உற்சாகமோ இல்லாதவர்களாகத்தான் இருந்தார்கள். எங்கோ மூலையில், கிளம்பிய 'ஜெய்ஹிந்த்' 'ஸ்டேட்காங்கிரஸ் ஜிந்தாபாத்' முழக்கங்கள் கூடத் தொடர்ந்து கோஷிப்போர் இல்லாமல் அமுங்கிப்போயின. நான்கு நாட்களில் அப்போதுதான் சந்திரசேகரனுக்குப் பயமாக இருந்தது.

ஆனால் அவன் அந்த நேரத்தில் அப்படிப் பயப்பட வேண்டியதில்லை என்று கூறுவதுபோல மக்கள் தொடர்ந்து ஒருவரோடொருவர் பேசிக்கொண்டே இருந்தார்கள். நிஜாமின் செய்தியில் ரஜாக்கர்கள் பற்றிப் பேச்சில்லை. ரஜ்வி பற்றி எதுவும் கூறப்படவில்லை. இந்திய அரசுக்கு அதெல்லாம் முக்கியமாகப் படவில்லையா? இவ்வளவு நாட்கள் அக்கிரமும் அட்டகாசமும் புரிந்தவர்களுக்குத் தண்டனை கிடையாதா? இலட்சக்கணக்கான குடும்பங்களின் இரத்தமும் உயிர்ப் பலியும் தியாகமும் வீண்தானா?

ஆனால் இப்படியும் சிலர் சொன்னார்கள். இதெல்லாம் நிஜாம் எப்படிச் செய்வான்? பெரிய விஷயங்களைத்தான் அவன் குறிப்பிட முடியும். ஹைதராபாத் இந்திய யூனியனுடன் சேர்ந்து விட்டது. இனிமேல் நடவடிக்கைகள் எடுக்கவேண்டிய பொறுப்பு இந்திய அரசுடையது. இப்போதே அது நடவடிக்கைகள் மேற்கொண்டிருக்கும். எல்லாம் நாளைக்குத் தெரிந்துவிடும்.

காஸிம் வீட்டில் கதவு அடைத்தபடியே இருந்தது. வாசல், பின்பக்கம் எல்லா ஜன்னல்களும் மூடியிருந்தன. ஆகாயத்தைத் தொடுவதுபோலிருக்கும் கூரைக்கு அருகே உள்ள காற்றுப் போக்கி வழியாகத்தான் உள் காற்று வெளியே போக வேண்டும்; வெளிக்காற்று உள்ளே வரவேண்டும். முப்பது நாற்பது பேர் இரு அறைகளில் காற்றுப்போக்கு இல்லாமல் எவ்வளவு நாட்கள் காலந்தள்ள முடியும்? இருநூறு ஆண்டுகளுக்கு முன்பு 146 பேர் இப்படி அடைபட்டதில் ஒரே இரவில் 123 பேர் செத்து விட்டதாகச் சொல்கிறார்கள்.

அம்மா ஆழ்ந்து தூங்கிக்கொண்டிருந்தாள். எல்லோருமே ஆழ்ந்து தூங்கிக்கொண்டிருந்தார்கள். ஊரைவிட்டுப் போய் விட்டால் உயிரைக் காப்பாற்றிக் கொள்ளலாம் என்று ஊரில் எவ்வளவோ பேர் போல ஓடிவிடாமல் இந்த ஒரு வருடக் காலத்தைத் தள்ளிவிட்டார்கள். இனி நாளையிலிருந்து இங்கே புதிய உலகம் தோன்றப் போகிறது. அந்தப் புதிய உலகத்தில் திகிலுக்கும் பீதிக்கும் பயத்திற்கும் அவசியமில்லாமல் இருக்குமா?

அசோகமித்திரன்

சந்திரசேகரன் தூக்கம் கொள்ளாமல் வெளியே வந்தான். வெளியே இரவு மிகவும் இதமாக இருந்தது. சிகந்தராபாத்தில் ஆண்டின் இரண்டாவது மழைக்காலம் தொடங்க வேண்டிய பருவம். மழை சீக்கிரமே வந்துவிடும். இரவுகளில் பெய்துவிட்டுப் பகல் பொழுதில் மழையென்று உண்டா என்று கேட்கத் தூண்டுகிற மாதிரி ஒளிந்துகொள்ளும் இந்த ஊரில் பெய்கிற மழையே மிகக் குறைவு. அதுவும் ஒளிந்து கொண்டு பெய்து விட்டு ஓடிப்போய் விடும். அந்த மாதிரி நாட்களில்தான் நாஸிர் அலிகான் முதன் முதலில் தன்னையும் ஒரு ஆட்டக் காரனாக, தன்னை நண்பனாகக் கருதுவதற்கு அடையாளமாக கிரிக்கெட் பிராக்டிஸுக்குக் கூப்பிட்டான். இப்போது அவன் என்ன செய்துகொண்டிருப்பான்? அவனும் தூங்காமல் இருப் பானா? அவனுடைய அப்பா செத்துப் போயிருப்பாரோ? அந்த இரண்டாயிரம் ரஜாக்கர்கள் கூண்டோடு அழிந்து போக அவர்தான் அழைத்துச் சென்றாரோ?

சந்திரசேகரன் ஆலமரத்தடிக்குச் சென்றான். முன்பு ஒரு முறை இதே மாதிரி நடு இரவில் அவன் ஆலமரத்தடிக்குச் சென்றபோது எங்கோ பாட்டுக்கூடக் கேட்டுக்கொண்டிருந்தது. இப்போது சுவர்க்கோழிச் சப்தம் தவிர வேறு ஏதுமில்லாமல் நிசப்தமாக இருந்தது. இப்போது நேரம் என்னவாக இருக்கும்? விடிவதற்கு இன்னும் எவ்வளவு மணி நேரம் இருக்கும்?

சந்திரசேகரன் லான்சர் பாரக்ஸின் இரு வரிசைகளையும் சுற்றி வந்தான். மொத்தம் பத்தொன்பது வீடுகள். பாதி வீடுகள் யாருமில்லாததால் இருட்டாக இருந்தன. மீதி வீடுகளில் பல மாதகாலப் பழக்கத்தில் விளக்கில்லாமல் இருக்கின்றன. ஒரு நோயாளி, ஒரு குழந்தை, ஒரு மாணவன்கூட இந்த வீடு களில் இந்த நேரத்தில் விளக்கை அவசியமேற்படுத்தாமல் இருப்பானா? ஊர் நிலவரம் எப்படி எல்லாம் வீட்டு வாழ்க்கை யையும் உருமாற்றி விடுகிறது?

கிருஷ்ணஸ்வாமியின் வீட்டிற்குக் காவலாக இரவில் யாரோ வந்து தூங்கிவிட்டுப் போகிறான். அவன்தான் அலாரம் கடிகாரத்தைப் பொருத்தி வைத்திருக்கிறான் போலிருக்கிறது. சந்திரசேகரன் அந்த வீட்டைக் கடந்தபோது அது திடீரென்று மணியடித்தது. மணியடித்து ஓய்ந்தது.

சந்திரசேகரனுக்குக் கால் வலித்தது. இரண்டு நாட் களாகத் திசையோ வரம்போ இல்லாத அலைச்சல். அவ்வளவு அலைச்சலுக்கு விளைவுகள் இல்லாமல் போக முடியாது.

பொழுது விடிய இன்னும் அதிக நேரம் இருக்காது. இப்போதிருக்கும் அமைதி நிசப்தமான இரவின் கடைசி நிமிடங்கள்.

அந்த ஆழ்ந்த நிசப்தத்தில் எங்கோ கிணற்றடியிலிருந்து வருவதுபோலத் தீனமான இரைச்சல். அந்த நிசப்தத்தில் அவ்வளவு தீனமாகக் கேட்பதால் அந்தக் குரலின் உற்பத்தி யிடம் குறைந்தது ஒரு மைல் தூரத்திலாவது இருக்கும்.

அது மீண்டும் மீண்டும் கேட்டது. இரயில்வே ஸ்டேஷன் திசையிலிருந்து கேட்டது. திடீரென்று அத்திசையில் அடி வானம் சிவந்து துடித்தது. நான்கு நாட்கள் நிலவிய அமைதி துகள் துகளாகி விட்டது.

என்ன செய்கிறோமென்ற உணர்வுகூட இல்லாமல் சந்திரசேகரன் இரயில்வே ஸ்டேஷனை நோக்கி ஓடினான். அவன் கண் முன்னால் அடி வானத்தின் சிவப்பு நிறம் அவனுடைய மூளையை வசமிழக்கச் செய்ய முயலுவதுபோலத் துடித்தது. அவன் ரெஜிமண்டல் பஜாரை அடைந்தபோது கூக்குரலின் காரணம் தெரிந்து விட்டது. அங்கே கழிகளும் மற்ற ஆயுதங்களும் கொண்டு கூட்டங்கள் மோதிக் கொண் டிருந்தன. போலீஸ் ஸ்டேஷனுக்கு நேர் எதிரில்.

சந்திரசேகரன் விளைவை எண்ணிப் பாராமல் அக் கூட்டங்கள் அருகே ஓடினான். முன்பு ஒரு முறை கலகம் துவங்கிய அதே மாவரைக்கும் மில்; அதே தையற்காரன் கடை. அங்கே வரிசையாகப் பல கடைகள், பல வீடுகள் கதவடைபட்டுக் கிடந்தன. அந்த வீட்டுப் பெண்கள் குழந்தை கள் பீதியோடு அலறுவதுதான் முதலில் கேட்ட தீன ஒலி.

கூட்டங்கள் சிதறி நாற்புறமும் ஓட ஆரம்பித்தன. மந்திர வித்தை போல ஒரு சில விநாடிக்குள் எங்கோ சந்து பொந்து களில் மறைந்து விட்டன.

சந்திரசேகரன் இந்தத் திடீர் ஓட்டத்திற்கு என்ன காரணம் என்று நினைப்பதற்குள் காரணம் தெரிந்து விட்டது. எங்கோ எவனோ துப்பாக்கி கொண்டு சுட்டுக்கொண்டிருக்கிறான்.

சந்திரசேகரனும் ஒரு சந்தில் புகுந்து ஓடினான். அந்தப் பேட்டையே முழுக்க விழித்துக்கொண்டு சந்துகளில் வெட்ட வெளியில் நின்றுகொண்டிருந்தது. அது பிரதானமாக ஹிந்துக் கள் வசிக்குமிடம். வெளியூர் போய் விட்டவர்கள் போக மிகுதி இருந்தவர்களும் நிறையவே இருந்தார்கள். இனிமேல் அவர்களுக்கு என்ன பயம்?

ஆனால் சந்திரசேகரனுக்கு அவர்களைப் பார்த்துத்தான் பயமேற்பட்டது. அவன் சந்து சந்தாகத் திரும்பி ஓட்டமும் நடையுமாக இரயில்வே ஸ்டேஷன் அருகே வந்து விட்டான். அங்கே நேற்றுக்கூடப் பாட்டுப் பாடிக்கொண்டிருந்த ஈரானி ஹோட்டல்கள் முன்பு நான்காள் உயரத்திற்குப் பெரிய சொக்கப் பனை எரிந்துகொண்டிருந்தது. அந்த ஹோட்டல்களின் மேஜை

கள் நாற்காலிகள், சமையலுக்கு வைத்திருந்த விறகு, நிலக்கரி... பத்துப் பதினைந்து நபர்கள் பாத்திரங்களையும் பீங்கான் கோப்பைத் தட்டுகளையும் நெருப்பில் வீசி எறிந்தார்கள். அங்கே அவை நொறுங்கி விழும் சப்தம் அங்கே குழுமியிருந்த கூட்டத்தை இன்னும் உற்சாகமூட்டுவதாக இருந்தது. அவன் வீடு வரையில் தெரிந்த தீ வெளிச்சம் இங்கே இந்த இடத்தில் கிளம்பியதுதான்.

சந்திரசேகரனுக்குக் கிலி வேறெதைப் பற்றியோ இருந்தது. இந்த ஹோட்டல்காரர்கள் இன்னும் சில நாட்களில் புது மேஜை நாற்காலி வாங்கி வைத்து வியாபாரம் நடத்துவார்கள். ரெஜிமெண்டல் பஜார் ரகளையில் ஒரு குறிப்பிட்ட இடங் களே திரும்பத் திரும்பத் தாக்கப்படுகின்றன. ஆதலால் அது எதிர்பாராததாக இருக்க முடியாது. ஆனால் நிஜமான கோரம் வெறெங்கோதான் நடைபெற முடியும்.

சந்திரசேகரன் ஓடிச் சென்று ஸ்டேஷன் ரோடில் திரும்பி னான். முதலில் தெரு முழுக்கே ஒரே கறுப்பாகத்தான் ஒன்றும் தெரியாமல் இருந்தது. ஆனால் ஆஸ்பத்திரியில் எரிந்துகொண் டிருக்கும் இரவு விளக்குகள் தந்த வெளிச்சம் தெருவையும் சிறிது காட்டிக் கொடுத்தன. கண்களுக்கு நிலைமை பழக்க மாக்கிப் பிம்பங்கள் உருவாவதற்குச் சிறிது நேரம் பிடித்தது. அப்போது அவன் பயந்துகொண்டிருந்தது நிகழ்ந்துவிட்டதை அறிந்து கொண்டான். ரெஃப்யூஜி கொட்டகைகள் ஒன்று விடாமல் கொடூரமாய்ப் பிய்த்து எறியப்பட்டிருந்தன. தெரு வெல்லாம் உடைந்த மண்பாண்டங்களும் சமையல் பாத்திரங் களும் துணியும் வாரி இறைக்கப்பட்டிருந்தன. பெட்டிகள் உடைத்து நசுக்கி எறியப்பட்டிருந்தன. நடுநடுவே காய்கறிகளும் கால்பட்டு நசுங்கிப்போன தின்பண்டங்களும் கிடந்தன. தெரு நாய்கள் அலைபாய்ந்து கொண்டிருந்தன. நேற்று மாலைகூட நூற்றுக் கணக்கில் அங்கு வசித்து வந்த மக்கள் ஒருவர்கூடக் காணோம். இந்தத் தாக்குதல் சில மணி நேரத்திற்கு முன்னா லேயே நடந்திருக்க வேண்டும். மிகவும் அமைதியாக வாழ்ந்து வந்த அந்த ஜனக்கூட்டம் அத்தனையும் எங்கோ மறைந்து போயிருந்தது. எங்கே ஒருவர்கூடப் பாக்கி இல்லாமல் போயிருக்கக்கூடும்? இப்போது எதைப் பாதுகாத்துத் தூக்கிக் கொண்டு போயிருப்பார்கள்? அவர்கள் தூக்கிக்கொண்டு போக என்ன இருக்க முடியும்?

திடீரென்று 'ஓடு! ஓடு!' என்று கத்திக்கொண்டு ஒரு கூட்டம் ஸ்டேஷனிலிருந்து ஓடி வந்தது. அந்த இருட்டிலும் கெடுபிடியிலும்கூடச் சந்திரசேகரன் எந்த மதத்தைச் சேர்ந்த வன் என்று தெரிந்துகொண்டு அவனையும் அவர்களோடு ஓடி ஒளிந்துகொள்ளச் சொல்லிற்று. பின்னால் யாரோ

துரத்திக்கொண்டு வந்திருக்க வேண்டும். இப்போது துரத்துபவர்கள் துரத்தலாம். ஆனால் எவ்வளவு நேரம் ஆகும் அவர்களுக்கு இந்த ரெஃப்யூஜிகள் கதி நேருவதற்கு?

சந்திரசேகரன் ஆஸ்பத்திரி பக்கமாக ஓடினான். ஆஸ்பத்திரிக் கதவுகள் எல்லாம் உயரமாகவும் பூட்டியும் இருந்தன. சந்திர சேகரனோடுகூட இன்னும் இருபது பேராவது ஓடிக்கொண்டிருந்தார்கள். அன்று இரவு அவர்கள் எல்லாருக்கும் சிவராத்திரியாயிருக்கும்.

சந்திரசேகரன் சீக்கிரமே மோண்டா வந்துவிட்டான். ஆனால் மோண்டாவிலும் அந்த நேரத்தில் குழப்பம். எங்கிருந்தெல்லாமோ கற்களும் கழிகளும் சீறி வந்து விழுகின்றன. ஒரு கூட்டம் கூடைகளைச் சேர்த்து வைத்துச் சொக்கப்பனை கொளுத்தியிருந்தது. அந்தத் தீ வெளிச்சத்தில் அங்கு ஓடியாடிய மனிதர்கள் கருநிறப் பிசாசுகளாகத் தோற்றம் அளித்தனர். அவர்கள் கத்திய கத்தலும் மனிதக் கத்தலாக இல்லை.

சந்திரசேகரன் இஸ்லாமிய ஹைஸ்கூல் பக்கம் ஓடினான். அவனை யாரோ துரத்தி வருகிறார்கள். இந்த இஸ்லாமிய ஸ்கூல் அருகேதான் அவன் முன்னொருமுறை அடிபட்டிருக்கிறான். இப்போது அதே இடத்தில் அவன் ஓடிக்கொண்டிருக்க வேண்டியிருக்கிறது.

அங்கே சாலையில் எதிர்ப்பக்கத்திலிருந்தும் ஒரு கூட்டம் தீவட்டி சகிதம் ஓடி வந்துகொண்டிருக்கிறது. அது ஹிந்துக்கள் கூட்டம்தான் என்று எப்படி நிச்சயமாகச் சொல்வது?

சந்திரசேகரன் சரேலென்று பள்ளியின் பக்கத்தில் இருந்த சந்து ஒன்றில் புகுந்து ஓடினான். தீவட்டிக் கூட்டம் 'பகடோ! பகடோ!' என்று கத்திக்கொண்டு ஓடி வந்தது. அது அவனைப் பார்த்துவிட்டது.

சந்திரசேகரன் ஒரு வீட்டுச் சுவர்மீது எம்பி ஏறினான். அப்படியே உள்ளே குதித்தான். அவன் குதித்துச் சில விநாடிகளுக்கெல்லாம் அந்தக் கூட்டம் 'பகடோ! பகடோ சாலே லோங்கு! மார்டாலோ!' என்று கத்திக்கொண்டு ஓடியது. சந்தில் இருந்த வீடுகளின் கதவுகளை ஜன்னல்களைக் கழியால் அடித்தவண்ணம் கூட்டம் ஓடியது. ஆனால் அந்த கலாட்டாவிற்கு முன்னாலேயே சந்திரசேகரன் ஏறிக் குதித்திருந்த வீட்டில் எல்லோரும் விழித்துக்கொண்டிருந்தார்கள். சந்திரசேகரனை நொடியில் தெரிந்துகொண்டு விட்டார்கள். பயந்துகொண்டு உள்ளே ஓடினார்கள்.

அது ஹைதராபாத் சிகந்தராபாத்தில் சர்வ சகஜமாக வறுமை விரித்தாடும் ஆயிரக்கணக்கான முஸ்லிம் வீடுகளில்

ஒன்று. ஒரே ஒரு கோழிமுட்டை விளக்கு. மூன்று நான்கு ஆண்கள். மூன்று நான்கு பெண்மணிகள். மூன்று நான்கு குழந்தைகள். தவிர்க்க முடியாத கிழவி ஒருத்தி. அந்த மூன்று ஆண்கள் சேர்ந்துகொண்டு சந்திரசேகரனைக் கொன்றுகூடப் போட்டுவிடலாம். ஆனால் அவர்களிருந்த கிலி நிலையில் அவர்கள் சக்கைகளாக இருந்தார்கள். அந்த இடம் ஒரேயடி யாக நாற்றம் அடித்துக் கொண்டிருந்தது.

சந்திரசேகரன் நிலைமையைப் புரிந்துகொள்வதற்குள் ஒன்று நடந்தது. அவர்கள் அப்படி ஒரு திட்டத்தை முன் கூட்டியே பேசி வைத்திருக்க வேண்டும். அந்தப் பெண்மணி களில் பதினைந்து பதினாறு வயது மதிக்கக்கூடிய ஒரு பெண் சந்திரசேகரன் முன்னே வந்தாள். "நாங்கள் பிச்சை கேட் கிறோம். எங்களை ஒன்றும் செய்துவிடாதீர்கள்," என்றாள். இதைச் சொல்லிக் கொண்டிருக்கும்போதே அவளுடைய கமீஸைக் கழட்டினாள். ஒரு நொடிக்குள் பைஜாமா நாடாவை யும் அவிழ்த்தாள். அந்த மங்கலான வெளிச்சத்திலும் அவ ளுடைய விலா எலும்புகளைத் தனித் தனியாக எண்ணி எடுக்கும் வகையில் சந்திரசேகரன் முன் நிர்வாணமாக நின்றாள்.

சந்திரசேகரன் கண் கூசிற்று. "ஐயோ!" என்றான். அந்தப் பெண் அதை என்ன அர்த்தம் செய்து கொண்டாளோ இன்னும் ஓரடி முன்வந்தாள்.

சந்திரசேகரன் மீண்டும் "ஐயோ! ஐயோ!" என்றான். அவனுக்குத் தலை சுற்றி வாந்தி வந்தது. வாயில் கொப்புளித்து வந்த கசப்புத் திரளை அப்படியே அடக்கிக்கொண்டு முன்பு உள்ளே வந்தபடியே சுவர் ஏறித் தெருவில் குதித்து வெறி பிடித்தவன்போல் ஓடினான். அவனுக்கு ரெஃப்யூஜிகள் பூண் டோடு அழித்து விரட்டப்பட்டதுகூட இவ்வளவு குமட்டலை உண்டுபண்ணவில்லை. அவன் வாழ்க்கையில் அவன் முதன் முதலாக நிர்வாணமாகப் பார்த்த பெண் அவனைச் சிதற அடித்து விட்டாள். அவனைப் புழுவாக்கி விட்டாள். அவள் வீட்டாரைக் காப்பாற்ற அவள் எவ்வளவு இழிவுபடுத்திக் கொண்டு விட்டாள்! அவள் இன்னும் ஒரு குழந்தை. இந்த உலகத்தில் உயிர் காப்பாற்றிக்கொள்ள ஒரு குழந்தைகூட எவ்வளவு இழிவுபடுத்திக் கொள்ள வேண்டியிருக்கிறது? அதற்கு அவனும் காரணமாகி விட்டான். இந்தக் கறையை என்று எப்படி அழித்துக்கொள்ள முடியும்? இதை அழித்துக்கொள்ளத் தான் முடியுமா?

ஓடிக்கொண்டேயிருந்த சந்திரசேகரன் பொழுது விடிந் திருப்பதையும் உணர்ந்தான்.

●

பின்னிணைப்பு

ஒரு பெரிய நகரத்தில் இளமைப் பருவம்

தெலுங்கு தேசத்தில் சென்று குடியேறிய ஒரு தமிழ்க் குடும்பத்தின் – குறிப்பாக, இந்தக் குடும்பத்து மூத்த பையனின் – அனுபவங்களைப் பற்றியது, அசோக மித்திரனின் '18வது அட்சக்கோடு'. காலம், இந்திய விடுதலைக்குச் சற்று முன்பிருந்து, சற்றுப் பிந்திவரை.

ரயில்வேயில் வேலையாயிருக்கிற சந்திரசேகரனின் அப்பாவுக்கு ஹைதராபாத்தில் போஸ்டிங்க். சந்திர சேகரன், ரயில்வே காலனியில் உள்ள தமிழ்ச் சிறுவர் களுடன் உணருவதைவிடவும், தமிழரல்லாத முஸ்லிம், கிறிஸ்துவச் சிறுவர்களுடன் அதிக அந்நியோன்னியமாக உணருகிறான். இவர்களே அவனுடைய இளமையைப் பல விஷயங்களில் ரம்மியப்படுத்துகிறார்கள். அவன் தனிமையைப் போக்குகிறார்கள். அவனிடமிருந்து மாறு பட்ட சமூகக் கலாச்சாரப் பின்னணியில் உருவானதால், பேச்சிலும் பழக்கங்களிலும் இவர்கள் பல நுண்ணிய விதங்களில் வேறுபடுகிறவர்கள். இந்த வேறுபாட்டில் ஒரு கவர்ச்சி இருக்கிறது.

கல்லூரியில் அவனுடைய வகுப்பில் படிக்கும் நாஸிர் அலிகான், மஸூத், அன்வர் அலிகான், மிஸ் தாராப்பூர் வாலா, மிஸ் ஆனந்த ராவ் ஆகியோர் சமூகத்தின் உயர் மட்டத்தைச் சேர்ந்தவர்கள்; சந்திரசேகரன் கற்பனை கூடச் செய்ய முடியாத வாய்ப்புகளிலும் வசதிகளிலும் திளைப்பவர்கள். இதுவும் ஒரு வேறுபாடு; இதிலும் ஒரு கவர்ச்சி இருக்கிறது. நாஸிர் அலிகான் கூப்பிட்டால் அந்தக் கௌரவத்தினால் புத்துணர்ச்சி பெற்று சந்திர சேகரன் தன் வீட்டில் டிபன்கூடச் சாப்பிடாமல் பல மைல் தூரம் சைக்கிளை மிதித்துச் செல்லத் தயாராயிருக் கிறான்.

ஒரு கட்டத்தில் கவர்ச்சியாகத் தோன்றியவை, ஒரு கட்டத்தில் குரூரம், சுயநலம், மூர்க்கமான குழு மனப்போக்கு ஆகியவற்றின் உருவமாகிப்போகின்றன.

அரசியல் அலைகளின் வீச்சும், எதிர் வீச்சும் மிகமிகச் சாதாரணமானவர்களைக்கூட அடியோடு உருமாற்றிவிடுகிறது. மிகமிகச் சாதுவான அடுத்த வீட்டு காஸிம், நிஜாம் சுதந்திர இந்தியாவுடன் இணைய மறுக்கும்போது முஸ்லிம் பேரரசொன்றே மீண்டும் ஸ்தாபிதமாகிவிட்டதாக மயங்குகிறான். சந்திரசேகரன் குடும்பத்தினரை 'அற்ப இந்து'க்களாகக் கண்டு அவர்களை வைது, மிரட்டி, அவர்கள் வீட்டு எருமையை உதைத்துவிட்டுப் போகிறான். கடலூரிலும் மாயவரத்திலும் வெறும் 'இன்னொரு முஸ்லிம்' ஆக இருந்த சையது இங்கே ஹைதராபாத்தில் நிஜாமின் மந்திரியாகவே தம்மைப் பாவித்துக் கொண்டு காங்கிரஸ்காரர்களைப்பற்றி இகழ்ச்சியாகப் பேசுகிறார். எப்போதும் தம்மை 'இரண்டாம் வர்க்கத்துப் பிரஜைகளாக' எண்ணிக்கொண்டு மாய்ந்து வந்த வாழ்வு நவிற்சியின் வெளிப்பாடுகள் இவை. அடுத்தாற்போல, நாஸிர் அலிகான் போன்றவர்கள் எந்நிலையிலும் அலட்டிக்கொள்ளாமலிருக்கிறார்கள். இவர்களுக்கு மதத்தின் மூலம்தான் ஹோதா பெற வேண்டுமென்பதில்லை.

இன்னொன்று : தாம் தெளிவாகப் புரிந்துகொள்ளக்கூடச் செய்யாத இலட்சியங்கள் கொள்கைகளுக்காக – பல சமயங்களில் தம் விருப்பத்தையோ மறுப்பையோ தெரிவிக்கும் வாய்ப்புக்கூட இன்றி – தியாகம் செய்பவர்களும், செய்விக்கப் படுகிறவர்களும், பகைமைகளில் சிக்கிக்கொள்பவர்களும் சந்திரசேகரன், காஸிம் போன்றவர்களே தவிர, நாஸிர் அலிகான் போன்றவர்களல்ல. காலேஜ் வாசலில் 'சுதந்திர ஹைதராபாத்' துக்கு எதிராக மறியல் செய்கிற யுவதிகள் காரில் இறங்கி வரும் மாணவர்களை எதுவும் செய்வதில்லை. சந்திரசேகரன் போன்றவர்களைத்தான் தடுக்கவும், கிண்டல் செய்யவும் முயல்கிறார்கள். ரஜாக்கர்கள் கை ஓங்கி இருந்தபோது சந்திரசேகரன் போன்றவர்கள் தனி வழியே வரும்போது முஸ்லிமாக இல்லாத காரணத்துக்காக மட்டுமே அடித்து வீழ்த்தப்படுகிறார்கள் . . . பிற்பாடு 'மெர்ஜர்' அறிவிக்கப்பட்டு நிலைமை மாறும்போது ஸ்டேஷன் அருகேயுள்ள ஈரானி ஹோட்டல்களும் (முகம்மதிய) அகதிகளின் கொட்டகைகளும் எரிக்கப்படுகின்றன. இத்தனைக்கு மிடையில் மிஸ் தாராப்பூர்வாலா, மிஸ் ஆனந்தராவ் போன்றவர்கள் காரில் கல்லூரிக்கு வருவதிலும், ஐஸ்கிரீம் தின்பதிலும், நாஸிர் அலிகானும் சுந்தர் ஸிங்குக்கும் கிரிக்கெட் ஆடுவதிலும் எந்த மாற்றமுமில்லை.

இன்னொன்று : வேற்றூரில், வேற்றுக் கலாச்சாரத்திடையே வளர நேர்கிற இளம்பிராயத்தினர், தம் பரம்பரையான மரபுச் சூழலில் தம்மை முழுதும் இழந்துவிடாமல் இதற்கப்பாலும் பார்க்கத் தெரிந்த பரந்த கண்ணோட்டம் உள்ளவர்களாக, தம் சூழலிலிருந்து மாறுபடுகிறவர்களிடமும் நேசமுள்ளவர்களாக உருவாகிறார்கள். ஆனால், ஒரு வயதுக்கு மேற்பட்டவர்கள், தம் அபிப்பிராயங்களும் கண்ணோட்டமும் ஸ்திரப்பட்டுப்போன வர்கள், வேற்றுக் கலாசாரத்திடையே 'கலாசாரத் தனிமை' யைத்தான் அனுபவிக்கிறார்கள். துவேஷத்திலும் 'தம் மரபே உயர்ந்தது' என்ற வன்மமான போதையிலும் உழல்கிறார்கள். பெரியவர்களுடைய துவேஷங்களும், அரசியலும், ஏதோ ஒரு கட்டத்தில் சிறுவர்களையும் தீண்டிக் களங்கப்படுத்திவிடுகின் றன. சந்திரசேகரன், காந்தியின் மரணச் செய்தி தன்னைப் பாதித்த அளவுக்குத் தன்னைச் சுற்றியுள்ள முஸ்லிம்களையும் கிறிஸ்துவர்களையும் பாதிக்காததைக் காணும்போது, தவிர்க்க முடியாமல் தன்னை ஒரு இந்துவாக, வித்தியாசமுள்ளவனாக உணர்கிறான். "யார் கொன்றது காந்தியை – ஒருவேளை யாரா வது முஸ்லிமா?" என்று நினைத்து அவன் முஸ்லிம்கள்பால் கொலைவெறி கொள்ளும் கணத்தில், அவனுடைய இளமை யின் பேதைமை முழுதும் நீங்கி அவனும் ஒரு துவேஷமுள்ள பெரியவனாகிவிடுகிறான்.

"பல ஆண்டுக் காலமாகத் தோன்றும் எண்ணங்களுடன் புதியதாக ஒன்று புகுந்துகொண்டிருக்கிறது. பல சமயங்களில் அதற்கு ஒரு உருவமோ தனி அடையாளமோ கிடையாது. அது பெண் சம்பந்தப்பட்டதுதான். ஆனால் அந்தப் பெண்ணுக்கு, அந்த நிலையேற்படுத்தும் பெண்ணுக்கு, தனிப்பட்டதொரு தோற்றம் கிடையாது. பெண் வெறும் பெண். அவ்வளவுதான். ஆனால் வெளியே போகும்போது ஒரு பெண்ணைப் பார்த்தால் அவள் அவன் மனத்துள் அவனை ஆட்டிப் படைக்கும் பெண் ணோடு ஒன்றிக்கொண்டு இன்னமும் அதிகமாக உபாதைப் படுத்துகிறாள். இப்படி எவ்வளவு பெண்கள் . . . பக்கத்து வீட்டுப் பியாரி பேகத்திலிருந்து குசினிப் பறச்சேரி புஷ்பாவரை . . ." *(பக்கம் 78).*

இத்தகைய நிகழ்ச்சிகளும் நினைவுகளும் நம்முடைய சொந்த அனுபவ ஓடையின் மதகுகளைத் திறந்து அதைக் குப்பென்று பாயச் செய்கின்றன; முழுமையானதொரு இலக்கிய அனுபவம் பெற உதவுகின்றன.

அப்புறம் ஹைதராபாத் நகரம். டாங்க்பண்டு, மோண்டா, பஷீர்பாக், ரெஜிமென்டல் பஜார், கிங்க்ஸ்வே, ஃபதே மைதான்

முதலிய இடங்களை நாம் பார்த்திராவிட்டாலும்கூட, பார்த்திருப்பதுபோலவே தோன்றிவிடுகிறது, சந்திரசேகரனின் அனுபவங்கள், எண்ணங்களுடன் அவை கொண்டுள்ள நெருக்கமான சம்பந்தத்தால்.

ஒரு பெரிய நகரத்தில் இளமைப் பருவத்தைக் கழித்த ஒவ்வொருவரும், தம்முடைய சொந்த அல்லது சமூக அனுபவங்களுக்கும் அந்நகரத்தின் தனித்தன்மை வாய்ந்த கட்டிடங்கள், பஜார்கள், வீதியமைப்புகள், மக்களின் இயல்புகள் ஆகியவற்றுக்குமிடையே இதே விதமான சம்பந்தத்தை உணர்ந்திருக்கக்கூடும். இந்தச் சம்பந்தம் இந்த நாவலில் பதிவாகியிருப்பதுபோல வேறு எந்தத் தமிழ் நாவலிலும் சமீப காலத்தில் நான் பார்த்ததில்லை.

ஆதவன்

(செப்டம்பர் 1986இல் வெளிவந்த
இரண்டாம் பதிப்பின் முன்னுரை)